ஒலியின் பிரதிகள்

(அமிர்தம் சூர்யா உரைகள்)

பாகம் 1

தொகுப்பாசிரியர்
எஸ். தேவி கோகிலன்

தேநீர் பதிப்பகம்

ஒலியின் பிரதிகள்
(அமிர்தம் சூர்யா உரைகள்)
தொகுப்பாசிரியர் : எஸ். தேவி கோகிலன்

அமிர்தம் சூர்யா ©

முதல் பதிப்பு: ஜனவரி 2020
வெளியீடு: தேநீர் பதிப்பகம்
24/1, மசூதி பின் தெரு, சந்தைக்கோடியூர்
ஜோலார்பேட்டை - 635851
தொடர்புக்கு: +91 9080909600

Oliyin pirathigal
(Amirtham surya`s speeches)
Compiled by S. Devi Kohilan
First Edition: Jan 2020
Pages: 218 Price: 200
ISBN : 9788194373087
Contact: +91 9080909600
e-mail: theneerpathippagam@gmail.com
Designed by : Gopu Rasuvel

சமர்ப்பணம்

ஸ்ருதி டிவிக்கு

தொகுப்புரை

குரல் என்பது குரல் மட்டுமல்ல அது அவர்களின் இன்னொரு முகம். வாழ்வில் எத்தனையோ மனிதர்களைக் கடந்து வந்திருக்கிறோம். பல ஆண்டுகள் கழித்தும் அவர்களுடைய குரல்கள் நம் செவிகளில் ஒலித்துக் கொண்டே இருக்கும். குரல்களை வைத்து முகங்களை அடையாளப் படுத்திக் கொள்கிறோம்.

தமிழக குரல்களுக்கு எப்போதும் தனித்துவம் உண்டு, அண்ணா, கலைஞர், எம்.ஜி.ஆர், ஜெயலலிதா மேடையில் ஒரு வார்த்தை பேசினாலே கூட்டம் ஆர்ப்பரித்துக் கொண்டாடும்.

அப்படி இலக்கியப் பரப்பில் கேட்பவரைத் தன் வயப்படுத்தும் பேச்சு அண்ணன் அமிர்தம் சூர்யாவுடையது. கடந்த போகிற எல்லோரையும் தன் பேச்சால் நட்பாக்கிக் கொள்வார். நானும் அப்படித்தான் நட்பானேன்.

கவிதையோ, சிறுகதையோ, நாவலோ அவர் எடுத்துக் கொள்ளும் ஏதுவாக இருந்தாலும் அதற்கு நியாயம் சேர்க்கிறார். யாரையும் நோகடிக்காத பேச்சு, படைப்பு குறித்து அவருடைய பார்வை, அட்டை முதல் அட்டை வாசிக்கும் நேர்த்தி. எவ்வளவு படித்துக் கொண்டே இருந்தால் இப்படி ஒவ்வொரு மேடைக்கும் புது புது சம்பவங்களைச் சொல்ல முடியும் என்று ஆச்சரியத்தில் ஆழ்த்துவார்.

இலக்கியக் கூட்டங்களில் அவர் பேசிய உரைகளில் இருபதை முதல் கட்டமாக எழுத்து வடிவமாகத் தந்திருக்கிறேன். இந்த இருபது தொகுப்புகளை நீங்கள் வாசிக்காமலிருந்தாலும் அந்தத் தொகுப்புகளை நீங்களே வாசித்ததை போல அதன் சாரம்சத்தை அவருடைய பேச்சு உங்களுக்குள் புகுத்தும். அவருடைய பேச்சைக் கேட்ட பிறகு நிச்சயம் அந்தத் தொகுப்பையே வாங்கி வாசிக்க வேண்டும் என்ற ஆவலைத் தூண்டும்.

முன்பொரு காலத்தில் திரைப்படங்களில் கடிதங்களைப் படிக்கும் போது, அந்த மடலில் எழுதியவரின் முகம் வந்து வாசிப்பது போலக் காட்டுவார்கள்.... அப்படி இந்த உரைகளை நீங்கள் வாசிக்கும் போது அண்ணன் அமிர்தம்

சூர்யாவின் குரலும் உடல்மொழியும் நிச்சயம் வரும். இலக்கண எழுத்தில் இல்லாமல் அவருடைய பேச்சின் மொழியிலேயே எழுதியிருக்கிறேன்.

"மனிதனுக்கு உள்ளத் திறமைகளில் மிகுந்த போற்றுதலுக்குரியது பேச்சாற்றல். அதைச் சரியாக கைவர பெற்றவர்கள் அரசனை விட அதிகாரம் பெற்றவர். அந்தக் கலக்கற்றவர்கள் இந்த உலகில் ஒரு விடுதலை பெற்ற ஆற்றலாக இயங்கக்கூடியவர்கள்," என்ற வின்ஸ்டன் சர்ச்சிலின் கூற்றுப்படி இலக்கிய உலகில் என்றும் அதிகாரம் பெற்றவராக உலா வர வேண்டும் அதற்கு அவருடைய நட்பும், பேச்சும் உறுதுணை புரியும். தொடர்ந்து உங்கள் குரல் திக்கட்டும் ஒலிக்கட்டும்.

"கேட்டார் பிணிக்கும் தகையவாய்க் கேளாரும்
வேட்ப மொழிவதாம் சொல்" — திருவள்ளுவர்

— எஸ். தேவி கோகிலன்
devikokilan@gmail.com

உள்ளடக்கம்

1. புலரியின் முத்தம் - மனுஷ்ய புத்திரன் — 09
2. மௌனப் பெருங்கடல் - ப்ரியம்வதா — 19
3. அலெக்சாண்டரின் குதிரை - யவனிகா ஸ்ரீராம் — 34
4. வேட்கையில் எரியும் பெருங்காடு - பச்சையப்பன் — 46
5. விடம்பனம் - சீனிவாசன் நடராஜன் — 53
6. மறுதாம்பு - தோழன் ம.பா — 70
7. ராசி அழகப்பன் கவிதைகள் — 82
8. தும்பி மாயா - அனாமிகா — 91
9. நீளும் கைகள் - தமிழ்மணவாளன் — 102
10. எந்திரத் தும்பி - டெல்லி பாபு — 110
11. வெற்றிடம் - நிஜந்தன் — 117
12. விரல்களில் சிக்காத காற்றாய் நெஞ்சமெல்லாம் நிறைந்தாய் - மனோஹரி — 122
13. மிஷன் காம்பவுண்ட் - கணேசகுமாரன் — 133
14. யூதாஸின் முத்தம் - ஜா.பிராங்க்ளின் குமார் — 145
15. சாமானிய மனிதனின் எதிர்க் குரல் - விஜய் மகேந்திரன் — 150
16. கேவல் நதி - யாழி கிரிதரன் — 165
17. உளம் எனும் குமிழி - முபின் சாதிகா — 174
18. கட்டா - சாரா — 187
19. உப்பு வயலெங்கிலும் கல்மீன்கள் - பாலைவன லாந்தர் — 196
20. நான் வடசென்னைக்காரன் - பாக்கியம் சங்கர் — 206

புலரியின் முத்தம் – மனுஷ்ய புத்திரன்

அரங்கத்திற்கு வருகை தந்திருக்கும், அன்பானவர்களே வணக்கங்கள். எதிரே இருக்கக் கூடிய ஒவ்வொரு இருக்கையும் எவ்வளவு முக்கியத்துவம் வாய்ந்தது, எவ்வளவு ஆளுமை மிக்கது என்பதை நான் அறிவேன். அனைவரையும் இந்த மேடைக்கு ஏற்ற முடியாத காரணத்தால் உங்களின் பிரதிநிதியாகச் சில பேரை மேடையில் அமர வைத்திருக்கிறார்கள். அப்படி உங்களின் பிரதி நிதியாக இந்தக் கூட்டத்தில் இந்த நூல் குறித்துப் பேசுவதற்குப் பெருமையாயிருக்கு. இந்த அரங்கத்தில் வருகை தந்திருக்கும் அன்புக்குரிய மிக முக்கியமான ஆளுமை, சாரு நிவேதிதா அவர்களுக்கு என் பிரேத்யேகமான வணக்கங்கள்.

இலக்கியத்தில் அங்கீகரிப்பின் அரசியல் எவ்வளவு மோசம் என்பதை நான் அறிவேன். அம்மாதிரியான சூழலில் ஐந்தாவது முறையாக அரசாங்கத்தின் அரசவை கவிஞரைப் போல உயிர்மை கூட்டத்தில் பேச அழைக்கபட்டிருக்கிறேன். இது எனக்குப் பெருமிதம்.

நண்பர், கவிஞர் மனுஷ்ய புத்திரனுக்கு நன்றிகள்.

முகநூல்ல மனுஷ்யபுத்திரன் மாதிரியே நானும், புலரியின் பொழுதுகள் பற்றி பேசப் போகிறேன் என்று போட்டதும், அவரைக் கேட்டதும் போலவே நிறையத் தோழர்கள், முகநூலில் எழுதிக் கொண்டிருப்பவர்கள் ‘புலரினா என்ன? புலரி தமிழ் சொல்தானா?’ என்று கேட்டார்கள். இவ்விதமாகத் தமிழகத்தின் தமிழ் வளர்ச்சி இருக்கிறது. தவறொன்றுமில்லை சகஜ வாழ்க்கைக்குப் பயன்படாத எதுவும் காலாவதியாகி விடும். சமஸ்கிருத மொழி எப்படிக் காலாவதியானதோ அப்படிப் பயன்பாட்டுக்குச் சகஜ பயன்பாட்டுக்கு இல்லாவிட்டால் காதல் கூடக் காலாவதியாகி விடும். தமிழில் பல சொற்கள் காலாவதியாகி விட்டது. ஆனால் ஒரு கவிஞன் அப்படிச்

சொற்களைக் காலாவதியாக விட மாட்டான். மீண்டும் மீண்டும் அதை மீட்டெடுக்க முயல்வான். அப்படித்தான் கவிஞர் மனுஷ்ய புத்திரன் புலரி என்ற இந்தச் சொல்லைக் கவிதை தொகுப்பில் இடம்பெறவைத்திருக்கிறார். அது ஒன்றும் புதிய சொல் அல்ல. புலரி என்பதற்கு விடியல், வைகறை, அதிகாலை, சூரிய உதயம் இப்படியான பொருள் உண்டு. போயிற்று, கங்கு, புலர்ந்தது, புலரி என்று எழுதுவான்..

தொண்டரடி பொடி ஆழ்வார், புலரி புலர்ந்தது என்று திருமந்திரத்தில் இருநூற்றிபத்தாவது பாடிலில் வரும்.

தாமரை பூ நனி முகழ்தது புலரி போன பின் என்று கம்பராமயணத்தில் வரும். புலரி என்பது பாரம்பரியமான சொல். அதிகப் பேர் பயன்படுத்திய சொல். அப்படியான புலரியைத்தான் மனுஷ்யபுத்திரன் இங்குக் கைப்பற்றியிருக்கிறார். புலரியின் முத்தங்கள் என்பதற்குப் பதிலாக வைகறை முத்தங்கள் என்று அவர் வைத்திருக்கலாம் மிக எளிமையாகப் புரிந்திருக்கும். ஆனால் வைகறை என்று வைத்தவுடன் அது வானம்பாடி காலத்திற்குரியவை என்று ஆகிவிடும். எனவேதான் புலரி என்ற சொல்தான் கட்டாயப்படுத்த வேண்டியதாகியிருக்கிறது. சொற்களை மீட்டெடுப்பது கூடக் கவிஞனின் வேலைத்தான்.

எனக்கு இந்தப் பிரதி கொடுக்கபட்டது. பைபிள் மாதிரி. நாலு நாளைக்கு முன்னாடிதான் அம்மணி கொடுத்தனிப்பிச்சாங்க, நாலு நாளுக்குள்ள நானூறு பக்கத்தைப் படிக்கனும், ஒரு பெரிய வேலைத் தேடறதுக்கு இன்டர்வியூக்கு முன்னாடி பதட்டத்தோ படிப்பதை போல் அதைப் படிச்சிட்டு இருக்கேன். எப்பியிமே ஒரு கவிதை தொகுப்பை, ஒரு பிரதியை முதல்லயிருந்தே படிக்க மாட்டேன். என்னுடைய பழக்கமே கடைசியிலிருந்து படிக்கிறதுதான். எப்பவுமே ஆரம்பக் காலத்திலிருந்தே ஒரு கவிதை தொகுப்பு கிடைச்சா பின்னாடியிருந்துதான் படிப்பேன். அது இஸ்லாமியத் தோழர்கள் பழக்கத்திற்கு வந்த பிறகு அல்ல ஆரபித்திலிருந்தே கடைசியிலிருந்துதான் படிப்பேன். உடனே உனக்கு ஒவ்வொரு பிரதியும் குரானுக்குச் சமமானது அப்படியெல்லாமில்ல, அந்த தில்லாலங்கடி வேலையெல்லாம் இல்ல, கடைசியிலிருந்து படிப்பேன். அதற்குக் காரணம் என்ன என்றால் கவிதைத் தொகுப்பிலே உருவாக்குகிற போது முதல் இருவது கவிதைகள் பிரமாதமான, தேர்வான, பாராட்டபட்ட கவிதைகளை வச்சுடுவாங்க, ஒரு வாசகனை ஏமாற்றி அழைத்து வந்து, நடு பக்கத்தில் திணற வைத்து விடுவார்கள், வனத்தில் தொலைத்த ஆளைப் போல, எனவே

முதலிலிருந்து எப்போது கவிதை தொகுப்பை வாசிக்க மாட்டேன் பின்னாலிருந்து வாசிப்பேன். ஆனால் இப்போது பதிப்பாளர்கள் மிகுந்த உஷாராக மாறி முதலிலும், பின்னாடியும் நல்ல கவிதைகள் வைத்து விட்டுச் சுமாரான கவிதைகளை நடுவில் வைத்து விடுகிறார்கள். அப்படியான போக்குகளும் வந்து விட்டது. கடைசியிலிருந்து படித்தால் ஒரு கவிதையை இனம் கண்டு விட முடியும் ஒரு கவிஞனின்ன திறனை இனம் கண்டு விட முடியும் என்பது என்னுடைய மூட நம்பிக்கை அப்படின்னு கூடச் சொல்லலாம். தவறொன்றுமில்லை.

இளையாராஜாவிடம் கேட்டபோது மூடநம்பிக்கை பற்றி உங்கள் கருத்து என்ன என்று கேட்ட போது 'நம்பிக்கையே மூடம் தான் இதுல தனியா என்ன மூடநம்பிக்கை' என்று சொன்னார். அந்த மூடநம்பிக்கை சில நேரங்களில் எனக்கு உதவி புரிந்து விடுகிறது.

கடைசி புலரியின் முத்தங்கள் என்ற பிரதியை கடைசியிலிருந்து நான் வாசித்த போது எனக்குக் கிடைத்த அந்தப் பின் பகுதியிலிருந்துதான் முன் பகுதிக்கு வருகிறேன். தமிழ் கவிதை சூழலில் நீள் கவிதைகள் நிறைய வந்திருக்கிறது. ந.பிச்சமூர்த்தி, பிரமிள், தேவதேவன் கையாண்டு வெற்றி பெற்றாலும் கூடத் தொடர் கவிதைகள் என்பது அதிகம் வெற்றி பெறவில்லை. எனக்குத் தெரிந்து கடல் பற்றிய பதினேழு கவிதைகளை வெளியீட்டார் விருட்சம் வெளியீடு. ஒரு வாய்ப்பாடு சைசுல ஆரஞ்சு கலர்ல அந்தப் புக் வச்சுயிருக்கேன். ஒல்லி குச்சி மாதிரி ஒரு புத்தகம் பதினேழு கவிதைகள். கடல் பற்றி பதினேழு கவிதைகள். அதுதான் ஒரு கான்சப்ட்ட எடுத்துப் பதினேழு விதமாக அலசிப் பார்த்த புத்தகமாக வந்த தொடர் கவிதை எனக்குத் தெரிந்து அதற்குப் பிறகு யாரும் அந்த முயற்சியைச் செய்தார்களா என்று தெரியாது. அதற்க பிறகு மிக நீண்ட காலத்திற்குப் பிறகு இந்தத் தொடர் கவிதையில் மனுஷ்ய புத்திரன் ஒரு சாதனையை நிகழ்த்தி இருக்கிறார். வீடு என்ற ஒரு கான்சப்ட்டை தனித்திருக்கும் வீடு என்ற கருப்பொருளை எடுத்துக் கொண்டு அதில் நாற்பதிரெண்டு கவிதைகளை எழுதிப் பார்க்கிறார். ஒரு விசயத்துக்கு நாற்பத்திரெண்டு கவிதைகளைத் தொடர் கவிதைகளை, வீடு ஒன்று, வீடு இரண்டு என்று நாற்பத்திரெண்டு கவிதைகளை எழுதிப் பார்க்கிறார். தனித்திருக்கும் வீடு என்று இந்த முயற்சியை இதுவரை யாரும் செய்ததில்லை என்று நினைக்கிறேன். என்னுடைய வாசிப்பனுவதில்.

அப்படி இந்த முயற்சியை முறியடிப்பார்களே என்றால் நாற்பத்திமூன்று கவிதைகளை ஒரு பொருளைப் பற்றி எழுதினால்தான்

இந்தச் சாதனையை முறியடிக்க முடியும். தனித்திருக்கும் வீடு என்ற இந்த நாற்பத்திரெண்டு கவிதைகள்.

தனித்திருப்பது. தனிமையில் இருப்பது, தனித்துவமாக இருப்பது என்ற மூன்று தன்மையிலும் அந்தக் கவிதைகள் தன்னுடைய செயல்பாட்டைத் துவங்குகிறது. மனுஷ்யபுத்திரன் பசியோடு இருக்கிறார். மிகுந்த பசி, அவர் வீட்டில் இருக்கிறார். வீட்டில் தனித்திருக்கிறார். அதனால் தூக்கமின்றி விழித்திருக்கிறார். தொகுப்பைப் பார்த்தால் தெரியும். பெரும்பாலான கவிதைகள் இரவு பனிரெண்டு மணிக்கு எழுதப்பட்டு இருக்கிறது. விழிப்பு என்பது வெறும் கண் விழிப்பு மட்டுமல்ல விழிப்புணர்ச்சியோடு இருத்தலும் கூட இப்படித் தனிமையில் தனித்திருப்பது, பசியோடு பசித்திருப்பது, விழித்திருப்பது என்ற இந்தச் சித்தாந்தங்கள்யெல்லாம் தமிழுக்குப் புதியதுமல்ல, ஏனென்றால் மனுஷ்ய புத்திரனோடு இருக்கும் இந்தக் குணாதிசியங்கயெல்லாம் ஏற்கனவே எங்கள் வள்ளலார் எழுதி வைத்து விட்டார். பசித்திரு, தனித்திரு, விழித்திரு என்று அதனுடைய சாரம்சத்தைதான் விரிவாகத் தனித்திருக்கும் இந்த வீட்டிலே எல்லா விதங்களிலும் பதிவு செய்யப்பட்டு இருக்கிறது. பசித்திருந்தால், பசித்திருத்தல்- ப, தனித்திருத்தல்- த, விழித்திருத்தல்- வி இந்த மூன்று சொற்களையும் இணைத்தால் பதவி என்ற சொல் வந்துவிடும் எவன் ஒருவன் பசியோடும், தனித்தும், விழித்தும் இருக்கிறானோ அவன் பதவியை, அந்தஸ்த்தை, அங்கிகாரத்தை அடைந்து விடுவான். எனவே இந்தத் தன்மை மூலமாக மனுஷ்யபுத்திரன் ஒரு இலக்கிய அந்தஸ்தை இயல்பாகவே அடைந்து இருக்கிறார். அந்தத் தனித்திருக்கும் வீட்டில் சில சில வரிகளை, சில சில உதாரணங்களைக் காட்டலாம்

தனித்திருக்கும் வீட்டில் எங்கும் துணிகள் கலைவதில்லை, எங்கும் கலைந்து கிடக்கும் நிழல்களை மடித்துக் மடித்து கைகள் ஓய்கின்றன, என்று ஒரிடத்திலும் எந்த நேரமும் யாரேனும் வரக் கூடும் என்று விழிப்புடன் இருக்கிறேன் என்று இன்னொரு இடத்திலும், கிளி வளர்க்கிறார், பூனை வளர்க்கிறார் அவரும் இருக்கிறார். ஒரு ஒப்பந்தம் எங்கள் தனிமை பற்றி ஒரு போதும் பேசிக்கொள்வதில்லை என்று ஒரிடத்திலும். பயங்கள் தனிந்து தூங்கப் போகும் போது இச்சைகள் என் அருகில் என்னைப் பயத்துடன் உற்றுப் பார்த்தபடி உட்கார்ந்து இருக்கிறது. என்று ஓரிடத்தில் எழுதியிருக்கிறார்.

உன்னோடு நீ இருக்க வேண்டியதைத் தவிரத் தனித்திருபதில் வேறு கஷ்டங்கள் இல்லை. இப்படியாக ஒரு ஆவணம் படம் போல நாற்பத்திரெண்டு காட்சிகள் கிட்டதட்ட கவிதைகளால் எழுதக் கூடிய

கதை காவியம் என்பார்கள். இந்த நாற்பத்திரெண்டும் வீடு பற்றிய ஒரு காவியமாகவே நம்முள் விரிக்கிறது.

எனக்குப் பிடித்த நான் ரசித்த ஒரு கவிதை. எப்பியமே இந்தத் தொகுப்புல இருக்கிற முக்கியமான பலம் அல்லது ஆளுமையான சக்தி என்னன்னு பார்த்தமானால் மனுஷ்யபுத்தரன் சாதாரணத் தருணங்களைக் கூட அசாதரண பிம்பங்களா மாற்றிக் காட்டுகிறார். சாதாரணத் தருணம், நாமப் பார்த்திருப்போம், நாம அனுபவிச்சு இருப்போம். நாம கடந்து போயிருப்போம், அந்தச் சாதாரணத் தருணங்களில் அசாதரண பிம்பங்களாக மாற்றி அதைத் தத்துவார்த்தமாகத் தத்துவத்தின் சாரலாக, கலைத்துவத்தின் சாட்சியாக மாற்ற முயல்கிறார். அப்படி முயன்று அதில் வெற்றியும் பெறுகிறார். ஒரே ஒரு எனக்குப் பிடித்த இப்ப நான் சொன்னேன் இல்லைங்களா? சாதாரணத் தருணத்தை அசாதரண தருணமாக மாற்றும், பிம்பமாக மாற்றும்.

தமிழருவி மணியன் பேச்சு எனக்கு ரொம்பப் பிடிக்கும். ஒரு முறை என்னுடைய தோழி யாஸ்மின்றவங்க சென்னை வந்து தமிழருவி மணியனை அவருடைய கூட்டத்துக்கு அழைக்கனும்னு சொல்லியிருந்தாங்க, அவங்களை அழைச்சுட்டு தமிழருவி மணியனைப் பார்க்கப் போயிருந்தேன். சரி எந்த அமைப்பிலும் நாம உறுப்பினர் இல்லையே தமிழறிவு ஆரம்பிச்ச காந்தி அமைப்பிலாவது உறுப்பினர் ஆகலாம் அவர்கிட்ட பேசிட்டு இருக்கேன்.அவர் "தம்பி காந்தியச் சிந்தனையெல்லாம் நீ கடைப்பிடிக்கனும்," சரிங்கய்யா, முக்கியமா ஒரு சத்தியப் பிரமாணம் எடுத்துக்கனும் மதுவைத் தொடக் கூடாதுன்னார். ஐயா நான் ஒரு வாரம் பொறுத்துத் திரும்பி வந்து உங்ககிட்ட பேசறேன். அப்படின்னு வந்துட்டேன். மதுவைத் தொடக் கூடாது என்பதுதான் அவருடைய, அவருடைய சித்தாந்தம். அதுக்குச் சத்தியபிரமாணம் எடுத்துக்கும்னு சொல்றார்.

சமீபத்தில் என்னுடைய அலுவலகத்தில், கல்கி அலுவலகத்தில் ஒருவர் நெருக்கமான நண்பர்தான் அவர் திமுக அனுதாபி, கடைசி நேரத்துல அவர் அண்ணா திமுகவுக்கு ஓட்டு போட்டார். என்கிட்ட வந்து சொன்னான். சார் ஓட்டு போட்டேன். ஓட்டு போட்டியாடா? போட்டேன் சார். என்ன எப்பையும் போலதான? இல்ல இந்த முறை மாத்தி போட்டன் சார். நீ திமுக காரன்தானடா? அண்ணா திமுகவுக்குப் போட்டியா? அம்மாவுக்கா? ஆமா சார். காரணம்? யோசிச்சு பார்த்தேன் சார். ரொம்ப நாளா மாசத்துல நாலு நாள் குடிக்கிறேன். ஞாயித்து கிழம, ஞாயித்து கிழம அது ஒன்னுதான் எனக்குப் பழக்கம், தொடர்ந்து குடிக்கறவன் கிடையாது. திடீர்னு

இவர் கடையை மூடிட்டார்னா அதுக்கு எதுனா மாற்று ஏற்பாடு பண்ணனுமில்ல சார், எந்த மாற்று ஏற்பாடும் பண்ணாம திடீர்னு நான் வந்து முதல் கையெழுத்தா அதைப் போட்டு அதை நிறுத்திடுவேன்.. அந்தம்மாவாவது படிபடியா நிறுத்துவேன்னு சொல்லியிருக்காங்க, இவர் திடீர்னு வந்து ஒரேடியா நிறுத்திருவேன்னுன்றாரு, இது ரொம்ப எனக்குக் கிடைச்சிருக்கிற மகிழ்ச்சியை எப்படிச் சார் திடீர்ன நீ பறிக்கலாம். நல்ல கேள்வியாதனயிருக்கு, மதுவிலக்கைப் பத்தி பேசற பத்திரிக்கைதான் நாங்க, மது விலக்கைப் பத்தி பேசிதான் ஆகனும். ஆனா அவன் கேட்ட கேள்வி நியாயமானதாக இருந்தது. எனக்கான சந்தோஷத்தை நீங்கள் கொடுத்தீர்கள் தொடர்ந்து அதற்குக் உட்பட்டவனாக இருக்கிறேன். திடீர்னு அது காலாவதியாகி விட்டால் மாற்று ஏற்பாடு செய்யாமல் காலாவதியாகி விட்டால் நான் எங்க போறது?ன்னு கேக்கறான்.

பிரபஞ்சன் ஒரு கூட்டத்தில் பேசினார். தமிழகத்தில் இருப்பவர்களுக்குச் சரியாகக் குடிக்கக் கூடத் தெரியாது. குடிப்பது வேறு, குடியை ரசிப்பவர்கள் வேறு, குடிப்பவர்கள் வேறு, குடிக்காரர்கள் வேறு என்று பிரித்துப் பிரித்து ஓரிடத்தில் பேசினார். எதுக்கு இந்தக் குடியைப் பற்றியெல்லாம் பேசுகிறேன் என்றால், குடிக்கும் போது ஒரு கோப்பை எடுத்து ஐஸ் துண்டுகளையெல்லாம் போட்டுச் சியர்ஸ்ன்னு சொல்லி அந்தக் கோப்பை பார்த்துக்கிட்டு குடிக்கக் கூடிய தருணங்கள் நிச்சயம் இங்கிருக்கும் ஆண்களுக்கு வாய்த்திருக்கும் அது இயல்பான காட்சிதான், சாதாரணமான காட்சிதான் ஆனால் சாதாரணமான ஐஸ் துண்டுகள் மிதக்கக் கூடிய கோப்பை கையில் வைத்திருக்கும் போது பார்ப்பது சாதாரணமான காட்சி அதை அசாதரணமான பிம்பமாக மனுஷ்யபுத்திரன் எப்படி மாற்றுகிறார் என்பதைதான் நான் இப்போது சொல்லப் பிரியபடுகிறேன். அந்தப் போர்ஷனை மட்டும் வாசிக்கிறேன் பாருங்க...

இன்றைய நம் மதுக் கிண்ணங்களில் மிதக்கும் இந்த ஐஸ் துண்டுகள், எப்போதோ நம்மை உறையச் செய்த ஒரு துரோகத்தின் பனிப் பாறையிலிருந்து பெற்றவையாகத்தான் இருக்கக் கூடும்.

நம்மை உறையச் செய்த நம் துரோகத்தின், நம் துரோகத்துக்கு உட்பட்டான் பாரு.. அந்தத் துரோகத்தின் பனிப் பாறையிலிருந்து வெட்டி எடுக்கப் பட்டவையாகத்தான் இந்த ஐஸ் துண்டுகள் இருக்கக் கூடும். இந்த யூகம் அபாரம் இந்தப் பனிப்பாறை... துரோகத்தின் பனிப்பாறையிலிருந்து வெட்டி எடுக்கப் பட்டது.

அடுத்து, எப்படிப்பட்ட பாறைகளையும், துரோகங்களையும் இந்த வாழ்க்கை கடைசியில் ஒரு நாள் நம் கிண்ணங்களில் சின்னச் சிறு துண்டுகளாக உடைத்து உருகச் செய்து விடும் என்று எழுதுகிறார். நீங்கள் எந்தத் துரோகம் செய்தாலும் மதுக்கிண்ணத்தில் உங்களுடைய துரோகங்கள், பனிக்கட்டிகள் துண்டு துண்டாக மாறி என் கோப்பையில் வந்து விடும் என்று ஒரு நம்பிக்கை, ஒரு திருப்தி.

சாதாரணக் காட்சி ஐஸ் துண்டு நீயும் பார்த்திருப்ப, நானும் பார்த்திருப்பேன் ஆனால் அந்த ஐஸ் துண்டுகள் துரோகத்தின் பனிப்பாறைகளாகவும் உன்னுடைய ஆணவம், உன்னுடைய திமிர் எல்லாம் என்னுடைய கிண்ணத்தில் துண்டுகளாக உருகதான் செய்யும் என்று எழுதுவதும்தான் அசாதரண பிம்பமாக மாற்றிக் காட்டுகிறது என்று சொன்னேன்.

பல இடங்களில் ஊடுபயிறை போல, கவிதையின் ஊடே வரலாற்றைப் பேசிச் செல்கிறார். ஒரு கவிதை விவசாயி போல ஒரு சிறந்த போதகனைப் போல ஏற்கனவே ஞானக்கூத்தன் அவர்கள் குறிப்பிட்டிருந்த அதே கவிதைதான் இந்தக் கவிதையும் சாப்பிடும் போது பறவைகள், விலங்குகள், மனிதர்கள் பெரும் ஓசையை எழுப்பிக் கொண்டே செல்கிறார்கள் அந்த ஓசைகளெல்லாம் உண்பதற்கான ஓசைகள், அந்த உண்பதற்கான அந்த உணவுதான் எல்லாவற்றிற்கும் காரணம் என்று ஒரு கவிதையில் பேசுகிறார்.

உண்பதற்காகக் அடைந்த அவமானங்கள், உண்பதற்காகக் கொடுத்த விலை, உண்பதற்காக செய்த துரோகம், உண்பதற்காகச் சகித்த சிறுமை, உண்பதற்காகவே உருவாக்கிய உறவு, உண்பதற்காகவே செய்த வேசி தனம், உண்பதற்காகச் செய்த யுத்தம், எல்லாமே உண்பதற்காகதான் என்று அந்தக் கவிதையை எழுதுகிறார். இப்படி எனக்குத் தெரிஞ்ச விசயத்தை எழுதினா அது கவிதையில்ல, உண்பதற்கு இவ்வளவு வரலாற்றைச் சொல்லிட்டுப் போறார். சாப்பிடறதுக்காகதான் சண்டை நடக்குது, சாப்பிடறதுக்காகதான் இந்தச் உறவு நடந்தது, சாப்பிடறதுக்காகதான் இந்த இச்சை, துரோகம் எல்லாம் இந்த சாப்பாட்டை, சாப்பிடறதை முன் வைச்சு, அதுவரைக்கும் சாதாரண உரைநடையாக வந்து எப்போது சடாரெனக் கவிதையாகக் கண்விழித்துக் கொள்கிறது என்றால் ரெண்டு வரிகள்தான் யாரோ எதையோ உண்ணுகிறார்கள். அவர்கள் என்னையும் உண்ணுகிறார்கள் என்கிற போது தான்.. அதுதான் கவிதை

யாரோ எதையோ உண்ணுகிறார்கள், கடைசியில் அவர்கள் என்னையே உண்ணுகிறார்கள் என்று தானே ஒரு உணவாகிப் போனதை எழுதும் போதுதான் கவிதை அந்தஸ்தை அடைகிறது.

இதைச் சொல்லும் போது தானே உணவாகப் போவது, தானே பொருளாகப் போவது என்று சொல்லும் போதும் ஒரு ஐந்தாறு வருடங்களுக்கு முன்பாக ஞானக்கூத்தன் ஒரு பேட்டியில் குறிப்பிட்டது பெரும் சர்ச்சையை உருவாக்கியது. பெண்களும் ஒரு பொருள்தான் என்று குறிப்பிட்டுவிட்டார் ஒரு பேச்சில், பெண்களும் பொருளாகப் பயன்படுத்தலாம் பெண்களும் ஒரு பொருள்தான். பயங்கரச் சண்டை நடந்தது, எப்படிப் பொருள்னு சொல்லலாம். இப்போது மனுஷ்யபுத்திரன் சொல்கிறார். நானும் ஒரு உணவு பொருள்தான் என்னையும் ஒரு பொருளாக உண்ணுகிறார்கள் எப்போதோ நடந்த சண்டைக்கு இப்போது தீர்வாகப் பதிலளிக்கிறார்

வரலாறு, அந்தக் கவிதையில் ஒரு வரி வரும் வரலாறு- காலச் சக்கரத்தில் அல்ல- தாடைகளின் பல் சக்கரங்களின் வழியே நடந்து செல்கிறது. என்று சொல்கிறார்.

இன்னொரு ஒரு சமூகச் சாடல். சமூகம் எந்தப் பிரச்சனை எடுத்தாலும் நேரடியாக இல்லைன்னாலும் ஒரு கவிஞன் லேசா அப்படித் தொட்டுட்டு போனா அது முக்கியத்துவம் அல்லது சமூகச் செயல்பாடாக அமைந்து விடுகிறது. பர்தா போட்டுக் கண்ணு மட்டும் தெரியக் கூடிய ரெண்டு பேர் நிக்கிறாங்க இது காட்சி ஒருத்தன் படம் எடுக்கிறான் அந்த ரெண்டு பெண்களை வைத்து அதுக்குப் பிறகு அந்தப் பெண்களே செல்பி எடுத்துக்கறாங்க.. செல்பி எடுத்துக்கிட்டு சந்தோஷமா போறாங்க இவரு அதையொட்டிக் கேட்கிறார். முகமே தெரியல கண்ணு மட்டும்தான் இருக்குது அதைச் செல்பி எடுத்தா அதை எப்படி அந்தப் பொண்ணு ரசிப்பா? அந்தக் கண்ணின் வழியாகதான் தன்னை ரசித்துக்கொள்ள முடியுமா? வேற ஒண்ணுமே தெரியலையே கண்ணுதான் இருக்கு, கண்ணின் வழியாகதான் தன்னைக் கடக்க முடியுமா? கண்ணின் வழியாகதான் தன்னை உணர முடியுமா? சொல்லி விட்டு அதுவரைக்கு ஒன்னுமில்ல, அதுக்கடுத்து ஒரு வரி எழுதுகிறார் அந்தக் காட்சியைப் பார்த்து விட்டு 'நான் அந்த இடத்தைக் கடந்து மின் படிகட்டுகளில் சென்றேன்' பார்த்துட்டேன் பார்த்துட்டு மின் படிக்கட்டு வழியாகச் சென்றேன். இந்த உலகத்தின் வன்முறையைக் கடந்து செல்ல, இந்த உலகம் எத்தனையோ வழிமுறைகளை உருவாக்கி வைத்திருக்கிறது. இதுல பாருங்க அவரு கடந்து போயிட்டாரு மின் படிக்கட்டுக்கு அதுக்கு முன் வரி, இந்த உலகத்தின் வன்முறையைக் கடந்து, அப்போ அந்தக் காட்சியைக் கடந்து போகிற போது பர்தா போட்டா அந்தக் காட்சி உலகத்தின் வன்முறையா? என்று நீங்கள் கேள்வி கேட்டுக்கொள்ளலாம் நீங்களே பதிலாகவும் அந்தக் காட்சியை வைத்துக்கொள்ளலாம்.

இப்படி லேசான சாடுதல் என்பது தூங்கிக் கொண்டிருக்கும் ஆதாமின் விலாவிலிருந்து வலிக்காமல் விலா எலும்பை உருவி எடுத்ததைப் போலச் சமூகச் சாடல்களை ஆங்காங்கே நிகழ்த்தி விட்டிருக்கிறார். இயல்பான, அழகான பிரதி. புலரி என்பது இந்தத் தொகுப்பிலே புலரி என்பது புனைவானால் சொல்லிருந்து பிறக்கும் வெளிச்சம் என்று ஓரிடத்தில் எழுதுகிறார். சொல்லிருந்து பிறக்கும் (புலரி என்பது ஏற்கனவே நாமச் சொல்லிட்டோம் வைகறை, வெளிச்சம். விடியல்னு) இப்போ புலரி என்பது புனைவானால் ஓரிடத்தில் சொல்லிருந்து பிறக்கும் வெளிச்சம் என்று எழுதுகிறார் புலரி என்பது தீர்ப்பானால் இரவு முழுவதும் மேனிமீது நம் அதிகாரத்தை முடிவுக்குக் கொண்டு வரும் வெளிச்சம் என்று எழுதுகிறார். புலரி என்பது விடியலை மட்டுமே, சூரிய வெளிச்சத்தை மட்டுமே குறிப்பதல்ல விடியல் என்பது, புலரி என்பது வெவ்வேறு விதமான காட்சிகளின் ஊடாகச் செயல்களின் ஊடாகப் புலரி என்பதை அவர் வடிவமைத்துக்கொண்டே செல்கிறார்.

அதே போல் முத்தம் என்பதும் வெறும் முத்தமாக இல்லாமல் ஒரு நாளை முடிவுக்குக் கொண்டு வருதலும் முத்தமாகதான் இருக்கிறது. முத்தம் கொடுக்காத நாள் மோசமான நாள் அரை குறையாகக் கலைந்து போன நாளாகவே அவர் பதிவு செய்திருக்கிறார். ஒரு நாளை முடிவுக்குக் கொண்டு வருவது என்பது முத்தம்தான் என்று எழுதுகிறார்.

முத்தம் என்பது காபியை விடத் தனித்துவமானதல்ல என்று குறிப்பிடுகிறார். முத்தம் என்பது ஒப்பனை செய்த கைகளுக்குக் கூடி விரும்பிக் கொடுத்து விடலாம் என்கிறார். முத்தம் என்பது மலர் கூடையில் ஒரு மலர் என்று எழுதுகிறார். இப்படியெல்லாம் முத்தத்தைப் பற்றியும் புலரியின் பல்வேறு காட்சிகளையும் எழுதி வரும் மனுஷ்யபுத்திரன் ஒரு இடத்தில் மிக மிக அழகாக ஒரு சொல்லாடலைப் பயன்படுத்தியிருக்கிறார்

பாரதி ஒரு உரை நடையில் சூரியன் ஒரு சுவையான பதார்த்தம் என்று எழுதியிருக்கிறார். சூரியன் ஒரு சுவையான பதார்த்தம், மெயின் டிஷ் கூட இல்லச் சாப்பாடுயெல்லாம் கிடையாது பதார்த்தம், சுவையான பதார்த்தம் சூரியன். சூரியன் சுவையான பதார்த்தம் என்று சொன்னவன் பாரதி. இப்போது மனுஷ்ய புத்திரன் ஒரு இடத்தில் எழுதுகிறார். கொஞ்சம் விஷம் கலந்தது என்றாலும் இனிது சொல் என் பதார்த்தம் என்று எழுதுகிறார். இந்தத் தொகுப்பு முழுக்கச் சிக்கலற்ற, சிணுக்கற்ற மொழி ஏதுமில்லை. அம்மாவின் அடர்த்தியான புஷ்டியான முலையிலிருந்து கசியும் பால் போலச் சிக்கலற்று வருகிறது மொழி.

கற்பனை வறட்சியிருக்கிறது என்று இந்தப் பிரதி, வாசகனை கிண்டலடிக்காது, புரியவில்லை என்ற கழியவிரக்தியை இந்தப் பிரதி ஏற்படுத்தாது.. மனுஷ்யபுத்திரனும் வாசகனும் ஓர் நேர்க்கோட்டியல் சந்தித்துக் கொள்கிற எல்லாச் சாத்தியங்களையும் இந்தப் பிரதி பெற்றிருக்கிறது. யார் படித்தாலும் அவர்களுக்கு அவர்களுக்கான சீட்டை இந்த கிளி எடுத்துக் கொடுக்கும்.. நன்றி வணக்கம்.

மௌனப் பெருங்கடல் - ப்ரியம்வதா

அரங்கத்தில் வீற்றிருக்கும் அனைத்து அன்பு உள்ளங்களுக்கும் வளமான வணக்கங்கள்.

நண்பர்களே விழாவின் தொடக்கத்தில் அண்ணன் ரவிசுப்ரமணியன் ஒரு கவிதையைப் பாடலாகப் பாடினார். அது அவர் எழுதிய கவிதை. ஆனால் அந்தக் கவிதையில் அவர் பாடின மாதிரி இருக்காது. 'அந்தி சாயும் நேரம் நீயும் இல்லை' அப்படின்னுதான் வரும். ஆனா அவர் பாடும்போது நம்மள அப்படியே இழுக்குற மாதிரி இரண்டாவது முறையும் நீயும் இல்லைன்னு போட்டாரு பார்த்தீங்களா? நான் உங்க கவிதையில 'நீயும் இல்லை' ஒரு முறைதான் வருது, ஆனா நீங்க பாடும் போது இரண்டாவது முறையும் நீயும் இல்லைன்னு பாடுறிங்களே அது என்ன?, அப்பதான் எனக்குத் தெரிஞ்சது. பாடல்தான் இவருடையது எழுதியது, குரல் இவருடையது ஆனால் அதைக் கம்போஸ் செய்தது இளையராஜா.

இளையராஜா கம்போஸ் செய்ததைதான் அவர் எடுத்துக் கொடுத்த கம்போசிங்கைதான், இளையராஜாவுக்கும் அண்ணனுக்கும் ரொம்ப நெருங்கிய நட்பு உண்டு, எனவே இவருடைய கவிதையை அவரிடம் சொல்லி அவர் கம்போசிங் செய்துதான் பிறகு இவர் அதைப் பாடினார்.

நம்முடைய நிகழ்ச்சியிலே எல்லோருமே ஒரு சோகமா ஓபனிங் விட்டுட்டு விட்டுட்டு போனாங்க. கலகலப்பா கொண்டாட்டமாய் இருக்கவேண்டியது எழுத்தாளர் பிரபஞ்சனை முன்னிட்டுக் கொஞ்சம் சோகத்தைக் காமிச்சிட்டு போனாங்க, அப்படி இருக்க வேண்டிய அவசியம் இல்லை என நினைக்கிறேன் நான்.

ஏன்னா அண்ணனுடைய பாட்டிலேயே ஒரு தீர்க்கமா ஒரு வரி வரும் அந்தி சாயும் நேரம் நீயும் இல்லை பிரபஞ்சன் இல்லை. சரி அதற்குப் பிறகு என்ன ஆகுது. ரொம்ப நேரம்காத்துகிட்டு இருக்கேன்

தொகுப்பாசிரியர் எஸ். தேவி கோகிலன் 19

ஒரு சுடரை ஏற்றி விட்டுத் திரும்பினேன், நீயும் இல்லை இப்பொழுது நாங்கள் இந்த மாடத்திலே ப்ரியம்வதா என்கின்ற ஒரு புதிய சுடரை ஏற்றி விட்டுத் திரும்புகிறோம்.

அவ்வளவுதான் அந்தப் பணி, ஒலிம்பிக் ஓட்டத்தைப் போல அந்தப் பணி, தொடர் ஓட்டத்தைப் போல மாறி மாறி மாறி மாறி அந்தச் சுடர் ஜோதி வெவ்வேறு கையிலிருந்து மாறிச் மாறி செல்கிறது. எனவே நாம் வருத்தப்பட்டு ஒரு சோகமயமான இந்த நிகழ்ச்சியை வடிவமைக்க வேண்டியதில்லை மிகக் காத்திரமாகச் சந்தோஷமாகவே இந்த நிகழ்ச்சியை வடிவமைக்கலாம்.

இந்த இடத்தில் இருக்கக்கூடிய உங்களுடைய வாசகர்கள் நண்பர்களைப் பார்க்கும்போது எல்லாம் புதியவர்களாக இருக்கிறார்கள். பெரும்பாலும் புதியவர்கள். எனவே என்னுடைய பழைய பேச்சுனுடைய மேற்கோள்களை இங்குத் தொடர்ந்தால் இந்தப் புதியவர்களுக்குச் சரியாக இருக்கும் என்று நான் நம்புகிறேன்.

நண்பர்களே ஒரு பாதரசத்தை நீங்க கண்ணாடியில் பூசனிங்கனா முகத்தைப் பார்க்கலாம். அந்தப் பாதரசத்தைக் குப்பியில, கண்ணாடி குப்பில தடவிட்டிங்கனா அது வெப்பத்துனுடைய ஏற்ற இறக்கங்களைக் காட்டும். பாதரசத்தை ஒரு குடுவையில் தடவிட்டிங்கனா நீங்கள் வைக்கக்கூடிய பொருள்களின் வெப்பத்தைப் பாதுகாக்கும். பாதரசத்தை நீங்கள் கீழே சிதறி விட்டால் சேர்ப்பது மிகக் மிக கடினமாகப் போய்விடும். இலக்கியம் என்பது பாதரசம் போன்றதுதான். இலக்கியத்தின் மூலமாக உங்களை நீங்கள் பார்க்கலாம், இலக்கியத்தின் மூலமாக ஒரு சமூகத்தினுடைய வளர்சிதை மாற்றங்களைப் பார்ககலாம், இலக்கியத்தின் மூலமாக நம்முடைய கலாச்சாரப் பண்பாடுகளை, கதகதப்பை வெம்மையைக் குளிர்ச்சியைப் பாதுகாக்கலாம். அடச்சீ என்று இலக்கியமின்றி இலக்கின்றி நீங்கள் சிதறி விட்டால் அதைச் சேர்ப்பது கடினம் எனவே பாதரசத்தைப் போன்றது இந்த இலக்கியம். அப்படியான இந்த இலக்கியப் பிரிவுகளில் ப்ரியம்வதா கவிதையைத் தேர்வு செய்திருக்கிறார்.

கவிதைனா என்ன? கவிதை குறித்து வெவ்வேறு பேச்சுக்கள். எது கவிதை என்று பார்த்தால் எல்லோரும் வெவ்வேறு பேச்சுகளைப் பேசியிருக்காங்க. எது கவிதை நீங்க பிரம்மராஜன் கிட்டப் போனீங்கன்னா படிமங்களின் மொழி என்று சொல்வார். தேவதச்சன்கிட்ட போய்க் கவிதைனா என்னன்னு கேட்டா? அது ஒரு மாற்று மொழி கணிதம் என்று அவர் சொல்வார். பழமலய் கிட்டப் போயி கவிதைனா என்னன்னு கேட்டீங்கன்னா அது

மக்களின் ஆவணம் என்று சொல்வார். இன்குலாப் கிட்டப் போயி கவிதைனா என்னன்னு கேட்டீங்கன்னா அது என் போர் வாள் என்று சொல்வார். பாண்டிச்சேரி ரமேஷ்ப்ரேம் கிட்டப் போய்க் கவிதைனா என்னன்னு கேட்டீங்கன்னா அது புனைவுகளின் அரசியல் என்று சொல்வார். யாருமே திட்டவட்டமாகக் கவிதை என்பதற்கு இதுதான் அர்த்தம் என்று ஒருபோதும் ஒருவராலும் சொல்லவே முடியாது. அந்தக் காரணத்தினால்தான் கவிதை இன்னும் உயிரோடு இருந்து கொண்டிருக்கிறது. எந்தக் குப்பிக்குள்ளும் அது அடங்காமல் இருப்பதால்தான், எந்தக் கோட்பாட்டுக்குள்ளும் அது அடங்காமல் இருப்பதால்தான் கவிதை இன்னும் ஜீவனோடு வெவ்வேறு வடிவங்களில் உலா வந்து கொண்டிருக்கிறது.

ப்ரியம்வதா அந்தப் பாதையில் வந்துகொண்டிருக்கிறார். சீன அறிஞர் சொல்வார் ஆண் மூன்று மலைகளைச் சுமக்கிறான். சமூகம், குடும்பம் தன்னுடைய சுயம் சார்ந்து இருக்கக்கூடிய எல்லா அறியாமைகளையும் அழுத்தத்தையும் மலைகளாக மூன்று மலைகளை ஓர் ஆண் சுமக்கிறான். ஆனால் பெண் நான்கு மலைகளைச் சுமக்கிறாள். குடும்பம் என்ற மலையையும், சமூகம் என்ற மலையையும், தான் என்ற மலையையும் கூடச் சேர்த்துக் கணவன் என்கின்ற அந்த மலையையும் சேர்த்து நான்கு மலைகளைப் பெண் சுமக்கிறாள் என்று சீன அறிஞர் சொல்வார்.

ஆக மிக நெருக்கடியான மிக இக்கட்டான சூழலில் இருக்கும் பெண்கள் வாசிப்பது என்பது அபூர்வம் அவர்கள் எழுத வருகிறார்கள் என்பது மிக மிக அபூர்வம் எனவே தான் அப்படி எழுத வருகிறவர்களை நாம் பாராட்ட வேண்டும் கொண்டாட வேண்டும் அது ஒரு பிரதானக் கடமை குறிப்பாக ஆண்களின் மிக முக்கியமான கடமை என்று நான் நம்புகிறேன்.

ப்ரியம்வதா இந்தப் பேரு ரெண்டு மூணு பேரு சாட்டில் வந்து கேட்டாங்க, என்ன பேரு இது ப்ரியம்வதா, புரியலையே? வதா என்றால் வதைப்பவள். பிரியம் என்றால் அன்பு. அன்பால் வதைப்பவள் அவ்வளவுதான். அன்பால வதைக்கறதுக் கூடப் பேராக வைக்க முடியுமா? வச்சுயிருக்காங்க. நாமச் செல்லமா சொல்ல மாட்டோம். 'கொல்றாடா அவ' சொல்லமாட்டோம் அதுதான் அது. ப்ரியம்வதா வேற ஒரு அர்த்தமும் இல்லை அதுக்கு. எனவே அழகான பெயருக்கு உரியவர் தான்.

பேஸ்புக்ல கூட வந்து போட்டிருந்தாங்க பிரியும்னு வெச்சி இருக்காங்களே ஏன் ப்ன்னு இப்படி வெச்சிருக்காங்க, தேன்மொழி தாஸ் சாட்ல வந்து கேட்டு இருந்தாங்க. 'சூர்யா ஏன் தமிழை வந்து

இப்படிக் கெடுக்கலாமா? பிரியம்னே போடலாம் இல்ல ஏன் இப்படி ஒற்று போடணும் நீ பதில் சொல்?' அப்படின்னு போட்டாங்க. நான் சொல்ல மாட்டேனே அப்புறம் சூர்யா ன்னு ஏன் நீ சமஸ்கிருதத்துல வச்சிருக்கேன்னு அடுத்து என்கிட்ட வருவ, அந்த வம்பே வேண்டாம் அப்படின்னு எனக்குத் தெரியாது மா அப்படின்னு விட்டாச்சு. ஆகப் புத்தகம் வரும்போதே அவர் பெயரிலிருந்து சர்ச்சை முகநூலில் தொடங்கிவிட்டது.

நண்பர்களே ப்ரியம்வதாவனுடைய புத்தகத்தை முழுக்க வாசித்தவன் நான். பெரும்பாலும் என்னுடைய பண்பு அதுதான். ஏ டூ இசட் ஃபுல்லா படிச்சிட்டு தான் வருவேன். வந்துகிட்டே இருந்தேன், பாதி வழியில படிச்சேன். இப்பதான் ஒரு நிகழ்ச்சியில போன்ல படிச்சேன், வண்டியில படிச்சேன் எல்லாம் இல்ல, மெனக்கெட்டு இதுக்காகப் படிச்சி, ஒரு பெண் எழுதுறதே பெரிய விஷயம் அதைக் கொண்டாடணும் அதுக்கான எல்லாப் பூர்வாங்கமான விஷயங்களையும், கச்சாப் பொருள்களையும் நாமக் கண்டுபிடிக்கணும் இல்லையா, கண்டுபிடிச்சேன் ப்ரியம்வதானுடைய தொகுப்பில் என்ன இருக்கிறது என்றால் ப்ரியம்வதாவுனுடைய தொகுப்பில் ஒரு முரண் இருக்கிறது.

'நான் முரண்பட்டுப் பாடுகிறேனா? என்னுள் முரண்கள்' இருக்கிறது என்பார் வால்ட் விட்மன். நான் முரண் பட்டு பாடறனா என்ன பண்ணச் சொல்ற என்கிட்ட முரண் இருக்கிறது அதான் வருது அது. ப்ரியம்வதா வின் தொகுப்பிலும் ஒரு முரண் இருக்கிறது காந்தத்தில் எப்படி வடக்கு-தெற்கு இருக்கும் அந்த மாதிரியான முரண். நீங்க காந்தத்தை உடைச்சிங்கனா, உடைத்த காந்தத்திலும் வடக்கு-தெற்கு வந்துவிடும். எத்தனை முறை காந்தத்தை உடைத்தாலும் எல்லாத் துண்டிலும் எப்படித் தெற்கும் வடக்கும் வந்து ஒட்டிக் கொள்ளுமோ அப்படியான முரண் தான் வாழ்வில் நம்மை இயக்குகிறது இயங்க வைக்கிறது அந்த முரண் தான் ப்ரியம்வதாவனுடைய இந்தப் பிரதியையும் இயக்குகிறது.

என்ன முரண் என்றால் உச்சமா காதல கொண்டாடறார். இன்னொரு பக்கம் மரணம் அது குறித்தான கவனம் அப்படிப் போகுது. ஆக்கம் அழிவு காதல் மரணம் இந்த இரண்டுக்கும் நடுவில்தான் ப்ரியம்வதா இந்தக் கவிதைத் தொகுப்பை இந்த வாழ்வை எழுதிச் செல்கிறார் இந்த முரண் தான் இந்தக் கவிதையை இயக்குகிறது. எங்களுடைய பாஷையில் சொல்லணும்னா, இந்தப் பிரதியினுடைய இன்னர்டெக்ஸ்ட் என்பது இந்த முரண் தான். காதலும் மரணமும் தான் இந்த டெக்ஸ்டை இயக்குகிறது. இவர் இதன் மூலமாகத்தான் இந்த வாழ்வைத் தன்னுடைய வாழ்வை அவதானிப்பை அல்லது

தன்னை ரிலாக்ஸ் பண்ணிக்க கூடிய எல்லா விஷயத்தையும் ப்ரியம்வதா இப்படியாக இந்தப் பாதையில் தான் எழுதிக் கொண்டு செல்கிறார் அவதானிக்கிறார்.

நண்பர்களே இந்த அவதானிப்பது என்பது இந்தக் கவிதையை ஒருத்தரை எப்படி எழுதுறாங்க அப்படின்னு உங்களுக்குத் தெரியுமா? எப்படி ஒரு கவிதை உருவாகுது, ஏன் எந்தச் சந்தர்ப்பத்துல ஒரு கவிதை உருவாகுது அப்படின்னு பார்த்தம்னா ரொம்பச் சிம்பள் லேயர்தான் அது, நான் என்பது ஒற்றை நான் அல்ல, இந்த நானுக்குள் அழகியல் நான், உளவியல் நான், அரசியல் நான் இப்படி எண்ணற்ற நான்களின் கட்டுமானம்தான் நான். நீங்கள் பார்க்கக் கூடிய இந்த உலகம் என்றால் ஒற்றை உலகம் அல்ல, அறிந்த உலகம், நீங்கள் அறியாத உலகம், நம் முன்னோர்களின் உலகம், ஆவிகளின் உலகம் இப்படி எண்ணற்ற உலகங்களின் கட்டமைப்புதான் ஒரு உலகம்னு நீங்க நினைச்சிட்டு இருக்கீங்க ஒரு உலகம் இல்லப் பல உலகங்களால் ஆனது.

நம்முடைய அறிதல் முறை, நான் அறிந்து கொள்ளக்கூடிய முறை என்று இருக்கிறது அல்லவா, அது ஒன்றல்ல நிறைய முறைகள் இருக்கிறது. ஐம்புலன்களால் அறிந்து கொள்வது, விவாதத்தின் மூலமாக அறிந்து கொள்வது, தியானத்தில் தன்னைத் தானே அறிந்து கொள்வது, நம்முடைய மூதாதையர் மூலமாக வந்த, கடத்தப்பட்ட அறிவு இப்படிப் பல்வேறு அறிவுகள்.

நண்பர்களே ஒரு உலகத்திலிருந்து இன்னொரு உலகத்துக்கு ஏதாவது ஒரு அறிதல் முறையை எடுத்துக்கொண்டு ஏதாவது ஒரு நான் பயணப்படுகிறது, உங்களுக்குத் தெரிகிற காட்சிதான் அவதானிப்பு. அப்படியான அவதானிப்பில்தான் இவர் என்னென்னவெல்லாம் பார்த்திருக்கிறார், இவருக்கு என்னென்னவெல்லாம் தோணி இருக்கு என்று பார்த்தால் பாரதிதாசனுடைய மீசையைச் சொல்லும்போது 'திறந்து வைத்த புத்தகம்' என்று சொல்வாங்க, அந்த மீசை வந்து ஹிட்லர் மீசை மாதிரி இருக்கும் கரைக்டா, திறந்து வைத்த புத்தகம் என்று கவிஞர் தமிழ்மணவாளன் எழுதியிருக்கிறார். திறந்துவைத்த புத்தகம் பாரதிதாசன் மீசையை. டக்குனு இவங்களோட தொகுப்பைப் படிக்கும்போது ஒரு இடத்தில வருது, நம்ம வீட்டுல ஜன்னல் இருக்கு இல்லையா, ரெண்டு கதவும் திறந்து வைத்திருப்போம். ஜன்னலில் இருந்து பார்த்தால் வானம் தெரியும் ப்ரியம்வதா எழுதுகிறார் 'வானத்தைப் பார்த்து வாய் திறந்த ஜன்னல்' என்று எழுதுகிறார். இந்த அவதானிப்பு ஜன்னலைப் பார்த்தால் வாய் மாதிரி இருக்குது, ரெரண்டு கதவுககளை பார்த்தா உதடுகள் மாதிரி ஆன்னு

வாயைப் பார்த்துட்டு இருக்கு வானத்தைப் பார்த்து வாய் திறந்த என்று எழுதுகிறார்.

இலைகள் உரசிக் கொள்கிறது, ஒரு சப்தம் வருகிறது. அந்தச் சப்தத்தை இவர் எப்படிச் சொல்கிறார் என்றாள், 'மரத்தின் வார்த்தைகள்' என்று சொல்கிறார். மரத்தினுடைய வார்த்தைகள் வெறும் சத்தம்னா, சலசலன்னு இருக்கும்னு சொன்னா சாதாரண ஆளு, மரத்தினுடைய வார்த்தை என்று எழுதுகிறார்.

கண்ணதாசன் ஒரு பாடல்ல, 'மாலையும் இரவும் சந்திக்கும் இடத்தினில் மயங்கிய ஒளியினைப் போலே மன மயக்கத்தைத் தந்தவள் நீயே' என்று ஒரு பாட்டு இருக்கும் பழைய பாட்டு. மாலையும் இரவும் சந்திக்கும் அது வேற இது வேற அப்படினு எழுதுவார். மாலையும் இரவும் சந்திக்கும் இடத்தில் ஒளி வந்து மயங்குது என்று எழுதுவார் கண்ணதாசன். ப்ரியம்வதா ஒரு கவிதையில் எழுதுகிறார் ரொம்ப நுட்பமா அவங்களுடைய டேலன்ட் இந்தக் கவிதையில் தெரியும். இந்தச் சொல்லுல தெரியும். ரூம்ல இருக்காங்க இது ஒரு வசதிக்காகத் தான் அவங்கள அவங்கள ன்னு சொல்றேன் எல்லாக் கவிதைகளுமே வந்து அவங்கள பொருத்திப் பொருத்திப் பார்த்துக்க கூடாது, சுவாரஸ்யமான சிலாகிக்கிற விஷயங்களை நான் வந்து ஒரு வசதிக்காகச் சொல்றேன், ஏன்னா கவிதையில் எழுதப்பட்டு இருக்கிற எல்லா விஷயங்களையும் எழுதுகிற பெண்ணாகவே பார்ப்பது என்பது அபத்தமான வாசிப்பு அப்படிப் பார்க்கவே கூடாது. நான் ஒரு வசதிக்காகச் சுவாரஸ்யத்துக்கு, ஒரு உதாரணத்துக்காகச் சொல்கிறேன். ஒரு ரூம்ல இருக்காங்க அறையில் இரவில்சில்லென்று வீசுகிறது என்று எழுதுகிறார் முதல்வரி. 'அறையில் இரவில் சில்லென்று வீசுகிறது'. எது வீசும் , வீச கூடியது எது, காற்றுதான். காற்று வீசும் அப்படித்தானே எல்லோரும் நம்பிக் கிட்டு இருக்கோம் வீசியது என்றால் அந்தச் சொல் போட்டவுடனே நமக்கு ஞாபகத்தில் காற்று என்றுதான் வரும். அடுத்தவரி அவர் எழுதுகிறார் மாலையில் இறந்த சாயங்காலம் செத்து போச்சு, எது? மாலையில் இறந்த பகலின் வாடை என்று எழுதுகிறார். மாலையில் இறந்த பகலின் வாடை, பகல் எப்போ செத்தது, சாயங்காலம் செத்தது அந்தப் பகல் சாயங்காலம் செத்ததுயில்ல அந்தச் செத்துப்போன பாகலுனுடைய வாடைத் தான் இப்போது வீசிகிறது.

அந்த வாடை என்கிற சொல் இரண்டு விதமாக வரும் வடக்கிலிருந்து வீசக்கூடிய காற்று வாடை, கெட்ட வாடை அடிக்குதே வாடை. அப்போ சில்லென்னு வீசியது வாசனை, எதுனுடைய வாசனை பகலுனுடைய வாடை என்று அந்த வாடையை வைச்சே ஒரு

ஜிமிக்ஸ் வேலை, காற்றா அல்லது வாசனையா, செத்தது பகலா, வீசறது காற்றா? இந்த மாதிரி ஒரு வரியைச் சில்லென்ற வாசனை எப்படி இருக்கும். சில்லென்ற ஒரு வாசனை எப்படியா இருக்கும், அது வந்து யோசிக்கக் கூடிய ஒரு சராசரி பெண்ணுக்கும் ஒரு கவிதாயினிக்குமான வித்தியாசம் இங்கதான். இந்த இடத்தில்தான் சபாஷ். ப்ரியம்வதாவை பார்த்து 'நீர் புலவர், நீரே புலவர்' திருவிளையாடல்ல நாகேஷ் சொல்றமாதிரி ஒத்துக்க வேண்டியதா இருக்கு. 'அம்மணி நீ கவிதைதான் எழுதற, நீ கவிதாயினி என்பதை ஒப்பு கொள்கிறோம் என்று.

ஏற்கனவே இங்குக் குறிப்பிட்டது போலக் காட்சிப்படுத்துவதில் ப்ரியம்வதா மிகத் தேர்ந்த ஆளாக இருக்கிறார். ஒரு விஷயத்தை விசுவலேஷன் பண்றதுல, காட்சியாகக் காட்றது கில்லாடியா இருக்காங்க. எப்படிக் காட்டி இருக்காங்கன்னு ஒரு ரெண்டு காட்சி உங்களுக்கு நான் சொல்ல விரும்புகிறேன். ஏன்னா அப்பதான் இந்த மாதிரி, இதுல இருக்கக்கூடிய விஷயங்களைப் பிளஸ்எல்லாம் சொன்னா கவிதை குறித்தான விஷயங்களையும் உங்களுக்கும் சிலாகிக்க முடியும் இந்தத் தொகுப்பு படிக்கும்போது அதை நீங்கள் உணர முடியும் அதற்காகத்தான் இதைச் சொல்றது .

சின்ன வயசுல ஓட்டு வீட்டில் இது ப்ரியம்வதான்னே சொல்லலாம். அவங்களை குறிப்பிட்டே இதைச் சொல்லலாம் ஏன்னா நான் அப்படித்தான் வாசிச்சேன். சின்ன வயதில் ஓட்டு வீட்டில் குளிக்கும் போது மேல ஒரு பூரான் விழுந்துடுது, உடம்பெல்லாம் தண்டு தண்டா, தண்டு தண்டா ஆயிடுது, திருநீறு பூசி அந்தத் தடிப்பை அவர்கள் சரி செய்திருக்கிறார்கள். இப்ப பாருங்க அது சின்ன வயசுல ஏற்பட்ட அனுபவம்தான் அந்த விஷயம் முடிஞ்சு போச்சு, இப்ப நல்ல காஸ்ட்லியான வீட்டில காஸ்ட்லியான ஷவர் பாத்துல எல்லாம் இருக்காங்க வீட்ல. இப்ப இவங்க என்ன எழுதுறாங்க 'என்னதான் தவிர்த்தாலும் எனக்கு முன்பாகவே குளியலறைக்குள் நுழைந்து விடுகிறது', எது? பூரான் அல்ல 'பூரானின் ஞாபகம்' என்று எழுதுகிறார். அதுதான் அங்குக் கவிதையா வருது. குளிக்கப் போறேன் இப்போ உள்ள, எனக்கு முன்னாடியே குளியலறைக்குள்ள வந்துடுச்சு அந்தப் பூரானுடைய ஞாபகம் வந்துருது திரும்பவும் உள்ள நுழைஞ்சவுடனே என்று எழுதுகிறார். இதுதான் அந்த ஞாபகங்களை எழுதிப் எழுதி பார்க்கிற இந்தத் தொனி இந்தத் தொகுப்பு முழுக்க இருக்குது நினைவுகளையும் ஞாபகம் களையும் எழுதிப் பார்க்கக்கூடியஇந்த விஷயம் இருக்குது.

இன்னொரு இடத்துல கூட 43வது பக்கத்துல

நகரத்துச் சாலைகளில் கண்ணாமூச்சி ஆடி கொண்டிருப்பார்கள் சிறுவர்கள் இவர் சொல்கிறார் 'நகரத்துச் சாலையில் கண்ணாமூச்சி ஆடும் சிறார்கள் மீட்டிப் போகிறார்கள் என் பால்யக் காலத் தந்திகளை' என்று சொல்கிறார். என்னுடைய பால்யக் காலத்துத் தந்தியை அவர்கள் மீட்டிக் கொண்டு போகிறார்கள். யார் மீட்டிக்கொண்டு? கண்ணாமூச்சி ஆடும் சிறுவர்கள். இப்படியாக அவர் எழுதி அந்த நினைவுகள், ஞாபகங்கள் இங்கு அதிகமாக இடம் பெறுகிறது.

'மூடிவைத்த இனிப்பு பண்டத்தை மொய்க்கும் எறும்பைப் போல உன் நினைவு' என்று எழுதுகிறார் காதலனைப் பற்றி எழுதும்போது மூடி வைத்த இனிப்பு பண்டத்தை மொய்க்கும் எறும்பு போல உன் நினைவு என்று எழுதுகிறார். இப்படி ஞாபகம் குறித்து நினைவு குறித்துப் பழைய வாசனை குறித்து இந்தக் கவிதை ஆல்பத்தில் நிறைய உண்டு.

இது இவருடைய முதல் தொகுப்பு முதலில் நாம் ஒன்றைக் கவனித்துக்கொள்ள வேண்டும் இது முதல் தொகுப்பு, இவங்க வேணான்னு புறக்கணித்த, இல்ல அப்புறம் போடலாம்னு நினைத்திருந்த எல்லாத்தையும் ஆர்வத்துல உள்ள நுழைப்பாங்க முதல் தொகுப்பு ஆச்சுயில்ல, வச்சுடலாம் அப்படின்னு தவறொன்றுமில்லை. முதல் தொகுப்பு என்றுதான் பாக்குறவங்க எல்லாம் சொல்லுவாங்க. பஸ்ட் தொகுப்பைப் போட்டுருங்க, முதல் கவிதை தொகுப்பு போட்டுருங்க என்று ஒவ்வொரு முறையும் யார பார்த்தாலும் எழுதுறவங்கிட்ட சொல்லிடுவேன், முதலில் தொகுப்பு போட்டுருங்க. 'இல்லச் சார் இன்னும் கொஞ்சம் நல்லா வரணும், டாப்பா வரணும், இப்படி ட்ரெண்ட் மாறி இருக்குச் சார்' என்பான். 'இப்ப கவிதை ட்ரண்ட் மாறி இருக்குச் சார், அதுக்கு ஏத்த மாதிரி ஒரு பத்துக் கவிதை சேர்த்துகறேன்'னு, இப்படி நினைச்சுக்கிட்டே இருந்தினா, ட்ரண்ட் மாறுது, இன்னும் ஒரு பத்துக் கவிதை சேர்க்கலாம், இன்னும் கொஞ்சம் நல்லா எழுதலாம் அப்படின்னு நினைச்சிகிட்டே இருந்த என் குரூப்ல ஒருத்தர் இருக்கார் ,நண்பர் அந்த மாதிரி, என்ன விட அறிவாளி என்னவிடச் சீமான் சிறுத்த இப்படி ட்ரண்டு மாறிடுச்சுன்னா உடனே அந்தட்ரண்டுக்கு ஒரு கவிதை எழுதுவார். இப்போ வேற மாதிரி போதாமே அப்போ ஒரு கவிதை எழுதுவார். ஏற்கனவே எழுதப்பட்ட கவிதைகளை மாத்தி மாத்தி எழுதுவார், திருத்துவார். இதுவரைக்கும் முப்பது வருஷம் ஆயிடுச்சு இன்னும் ஒரு கவிதை தொகுப்பு கூடப் போடல அவரு. முதல் கவிதைத் தொகுப்பு என்பது என்னைப் பொறுத்தவரை மொட்டை அடிச்சு காது குத்திப் பட்டு சட்டை போட்டு, பட்டு

பாவாடை சட்டை போட்டு ‘ஆ’ன்னு கண்ணீர் ததும்பக் காது குத்தறாங்க பாரு, அந்த மாதிரியான ஒரு ஆல்பம் தான் இது. அந்த அனுபவத்தை நீங்கள் பின்னாடி வந்து முப்பதாயிரத்துல பட்டு புடவை வாங்கி ஐயப்ப மாதவன் வச்சு, விதவிதமாகப் போட்டோ எடுத்து விதவிதமா பண்ணா கூட அந்த இன்பம் அந்த காட்சி உங்களுக்கு ஒரு போதும் கிடைக்காது, அந்த முதல் தொகுப்பில் வரக்கூடிய அந்தச் சந்தோஷம் வரவே வராது எனவே அது வரணும் என்னவா இருந்தாலும் இந்த ஆல்பத்தில். இதுல குறைய இல்லையா? இருக்கும் .ஒன்னு ரெண்டு இருக்கும் நிறைகள் நிறைய இருக்கு. எனவே இந்த ஆல்பத்தில் இது காது குத்தும் போது எடுத்த ஒரு ஆல்பமாகக் கணக்கில் எடுத்துக்கொண்டு நீங்கள் வாசிக்க வேண்டும் உங்களுடைய விமர்சனத் தராசுகளை இதன்மீது நிறுத்தக்கூடாது.

நண்பர்களே நிறைய நிறைகள் இருக்கிறது என்றாலும் அந்த நிறைகள் எது என்று சிலவற்றைச் சொன்னால் தான் நன்றாக இருக்கும் சில நிறைகளை நான் சொல்ல விரும்புகிறேன். நல்ல வேலை இவங்க நிலா பற்றி ஒரு கவிதை வந்துட்டே இருந்தது, குறிப்புல இருக்கு, நான் அப்படி எல்லாம் எடுத்துற மாட்டேன், இவங்க சொல்லிட்டாங்க என்பதற்காக எல்லாம் நான் எடுத்துற மாட்டேன். நானும் சொல்வேன் நிலாவைப் பத்தி அதே நிலவைப் பத்தி தான்.

கணையாழியில இரண்டாயிரத்தில் நினைக்கிறேன், கணையாழியினுடைய பத்திரிக்கைனுடைய உதவி ஆசிரியர் ஜீவக் கரிகாலன் இப்ப இருக்காரு. அப்போ கணையாழியில நான் படிச்ச ஒரு கதை ஒன்னு, ஒரு சிறுகதை. யார் எழுதினாங்கன்னு ஞாபகத்துல இல்ல, திடீர்னு ஒரு நாள் சூரியன் வராமல் போய்விடும், உதிக்காது சூரியன் உதிக்காமல் போய்விடும், இருளாகவே இருக்கும் அஞ்சு மணி ஆறு மணி ஏழு மணி ஆகும். காலையில சூரியன் வராது, இருட்டாக இருக்கும். எட்டு இருட்டாகவே இருக்கும், ஒன்பது இருட்டாகவே இருக்கும். பறவைகள் படபடப்பாயிடும், விலங்குகள் படபடப்பாயிடும் மனிதர்கள் ஒரே குழப்பமாயிடுவாங்க, விஞ்ஞானிகளுக்குப் பயங்கரக் குழப்பம் என்னாச்சு ஏதாச்சு தெரியலன்னு, 11, 12 நம்ம கணக்கு பிரகாரம் மதியம் ஆயிடும். சூரியன் வராது இருட்டாக இருக்கும். உலக நாடுகள் எல்லாம் ஸ்தம்பித்துப் போய்விடும். சூரியனே வரவே இல்ல, விடியலே வரல, கிழக்கு வரல ஒருநாள் முழுக்க அந்தக் கதை அப்படித்தான் போகும் என்னென்ன அவஸ்தை மன உளைச்சல் ஆகுது என்னென்ன தொழில் பாதிக்குது என்று அந்தக் கதை முழுக்கப் போகும் கடைசியா தான் கண்டு பிடிப்பாங்க ஏன் சூரியன் வரல, எப்ப

கண்டுபிடிப்பாங்கனா கடைசியா தான் கண்டு பிடிப்பாங்க ஏன் சூரியன் வரலைன்னா, ஒவ்வொரு நாடுகளும் தொடர்ந்து ஏவுகணை செயற்கைக்கோள்களைத் தொடர்ந்து மேலே விட்டுக்கிட்டு இருக்காங்க இல்லையா அது ஒரு குறிப்பிட்ட நாள் ஆன உடனேயே காலாவதி ஆயிடும் காலாவதி ஆன பிறகு அது வெறும் குப்பை தான். அது குப்பையாய் அது மேலச் சிவனேனு சுத்திகிட்டு கிடக்கும். அப்படி விண்வெளியில் விண்வெளி குப்பை அதிகமாகிக் குப்பை எல்லாம் ஒன்னாச் சேர்ந்து அது ஒரு கிரகமா மாறிச் சுத்திகிட்டே வர ஆரம்பிக்கும். அது வந்து சூரியனை மறைச்சுக்கும் என்று விண்வெளி குப்பை சுற்றுச்சூழல் மாசு அதுவும் ஏற்பட வாய்ப்பிருக்கிறது என்று விண்வெளி குப்பையால் சூரியன் மறைத்துவிட்டுச் சூரியன் வராமல் போனதாக ஒரு கதை கணையாழியில் இரண்டாயிரத்தில் நான் படிச்சேன்.....

இப்பொழுது ப்ரியம்வதா அதனுடைய தொடர்ச்சியாகத் திடீரென்று நிலா காணாமல் போனது என்று எழுதுகிறார். நல்ல வேலை இந்தப் பாயிண்டை யாராவது சொல்லிவிடுவாங்களோ, கண்ணம்மா சொல்லிடுமோ அல்லது பேராசிரியர் சொல்லிடுவாங்களோன்னு நினைச்சுக்கிட்டே இருந்தேன், கவிதை சொல்லிட்டுப் போய்ட்டாங்க, நிலா காணாம போயிடுது காணாமல் போன பிறகு என்னென்ன வெல்லாம் நடக்குது அப்படின்னு ப்ரியம்வதா எழுதுறாங்க, நிலா திடீர்னு காணோம் காணாமல் போன பிறகு என்னென்னவெல்லாம் நடக்குது. மீண்டும் திரும்பவும் நிலா தோன்ற ஆரம்பிக்கிறது ஆனால் நிலாவாக அது வரவில்லை சூரியனாக வருகிறது மீண்டும் இன்னொரு சூரியனாக வருகிறது. ஒருவர் சொன்னார் இது நிலவறை பற்றியான கவிதை, பேராசிரியர் அது ஒரு நிலம் குறித்துச் சுற்றுச்சூழல் குறித்தான கவிதை, பெண்ணியக் கவிதை என்று கண்ணம்மா சொன்னாங்க, இன்னும் கொஞ்சம் விரித்துப் பார்த்தால் இந்தக் கவிதை என்பது மிக மிக முக்கியமான கவிதை. காணாமல் ஒரு நிலா போகிறது, அதனால் மிகுந்த பாதிப்பு ஏற்படுகிறது. மீண்டும் நிலா, நிலாவாக வராமல் சூரியனாக, இரண்டாவது சூரியனாக வானில் ஒளிர ஆரம்பிக்கிறது, வெயிலைக் கொளுத்துகிறது எனவே இரண்டாவது சூரியன் வந்துருச்சுன்னா உங்களுக்கு இரவு கிடையாது காலையில அந்தச் சூரியன் இருப்பான் நைட் ஆனா உங்களுக்கு நிலா இல்லத் திரும்பவும் சூரியன் இருந்தால் உங்களுக்கு எப்பவுமே வெளிச்சம்தான், எப்பவுமே விடியல் தான், தொடர் விடியல் தான், இரவே கிடையாது எனவே நிலா சூரியனாக மாறி இரவு இல்லாமல் ஆகிறது என்று சொல்கிற அந்தக் கவிதை, நீ என்னடா? சூரியனா எப்ப பார்த்தாலும் நீயேதான் இருப்பியா நான் இனிமேல் நிலா

இல்லை பெண்களாகிய நாங்கள் இனி நிலாவாக இருக்க மாட்டோம், உங்களுக்குக் குளிர்ச்சியைத் தர மாட்டோம் நாங்க நைட்டுக்கு உரியவங்க மட்டுமில்ல, இரவுக்கு மட்டுமாணவர்கள் அல்ல, நானும் சூரியன்தான் என்று தங்கள் இனத்தைத் தன்னை இரண்டாவது சூரியனாகக் காண்பித்துக் கொள்கிற தன்மைதான் அந்தக் கவிதை, நான் இரண்டாவது சூரியன் என்று தன்னை, இந்தக் கவிதையை அப்படித்தான் பார்க்கணும், இரண்டாவது சூரியன் ஏன் வரணும், நிலா தான் மாறுது இரண்டாவது சூரியனாக எனவே இந்தக் காட்சிதான் மிக முக்கியமான அவர் தன்னைச் சொல்லக்கூடிய தன் இனத்தின் சார்பாக எழுப்பக்கூடிய ஒரு காட்சி.

இன்னொரு காட்சி இன்னொரு கவிதையில் வருகிறது. நாலு சுவர்களுக்குள், ஒரு பக்கம் துவாபரயுகம். நாலு சுவர் தான் வீடு. இந்தப் பக்கம் ஒரு யுகம் இருக்குத் துவாபரயுகம் அந்தப்பக்கம் கலியுகம் ரெண்டு யுகங்களும் ரெண்டு பக்கம் என் வீட்டு ரூம்ல நாலு சுவத்துக்குள்ள இருக்குபா. அந்தப்பக்கம் ஒரு யுகம் இருக்கு, இந்தப் பக்கம் ஒரு யுகம் இருக்கு, நான் சுருண்டு படுத்து இருக்கிறேன். சுருட்டிய உடம்பிலிருந்து புளிப்பு வீச்சம் என்று எழுதியிருக்கிறார். இத நீங்க தான் கற்பனை பண்ணிப் பாக்கணும் ஒரு அறைக்குள்ள ஒரு யுகம் இந்தப் பக்கம். மூலையில ஒரு யுகம், இன்னொரு மூலையில இன்னொரு யுகம். ஒரு உடம்பு சுருண்டு படுத்து இருக்கிறது அந்த உடம்பில் இருந்து புளிச்ச வாசனை அடிக்கிறது என்று இந்தக் கவிதை. இப்பொழுது நாம் புளிப்பு என்பது கெட்டுப்போன அல்லது பழைய பொருளிலிருந்து வரக்கூடியது சரி, சுருட்டிய உடல் என்பது அடிமைப்பட்டுக் கிடக்கும் பெண் உடல், பல்வேறு விஷயங்களால் அடிமைப்பட்டுக் கிடக்கிற பெண்ணைத்தான் அவர் சுருட்டிய உடல் என்று சொல்கிறார். சரி நாலு சுவர் என்றால் உங்களுக்குக் கிடைத்து இருக்கக்கூடிய வாழ்க்கை நாலு சுவர் வாழ்க்கைதான். இது எவ்வளவு காலமாக நடக்கிறது, துவாபர யுகத்தில் இருந்து நடக்கிறது இந்தக் கலி காலம் வரை பெண்களுக்கு நடக்கிறது.

துவாபரயுகம் என்றால் என்ன, எப்ப நடந்தது? பஞ்சப் பாண்டவர்கள் இருந்த காலம் தான் துவாபரயுகம். 50% நல்லது 50% கெட்டது என்பதுதான் அந்தக் காலகட்டத்தினுடைய விதி. கலியுகம் என்பது நாளில் ஒரு பங்குதான் நல்லது நடக்கும் மூன்று பங்கு கெட்டது நடக்கும் அதுதான் கலியுகம். ஏய் அந்தப் பஞ்சபாண்டவர் காலத்திலிருந்து பாஞ்சாலி காலத்திலிருந்து இப்ப இருக்கக்கூடிய காலம் வரைக்கும் இந்த அறைக்குள்ள நாங்கள் சுருண்டு தான் இருக்கிறோம் எங்க மேல அந்தபழைய வாசனை வீசிகிட்டேதாண்டா

இருக்குது என்பதுதான் இந்தக் கவிதைனுடைய அவர் காட்சிப்படுத்தக் கூடிய விவரணை.

நண்பர்களே இது வந்து அவங்க தெரிஞ்சு எழுதினாங்களா, அவங்க அந்த யுகங்களுக்கெல்லாம் விசாரித்துத், எந்த எந்த யுகத்தில் யார்யார் இருந்தாங்கன்னு விசாரித்து தெரிஞ்சு எழுதினாங்களா என்பதெல்லாம் நமக்குத் தேவை இல்லை, ஆனால் ஒரு தேர்ந்த வாசகன் இதை மிகச் சாதாரணமாக உணர்ந்து விடுவான். ஏன்னா எழுதுபவனை விட வாசிப்பவன் மகா திறமைசாலி என்று நம்புபவன் நான் இந்த ஆவணங்கள் இந்த விஷயங்கள் எல்லாம் நமக்குத் தெரிந்துவிடுகிறது.

சரி அப்படி என்னம்மா துயரம். யுகம்யுகமா ஒரு துயரம் இருக்குது துவாபர யுகத்தில் இருந்து கலியுகம் வரைக்கும் சுருண்டு படுத்திருக்கன் என் மேலப் புளிப்பு வாசனை வீசுது, பழமையின் வாசம் வீசுது துயரத்தில்இருக்கிறேன்னு எழுதிறியே, என்னம்மா துயரம் என்று பார்த்தால் வேறு ஒரு கவிதையில் 92வது பக்கத்தில் ஒரு வரியை எழுதுகிறார். இதற்கும் அதற்கும் சம்பந்தமில்லை நாமதான் கோர்த்துப் பார்க்கணும் வசதியா நாமதான் வக்கீல் மாதிரி கோர்த்துக்கணும், எங்க தப்பு நடக்குது எங்க லாபன்னு நாமதான் கோர்த்துக்கனும். அந்தக் கவிதை ஏன் துயரம் நடக்குது என்று யோசித்து விட்டு 92-வது பக்கத்துக்கு வந்தால், அங்கு எழுதுகிறார் கட்டியவனின் வார்த்தைகளால் தினந்தோறும் கற்பழிக்கப்படும் போது அதுதான் மகா துயரம், இந்த வார்த்தை இருக்குது பாரு ஒவ்வொருத்தன் வார்த்தை இருக்குது பாருங்க, ஐயோ பத்துக் கொடுக்கு இருவது கொடுக்கு சேர்ந்த வார்த்தையாய் இருக்கும். புருஷன் காரனுக்குதான் சொல்றேன், அவள் உடல் ரீதியாகக் கற்பழிக்கப் படுவதைப் பற்றியோ உடல் ரீதியாகத் தொல்லை கொடுப்பதைப் பற்றி இந்த அம்மா பேசவே இல்ல, இந்த இடத்தில வரவே இல்ல, வார்த்தைகளால் கற்பழிக்கப்படும் போது என்று ஓரிடத்தில் எழுதுகிறார். துயரத்தின் மிக உச்சம் என்பது ஒரு ஆண் வார்த்தைகளால் கொல்லுவதும் வார்த்தைகளால் கற்பழிப்பதும்தான். கற்பழிப்பு என்ற சொல்லுக்கான விஷயத்திற்கு நான் வரல அந்த வார்த்தை எவ்வளவு துக்கமாக இருக்கிறது என்பதுதான்.

ஒரு பெண்ணின் எழுத்தைப் படிப்பது முழுக்க முழுக்க அது அவருடைய வாழ்வு என்று நாம் முடிவு கட்டிக்கொண்டு அந்த எழுத்தை ஒரு போதும் படிக்கள் ஆகாது, எனவே இது பெண்ணினுடைய பொதுத் தன்மையிலிருந்து தான் இதை நாம் பார்க்க வேண்டும்.

இன்னொரு கவிதையில் எழுதி இருப்பாங்க கெட்ட கனவு ஒன்று சட்டென்று விழிக்கப் புரண்டு படுத்த இருட்டு, 21 ஆவது பக்கத்தில்

அத வாசிச்சா நாமக் கொஞ்சம், எனக்குக் கொஞ்சம் திருப்பி ஞாபகத்துக்கு வரும். கெட்ட கனவு ஒன்று சட்டென்று விழிக்கப் புரண்டு படுத்த இருட்டு. அப்போ பெண் புரண்டு படுக்கல இருட்டுதான் புரண்டு படுக்குது, கனவு வந்துடுச்சாம் இருட்டுக்கு. இருட்டு ஒரு கனவு காணுது. உள்ள தூங்கறவ கனவு காணல, இருட்டு கனவு காணுது. கனவு கண்டு திடுக்கிட்டு அந்த இருட்டானது அப்படியே புரண்டு படுக்குது. இருட்டு புரண்டு படுத்தவுடனே அது தூங்கிக்கொண்டிருக்கும் உடலின் மீது ஏறுகிறது அந்தக் கனவு. ஏறுன உடனே அந்த உடலுக்குத் தூக்கம் போயிருச்சு, ரெண்டு பேரு இப்ப, இருட்டுனுடைய கனவும் உள்ளே தூங்கிக் கொண்டிருக்ககூடிய உடலும் இந்த இரண்டும் அங்கயும் தூக்கம் போயிருச்சு, அந்த இருட்டுக்கும் தூக்கம் போயிருச்சு, இவங்களுக்கும் தூக்கம் போயிருச்சு இப்போ கடைசியா நமக்கு ஒரு குழப்பமா இருட்டு எப்படிடா கனவு காணும்அப்படின்னு ஒரு இடம் இருக்கும்ல, இருட்டு எப்படிக் கனவு காணும் இருட்டுனு எதைச் சொல்றாங்க, இப்ப பாருங்க கெட்ட கனவு ஒன்று சட்டென்று விழிக்க, புரண்டு படுத்த இருட்டு கனவுகளின் நீட்சியில் அச்சுறுத்தி ஏறுகிறது உடலின்மீது, ஒவ்வொரு சொல்லும் கவிதையில் பயன்படுத்துகிற சொல் முக்கியமானது. ஏறுகிறது உடலின்மீது ஒரு தூக்கத்தையும் மற்றொரு தூக்கத்தையும் ஒட்டவே முடியாமல் ரெண்டு தூக்கம் எங்க இருக்கு, ஒரு தூக்கத்தையும் மற்றொரு தூக்கத்தையும் ஒட்டவே முடியாமல் உடைந்த கண்ணாடியாய் ஆகிவிடுகிறது இரவு.

அப்போ இரவுன்னு இங்க சொல்லிட்டங்க புரண்டு படுத்த இருட்டு என்பது, இருட்டா இருக்காது அப்ப அவனா இருக்குமோ? புரண்டு படுத்த இருட்டு அப்போ அவ்வளவு இருட்டுக்குரியவனா, அவன்தான் உடலின்மீது ஏறுகிறானோ, அவன் தூக்கமும் போயிடுச்சு என் தூக்கமும் போயிடுச்சு உன் தூக்கம் வேற என் தூக்கம் வேற, நாம ஒட்டாம உடைந்த கண்ணாடி தான் என்று இந்தக் கவிதை சொல்கிறதோ என்றெல்லாம் யோசிப்பதற்கான எல்லாச் சாத்தியக்கூறுகளையும் இந்தப் ப்ரியம்வதா எழுதி இருக்கிறார். மிகச் சாதுர்யமான எழுத்துதான்.

நண்பர்களே எப்பவுமே ஒரு புனைவு இருக்கணும் இல்லப் புனைவில்லாமல் சும்மா வெறும் உரைநடையாக எழுதிட்டு இருந்தா ஒரு இடத்துல சோர்ந்து போயிடுவாங்க, உயிரற்ற வசைச் சொற்கள், உயிரற்ற வசைச் சொல்லுக்கு உயிர் இல்லை ஆனா அது ஓடுது ரோட்டெல்லாம். அப்படி ஓடும் போது ஒரு வசை சொல் சாலையில விழுந்துடுது. ரோட்டுல விழுந்த அந்தச் சொல்லு மேல வாகனம் ஏறிப் ஏறி போகுது. ஒரு கெட்ட வார்த்தை ஓடுது ஒரு மோசமான

வார்த்தை சாலை எல்லாம் ஓடுது தடுக்கிக் கீழே விழுது, கீழே விழுந்த அந்தக் கெட்ட வார்த்தை மேல வாகனங்கள் எல்லாம் ஏறிப் ஏறி போகுது, இப்போ இவங்க பாக்குறாங்க பார்த்துட்டு உதட்டில் அனுதாபத்தை விட அப்போதுதான் என் உதட்டில் வன்மம் முளைத்தது என்று எழுதுகிறார். அப்பா செத்தையா என்று எழுதுகிறார் .இதுதான் ஒரு சொல் அழகா அது புனைவா நேரடியாகச் சொல்லாமல், கெட்ட வார்த்தையில் என்னை இப்படிச் சொல்லிட்டான் அப்படி எல்லாம் சொல்லல,வார்த்தை ஓடுது தடுக்கி விழுந்து வாகனத்தில் நசுங்கியது நான் பார்க்கிறேன் புன்னகையெல்லாம் இல்ல, வன்மத்தோடு ஒருபார்வை பார்க்கிறேன் சந்தோஷமா என்று அந்த வசை சொல்லைப் பார்க்கிற அந்த இடம்,

இன்னொரு இடத்தில் பாருங்க செத்த எலியைக் கொத்திக் குதறும் காகம் போலத் தின்று கொலிக்கிறது என் வெறுமை, இப்படி எல்லாம் எழுதத் தெரிந்த அம்மணி இன்னும் நிறைய இடங்கள்ல நிறைய விஷயங்கள் செய்திருக்கிறார் ப்ரியம்வதா.

ஒரு இடத்துல அகதின்னு எழுதுவோம் பெரும்பாலும் நாம, இவங்க அகதின்ற சொல்லைப் பயன்படுத்துல ஏதிலி என்று ஒரு இடத்தில் எழுதுகிறார். ஒரு இடத்தில நரவை உருஞ்சும் தேனி என்று எழுதுகிறார். சொற்களைத் தேர்ந்தெடுப்பது. நரவை உறிஞ்சும் தேனீ உண்மையிலேங்க எனக்கு நரவை உறிஞ்சும் தேனீனா ஒரு மாதிரி பாவனையில தெரியுது, தேனி என்ன பண்ணும் தேனைத் தான் உறிஞ்சும். நரவை என்பது தேனியாகதான் இருக்கும். ஏன்னா நாமத் தீவிரமா ஆழ்ந்த தமிழ் புலவனெல்லாம் இல்லையே, அப்புறம்தான் எனக்கு இது குறித்துப் பார்க்கும்போது ‘துத்தத்தை நரவை அமுதத்தை நிகற்குறவை தத்தை’ என்று நரவை என்ற சொல்லை அருணகிரியார் பயன்படுத்திருக்கிறார். நறுந்தமிழின் நரவை என்று பாரதிதாசன் பயன்படுத்தியிருக்கிறார் .ஆண்களெல்லாம் வெவ்வேறு கோணத்தில் பயன்படுத்திய அந்த நரவையை ப்ரியம்வதா இவருக்கே உரித்தான பெண் சார்ந்த வழி பெண் சார்ந்த பிரச்சனைகளைப் பேசுகிறபோது அந்தத் தமிழ் சொல்லைச் சரியான இடத்தில் பயன்படுத்தி இருக்கிறார்.

கிட்டதட்ட இன்னும் சொல்லிக்கொண்டே போகலாம் காட்சிகள் எதுவும் எது உவமைகள் எது படிமம் எதுவென்று ப்ரியம்வதா அவை கொண்டாடுவதற்கான நிறையச் சாத்தியங்கள் இந்தத் தொகுப்பில் இருக்கிறது மிக முக்கியமான கவிஞராக. பாருங்க முதல் புக்கு இந்தம்மா கவிதையை நான் எங்கயும் படிச்சது கூட இல்லை எங்கேயுமே படிக்கல எந்தப் புத்தகத்தில் இல்லை பாத்த மாதிரியே தெரியல, முதல் தொகுப்பு எப்படி உயிர்மை போட அலோ

32 ஒலியின் பிரதிகள்

பண்ணாங்க, உள்ள அவர் இப்படிப் போட்டு இருப்பாரோ, ஒரு குழப்பத்தோடுதான் வாசிக்க ஆரம்பிச்சேன் ஒரு சந்தேகத்தோடு தான், ஏன்னா நவீன கவிஞன் ஐயத்திலிருந்துதான் எழுதத் தொடங்குகிறான் என்று ஜெயமோகன் சொல்வார். ஒரு நவீன கவிஞன் எங்க எழுத ஆரம்பிக்கிறான் என்றால் ஒரு ஐயத்தில் இருந்துதான் அனேகமா ஒவ்வொரு விஷயத்தையும் சந்தேகமா பார்த்துதான் எழுத ஆரம்பிப்பான். அந்த மாதிரி சந்தேகமாகதான் படிக்க ஆரம்பிச்சேன். பதிப்பாளர ஜெயித்து விட்டார். படைப்பாளியும் ஜெயித்து விட்டார்.

ஒரு வாசகனாய் எனக்கு பார்ப்பதற்கு எங்கெங்கெல்லாம் படிமங்கள் இருக்கா? காட்சி இருக்கா? பெண் குறித்த சிந்தனை இருக்கா? கவிதையா ஒரு மொழி குறித்த ஞானம் இருக்கா என்று ஒரு வாசகனாக நான் வைத்த எல்லா தேர்ச்சிகளிலும் ப்ரியம்வதா வெற்றி பெற்று இருக்கிறார் என்று கூறி விடைப்பெறுகிறேன் நன்றி வணக்கம்.

▪

அலெக்சாண்டரின் குதிரை – யவனிகா ஸ்ரீராம்

ஏசா 44 -21ல் ஒரு வசனம் வரும் 'நீ என்னை மறக்கப்படுவதில்லை' எங்களுக்குப் பிறகும் தன் கவிதைகளால் இந்த இலக்கிய வெளியில் உடனிருக்கும் எங்கள் நண்பன் கவிஞர் குமரகுருபரன் நிகழ்வாக இந்த அரங்கத்திற்கு அவர் பெயரை நாங்கள் வைத்திருக்கிறோம்.

நண்பர்களே ஒருவர் போன் செய்து இது கவிக்கோ அரங்கம் தானே நீங்கள் உங்கள் அழைப்பில தப்பா போட்டு இருக்கீங்க குமரகுருபரன் அரங்கம் என்று தவறாகப் போட்டிருக்கிறீர்கள் என்றார். இல்லை மிகச் சரியாகத்தான் போட்டிருக்கிறோம் தேடினால் உங்களுக்குச் சரியான முகவரி கிடைத்துவிடும் என்று சொன்னோம் இந்த அரங்கம் அவர் பெயரால் அவர் நினைவால் அவர் கவிதைகளோடு அவர் பயணித்த பாதையில் நாங்கள் பயணிக்கிறோம்.

நண்பர்களே உள்ளே வருகிறபோதே ஜீவக் கரிகாலன் யவனிகா ஸ்ரீராமுக்கு அமிர்தம் சூர்யா பேசராறா? என்னையா இது பீட்சாவுக்கு பில்டர் காபி மாதிரி இருக்குதேன்னு அப்படின்னு சொன்னாரு. அது நண்பன் கிண்டலாதான் சொன்னான். பீட்சாவுக்கு பில்டர் காபி என்றால் நான் கல்கி பத்திரிகையில் பணிபுரிவதால் ஒருவேளை பில்டர் காபி என்று சொல்கிறாரோ என்று தோன்றியது. ஆயினும் ரோட்டோர கடைகளில் கண்ணாடி டம்ளரில் டீ குடிக்கிற ரகத்தைச் சார்ந்த வடசென்னைக்காரன்தான் நான் பில்டர் காபி இல்ல அது இந்தக் கூட்டத்தில் இன்னும்கூடத் தெளிவாகிவிடும் என்று நம்புகிறேன்.

நண்பர்களே இந்த அரங்கத்திற்கு வருகை தந்திருக்கும் அனைவருக்கும் வளமான வணக்கங்கள். இங்கு இருப்பவர்கள் அனைவரும் ஏதோ ஒரு வகையில் ஒரு கோணத்தில் மிக மிகப் பெரிய ஆளுமைகளாக, படைப்பாளர்களாக இருப்பவர்கள் என்பதை நாங்கள் அறிவோம். எல்லோரையும் மேடையில் அமர வைத்தாள்

மேடையில் இடமிருக்காது என்ற ஒரே காரணத்தினால்தான் உங்களை எதிரே அமர வைத்திருக்கிறோம். அத்தகைய சிறப்பு மிக்கவர்கள் என்பதை மனதில் குறித்துக் கொண்டு தான் இங்கு நான் பேசுகிறேன்.

கவிதை என்பது ஒரு மருத்துவம். கவிஞர்கள் மருத்துவர்கள். டாக்டர்ல ஸ்பெஷலிஸ்ட் இருக்கிற மாதிரி கவிதைகளிலும் உண்டு. அழகியலை அழகாக எழுதுபவர், உளவியலை எழுதுபவர், சமூகவியலை எழுதுபவர் என்று கவிதை வெளியில் நிறைய ஸ்பெஷலிஸ்டுகள் உண்டு.

அதே மாதிரி அரசியல் ஞானம் தெரிந்தவர்கள் அரசியல் ஞானம் உள்ளவர்கள் மட்டுமே அரசியல் கவிதைகளை எழுத முடியும். கொஞ்சம் ரசனை இருந்தால் அழகியல் கவிதைகளை எழுதிவிடலாம். கொஞ்சம் மனங்களைக் கவனிக்கக் கூடிய தன்மை இருந்தால் உளவியல் கவிதைகளை எழுதிவிடலாம், மக்கள் மீது நேசம் இருந்தால் சமூகக் கவிதைகளை எழுதி விடலாம், ஸ்பெஷலிஸ்ட்டுகளாக கவிதைகளை எழுதிவிடலாம்.

ஆனால் அடிப்படை அரசியல் ஞானம் இருந்தால் மட்டுமே ஒருவன் அரசியலைத் தொட முடியும். அந்த அரசியலை அரசியலாக எழுதாமல் கவிதையின் அரசியலாகக் காட்ட முடியும் அப்படித் தொடர்ந்து எழுதிக்கொண்டு வந்திருப்பவர்களுடைய பட்டியலில் இன்குலாப், மனுஷ்யபுத்திரன் இப்பொழுது இல்ல எப்பொழுதுமே யவனிகா ஸ்ரீராம் அந்த இடத்தில் இருக்கிறார்.

அரசியல்னு சொன்னாலே நிறைய நண்பர்கள் எழுத்தாளர் கவிஞர்கள் கொஞ்சம் முகம் சுளிப்பார்கள். எனக்கு அந்த இடமே வேணாம்ப்பா, எனக்கும் அரசியலுக்கும் ரொம்பத் தூரம் என்று ஆனால் உண்மையில் அப்படி அல்ல, அரசியல் வேண்டாம் அரசியல் ஒரு சாக்கடை அரசியலுக்கும் எனக்கும் சம்பந்தமில்லை என்று சொல்பவன் ஜமுக்காளத்தில் வடிகட்டிய முட்டாளாகத் தான் இருப்பான், ஏனென்றால் நீங்கள் காலையில் எழுந்து ஒரு தேநீர் கோப்பையைப் பிடித்து ஒரு மிடறு தேநீரை அருந்துகிற போதே உங்களுக்கான அரசியல் ஆரம்பித்துவிடுகிறது.

உங்கள் தேநீர் கோப்பையில் இருக்கக்கூடிய தேநீரில் ஒரு மிடரில் தேயிலை, தேயிலைத் தோட்டத் தொழிலாளர்கள், அவர்களுடைய மானியம், அவர்களுடைய போராட்டம், சர்க்கரை, கரும்பாலையுடைய தொழிலாளர்கள், கரும்பு ஆலையைத் துண்டித்த பிறகு ஆலையில் கொடுப்பதற்காக மூன்று நாட்களாகக் காத்திருந்து, வண்டியில் வைத்துக் காத்திருக்கும் தன்மை, அவர்களுடைய போராட்டம் அதனுள்ளே இருக்கிறது. இப்படி எல்லாவிதமான அரசியலும்

போராட்டமும் அரசாங்கமும் அதன் செயல்பாடு இன்மையும் கலந்த ஒரு அரசியலைத்தான் நீங்கள் ஒருமிடராக காலையில் எழுந்தவுடன் குடிக்கிறீர்கள். எனவே அரசியலுக்கும் எனக்கும் சம்பந்தமில்லை என்று யாராலும் ஒதுங்கிப் போக முடியாது இந்தக் கவிதை முழுக்க முழுக்க அரசியல் சார்ந்த கவிதையாக இருக்கிறது யவனிகா ஸ்ரீராமின் அலெக்ஸாண்டரின் காலனி என்கின்ற இந்தக் கவிதை. இதனுடைய சாரம்சம் அரசியல்தான்.

ஏழு கடல் தாண்டிக் கிளியிடம் உயிர் இருப்பதைப் போலச் சித்தரிப்பார்களே அப்படி யவனிகா ஸ்ரீராமினுடைய உயிர் என்பது இந்த 72 பக்கங்களைக் கடந்தாலும் அரசியலாகத்தான் இருக்கிறது. அது எவ்வாறு இருக்கிறது என்பதைப் பற்றி தான் ஒரு சில கவிதைகளில் கோடிட்டுக் காட்ட விரும்புகிறேன். ஆனால் அதை அவர் பிரச்சாரமாகச் செய்யாமல் அதைக் கலைத்துவமாக முன்னெடுத்து இருக்கிறார் என்பதுதான் இந்தப் பிரதியுனுடைய சிறப்பு.

யார் அந்த யவனிகா ஸ்ரீராம். இந்தக் கவிஞன் எப்படிப்பட்டவன், அல்லது இவரைப்போல் யாராவது இருக்க வேண்டுமா என்பதற்கான பின் உரையில் அவர் தன்னைப் பற்றி ஒரு ஐந்து வரிகளைக் குறிப்பிட்டிருக்கிறார். அதுதான் யவனிகா ஆகிய நான் என்று குறிப்பிடுகிறார். எனது மூளையில் ஓர் நீர் இரைக்கும் எந்திரம் அல்லது களை கொல்லிக்கான ரசாயனக் கூட்டு அல்லது பளு தூக்கியின் நெம்புகோல் திறன், கொழுப்புச்சத்துடன் கூடிய தின்பண்டம், மார்பை நிரம்பிய பலாச்சுளை, அரைகிராம் பிளாட்டினம் என்று தன்னை அவர் இவ்வாறாக அறிவித்துக் கொள்கிறார்.

நண்பர்களே நீர் இறைக்கும் எந்திரம் ஆக்கபூர்வமானது, களைக்கொல்லி தவறுகளைக் களை எடுப்பது, நெம்புகோல் திறன் சக்தியின் இருப்பிடம், கொழுப்பு தின்பண்டம் அந்தக் கவிஞனை நீங்கள் உண்ணலாம், மார்பை நிறைந்த பலாச்சுளை துக்கத்தில் கூடக் கொஞ்சம் மயக்கத்தைத் தருவான், அரை கிராம் பிளாட்டினம் அவன் மதிப்பு வாய்ந்தவன் இத்தனை அம்சங்களையும் யவனிகா ஸ்ரீராம் தன்னைத்தானே பொறித்துக் கொள்கிறார். அல்லது ஒவ்வொரு கவிஞனும் இப்படித்தான் இருக்கவேண்டும் என்பதை மறைமுகமாகச் சுட்டி காட்டுகிறார் .

இப்படியான யவனிகா ஸ்ரீராமுனுடைய கவிதை தொகுப்புனுடைய தலைப்பு அலெக்ஸாண்டரின் காலனி. இந்த அலெக்ஸாண்டரின் காலனி என்கின்ற தலைப்பில் உள்ள எந்தக் கவிதையும் இல்லை,

அப்படியானால் இந்தத் தலைப்பை அவர் ஏன் சூட்டியிருந்தார் என்றால் இந்தியாவில் படையெடுத்து இந்தியாவைக் காலனியாக்கிய முதல் ஆள் இந்த அலெக்சாண்டர். அதற்குப் பிறகும் இந்தியா மீது யாரும் படையெடுக்க விட்டாலும் இந்தத் தேசம் இந்தியா -காலனியாகத்தான் இருக்கிறது என்பதைத்தான் அவர் மறைமுகமாக இந்த நூலில் எல்லா இடங்களிலும் சுட்டிக்காட்டுகிறார். அப்படி மற்ற நாடுகள் ஆக்கிரமித்து அவர்களுடைய நிர்வாகத்தின் கீழ் இந்த இந்தியா என்கின்ற காலனி இருக்கிறதா எப்படிச் சொல்வது என்பதைத்தான் வெவ்வேறு இடங்களில் அவர் கோடிட்டுக் காட்டுகிறார்.

பக்கம் 9இல் ஒரு அரிசியின் பயணம் என்று ஒரு கவிதை வரும். அது வேற தலைப்பு, ஒரு அரிசியின் பயணத்தைப் பற்றி அவர் குறிப்பிடுவார் ஒரு அரிசி பயணிக்கிறது மலங்காட்டுக்குப் போகுது, நாடோடிகளின் மூங்கில் வடிகளுக்கு போகிறது, மீனவர்களுடைய மண் கலயங்களுக்குப் போகுது, எண்ணைக்கு கைமாற்றாக அரிசி பயணிக்கிறது. இதெல்லாம் சரி ஒரு அரிசி எங்கெங்கெல்லாம் டிராவல் ஆகுதுன்னு சொல்றாரு. ஆனால் இந்த அரிசியின் உடையப் பயணத்தை யார் தீர்மானிக்கிறார்கள் என்பதை அவர் எங்கும் காட்டவில்லை ஒரே ஒரு இடத்தில் இவை எல்லாவற்றையும் பார்த்தபடி உச்சிப் பாறையில் ஒரு கழுகு அமர்ந்திருக்கிறது என்று எழுதுகிறார். கழுகு எதனுடைய குறியீடு அமெரிக்காவின் குறியீடு என்று நீங்கள் தெரியாதவரை இதனுடைய அரசியலை அறியவே முடியாது இப்படித்தான் அதைப் பிரச்சாரமாகச் செய்யாமல் கலைத்துவமாக அவர் கடந்து செல்கிறார்.

நண்பர்களே அதேபோல் இன்னொரு இடத்தில் வாயைக் கட்டும் விவசாயி என்ற ஒரு கவிதையில் வழக்கம்போல அனைத்தும் காதலில் மூழ்கி இருக்க விவசாயி மட்டும் மதகுகளை அடைத்துக்கொண்டே இருக்கிறார் என்று ஒரு வரியில் எழுதிச் சொல்வார். உடைபடுகிற மதகுகளை அடைப்பதுதான் அவனுடைய வேலையாகத் தொடர்ந்து கொண்டிருக்கிறது என்பதைச் சுட்டிக்காட்டுகிறார் யவனிகா ஸ்ரீராம்.

உங்கள் குழந்தைகளைப் பன்னாட்டு எதிர்கால ஒப்பந்தங்களின் நிரப்பி வைக்கலாம் என்பதன் மூலம் உங்கள் குழந்தைகளின் எதிர்காலத்தை நீங்கள் தீர்மானிப்பதில்லை என்பதையும் அவர் சொல்கிறார்.

ஒரு கவிதை, இனத்துவ ஆண்மை என்கின்ற ஒரு கவிதையில் இன்னும் புலம்பெயர்வேன், எங்கள் கனிமங்கள் போய்ச் சேர்ந்த

ஒளிமிகு நகரங்களுக்கு இன்னும் புலம்பெயர்வேன், எங்கள் கனிமங்கள் போய்ச் சேர்ந்த ஒளிமிகு நகரங்களுக்கு யாரைப் போல, ஒரு பிச்சைக்காரனைப் போல என்று எழுதுகிறார். எங்கள் கனிமங்கள் எங்கே போகின்றது நாங்கள் பிச்சைக்காரனைப் போல எங்கே போறோம் என்பதைக் காட்டுகின்ற பகுதி அது.

மிக விருப்பமான ,எனக்கு என்னுடைய ருசிக்கு, ஏற்ற வகையிலான ஒரு கவிதை மூச்சிரைக்காத இதயம் என்று ஒரு கவிதை வரும் 19வது பக்கத்திலே அந்தக் கவிதை இருக்கும். அது ஆரம்பிக்கும்போதே கிளாசிக்கு திரும்புது. அதனுடைய சப்ஜெக்ட்டே க்ளாசிக்கு திரும்புதல், பழமைக்கு அல்லது பழமை நினைவுக்குத் திரும்புதல், உன்னதமான அந்த நினைவுக்குத் திரும்புதல், க்ளாசிக்கு திரும்புதல் அதுல நிறைய லிஸ்ட் அவுட் வரும் என்னென்ன திரும்புதல்னு.

ரேடியோ பொட்டலுக்குத் திரும்பலாம், பூசணி கொடி நட திரும்பலாம் குளத்துக்கரை தாசி வீட்டுக்குப் போகத் திரும்பலாம், ஈர வயலுக்குத் திரும்பலாம் என்று திரும்பப் பழைய நினைவுகளுக்கு நாம அங்கப் போனா நல்லா இருக்குமே என்பது மாதிரியான திரும்புதல் பற்றி எல்லாமே கிளாசிக் சொல்லிக் கொண்டே வருகிறார். அதனூடாக ஒரு வரி வரும் அடுப்புத் தணலை இரவல் கேட்கும் பழங்காலத்துக்குத் திரும்பலாம் என்று ஒரு வரி எட்டும். உங்களுக்களில் யாருக்கும் தெரிந்திருக்க வாய்ப்பு இருக்குமா என்று தெரியவில்லை. நெருப்பைக் கடன் கேட்பது நெருப்பைத் தனலை இரவலாகக் கேட்பதை நான் பார்த்திருக்கிறேன் எங்கள் கிராமத்தில். மொதல்ல வசதியா இருக்குறவங்க முதல்ல அடுப்பு பத்த வெச்சுடுவாங்க கெரோசின் இருக்காது வெறும் சருகுதான் இருக்கும் அப்போ பின்னாடி ரொம்ப லேட்டா வர்றவங்க, கூலி வேலைச் செஞ்சுட்டு வர்றவங்க நெருப்பு இருக்காது. 'ஏ அந்த அக்கா வீட்டில கொஞ்சம் நெருப்பு வாங்கிட்டு வா, தனல் வாங்கிட்டு வா'ன்னு வாங்க. ஒரு பாத்திரத்தில் நெருப்பு வாங்கிட்டு வரக்கூடிய தனலை இரவலாகக் கேட்ட கதை தமிழகத்தில் உண்டு. இந்த ஆவணம், மறந்துபோன இந்த ஆவணத்தை மறைமுகமாக ஆவணப்படுத்திச் சுட்டிக்காட்டுகிறார் ஒரு கவிதையில்.

நண்பர்களே பிச்சை, தானம், தட்சணை இந்த மூன்றுக்கும் அடிப்படை வாங்குவதுதான். கேட்டுக் கொடுப்பது பிச்சை, கேட்காமல் கொடுப்பது தானம், கொடுத்துப் பெறுவது தட்சணை இது எல்லாமே பெறுகிற வகையைச் சார்ந்ததுதான் என்றாலும் கூட ஒரு இடத்தில் இந்தக் கிளாசிக்கு திரும்புதல் கதை கேட்கலாம்னு சொல்வாரு, ஒரு இடத்தில் முதிர்ந்த மதினிமார்களிடம் கதைபேச, நிலமற்றுப் போனவர்களிடம் கதை கேட்க என்று எழுதுவார்.

இப்பொழுது கதை கேட்கிற இடத்தில் தொடர்ந்து நீங்க கேட்டுகிட்டு இருக்கக்கூடிய இடம் இருக்கும். நீங்கள் பேச முடியாத இடம் அதுதான் நிலமற்றுப்போனவளிடம் கதை கேட்பது. காதல் இருந்தால் தான் காதல் தோல்வி அப்படிங்கறதுக்கு சாத்தியம் இருக்கும். காதலே இல்லாமல் காதல் தோல்வி சாத்தியமில்லை அப்போ ஏற்கனவே ஒருவன் நிலம் வைத்திருந்தால் மட்டும்தான் ஒரு கட்டத்தில் அவன் நிலமற்றவனாக மாறி இருக்க முடியும். ஏன் அவன் நிலம் வைத்திருந்தான். எதன் பொருட்டுத் தன் நிலத்தை இழந்தான், இழப்பதற்குக் காரணமானவர்கள் யார்? அதனுடைய அரசியல் என்ன? என்று நிலமற்றவர்களைப் பற்றி தெரியாமல் நீங்கள் இந்தக் கவிதையைக் கடந்து போக முடியாது. இதுதான் அந்த நிலமற்றவனுடைய குரலைப் பேசுவதுதான் ஒரு நல்ல கவிதையினுடைய அரசியலாக இருக்கும்.

எச்சிலுக்குத் திரும்பலாம் என்று ஒரு வரி வரும். எச்சிலுக்கு எச்சிலை சாப்பிடறது அல்லது எச்சிலுக்குத் திரும்பலாம் என்பது ஒரு கிளாஸிக்கா யவனிகா ஸ்ரீராம் சொல்றாரு. இப்போ நீங்க குழந்தைக்குக் கூட எச்சம் படுற மாதிரி முத்தம் கொடுக்க முடியாது நாகரீகம் தெரியாதவன்னு உடனே குழந்தையைப் பிடுங்கிப்பாங்க. சின்னப் பொண்ணு சிறுமிக்குக் கூட நீங்க முத்தம் கொடுக்க முடியாது, உன்னைச் சந்தேகக் கண்ணோடுதான் பார்ப்பான். இவன் எப்படிப்பட்ட ஆளா இருப்பான் அப்படின்னு. ஆக எச்சிலோடு நீங்கள் ஒரு முத்தத்தைக் கொடுக்கவே முடியாது. ஆதியில் முத்தம் எச்சிலாக இருந்தது சுகுமாரன் கவிதை வரும். ஆதியில் முத்தம் எச்சிலாக இருந்தது. ஒருவன் வந்தான் அந்த எச்சில் அரசியலாக மாறியது என்று ஒரு கவிதை வரும்.

எச்சிலுக்குத் திரும்பலாம் அது இன்னும் ஆசையாத்தான் இருக்குப் பழைய சினிமாயெல்லாம் பாக்குறப்போ கணவன் வச்சுட்டு போன சாப்பாட்டை எச்சிலை சாப்பிடறது, அதெல்லாம் பாக்குறப்போ பரவாயில்லையே இப்படியெல்லாம் இருந்து இருக்குதா என்று ஆவலாக இருக்கும். நான் வெளியே எல்லாம் ஊர் சுத்திட்டு எங்கனா வெளியே சாப்பிட்டுட்டு சும்மா பாவலாவா.. வீட்டுக்குப் போனா சாப்பிட முடியாது இருந்தாலும் சாப்பிடுற மாதிரி கொஞ்சம் கணக்கு காமிக்கணும்னு போகும்போது, வேணும்னே டெஸ்ட் பண்ற மாதிரி ஒய்ப் வந்து நிறையச் சாப்பாட்டைப் போட்டு வந்து வைப்பா, எங்க போயிட்டு வந்தான்னு கண்டு பிடிக்கிற மாதிரி, நம்ம கரெக்டா சாப்பாட்டு தட்டுல பாகப்பிரிவினை மாதிரி, பாதி தள்ளி வச்சுட்டு சாப்பிட்டா கூட, அதை எடுத்துட்டு போயி மீந்துபோன சாப்பாட்ட ...எடுத்துனு போய்க் குப்பை தொட்டியலதான் போடுவா. ஒருமுறை கேட்டேன் ‘ஐயையோ சாப்பாட்டை ஏண்டி கொட்ற?’ ‘ஏன் உன்

எச்சியை சாப்பிடறதுக்கு நான் என்ன பிச்சைக்காரியா அப்படின்னா'. எச்சிலை சாப்பிடுகிற பழக்கம் அல்லது எச்சிலுக்குத் திரும்புதல் என்பது ஒரு கிளாஸிக்காகத்தான் இப்போது மாறிவிட்டது. நண்பர்களே இப்படியான ஒரு மூச்சிரைக்காத இதயம் என்கின்ற கவிதை அவருடைய கவிதையில் எனக்குச் சுவாரசியமாக ஒரு கவிதையாக இருக்கிறது.

ஏவல் வினை என்கின்ற ஒரு கவிதையில் முழுக்க முழுக்க மொழியைப் பற்றி எழுதி இருப்பார் அதில் சைகையில் வாழ்பவன் புழுவை உருதரிக்க, ஒரு புழுவை உருத்தரிக்க, புழு பத்தி ஒருத்தன் பேசத் தெரியாதவன், புழு பத்தி சொல்லனும்னா, சைகையில் சொல்லனும் என்றால் அவன் தொழிற்சாலை அளவிற்குக் கைகளை அசைக்கிறான். தொழிற்சாலை அளவுக்கு அந்தச் சின்னப் புழுவ பத்தி ஒருத்தன் உனக்குக் கம்யூனிகேட் பண்ணனும்னா ஒரு புழுவை உருவாக்குவதற்கு என சைய்கை ஒரு தொழிற்சாலை அளவிற்கு நான் கைகளை அசைக்க வேண்டி இருக்கிறது என்று மொழியினுடைய காத்திரத்தைச் சொல்கிறபோது, ஒரு இடத்திலே தண்ணீர் மொண்டு கொண்டு வா என்று எப்படிச் சொல்ல முடியும் அவனால் என்று ஒரு கேள்வி கேட்டு, அது ஒரு ஏவல் வினை என்று சொல்லி, ஏவியது ஒடுக்கப்பட்டவனையா,மனைவியையா? நண்பனையா? என்று மூன்று கேள்விகளை அந்த ஒரே ஒரு வரியில் அடுக்குகிறார். ஏவியது ஒடுக்கப்பட்டவனையா? நண்பனையா? மனைவியையா? இந்த மூன்றுமே ஏவலுக்கு உட்பட்டவராக அவர் வரிசை படுத்துகிறார். ஒடுக்கப்பட்டவனைதான் நீங்கள் ஏவ முடியும். அடுத்த கட்டத்தில் வருவது மனைவி, மனைவியைதான் நீங்கள் ஏவ முடியும். நண்பனை ஏவ முடியுமா?, ஏவ முடியும் என்று அவர் பட்டியலில். ஏவியது ஒடுக்கப்பட்டவனையா? மனைவியையா? நண்பனையா? என்று கேட்கிறார். இருந்தாலும் நண்பனை ஏவ முடியும். 'நான் என் மச்சானுக்காக உயிரையே கொடுப்பேன் டா' அப்படின்னு சொல்றான் பாரு அப்போ அவனைத்தான் ஏவ முடியும். அந்த ஒரு அடிமைத்தனம் எங்கே இருக்கிறதோ, நட்பின் பொருட்டாக இருந்தாலும் அன்பின் பொருட்டாக இருந்தாலும் எங்கு அதிகபட்சமாக அன்பின் பொருட்டு ஒரு வன்முறை நிகழ்கிறது என்றால் அந்த அன்பு அடிமையாக மாற்றப் படுகிற போது நீங்கள் ஏவுவதற்குத் தயாராகி விடுவீர்கள். எனவே ஏவியது யார் என்ற இடத்தில் ஒடுக்கப்பட்டவனையா? மனைவியையா? நண்பனையா? என்று கேட்கிற அந்தக் கேள்வியை.

'மொண்டு வா' என்பதுகூட ரொம்ப அழகா இருக்குது 'மொண்டு வா' இப்ப யாரும் அந்தச் சொல்லை யூஸ் பண்ண மாட்டாங்க மொண்டு வான்னு பயன்படுத்தமாட்டார்கள்.

சொற்களில் தான் ஒரு எழுத்து கலைஞனுடைய சாமர்த்தியம் இருக்கிறது. குந்தருது, உட்காருதல், அமர்தல் சப்பனமிடுதல் எல்லாம் உட்கார்துதான். ஒவ்வொன்னும் ஒவ்வொரு தன்மைக்குரியது. குந்துதல் அவன் குத்திகிட்டுயிருந்தான். குந்துதல் என்றால் தரையோடு தரையாக அவனுடைய புட்டம் தரையில் அழுந்தி இருப்பதுதான் குந்துதல். மண்ணோடு எவன் தொடர்புக்குள்ளானோ, அவன் தான் எந்த வெட்கம் கிட்கம் பார்க்காம குந்திபான். நீங்க பஸ் ஸ்டாண்ட்லயெல்லாம் பார்த்தீங்கன்னா கிராமத்திலிருந்து வந்தவன் எதையும் பார்க்க மாட்டான். சீட்டு இருக்குதா? கொஞ்சம் ஊதி உட்காரலமான்னு அப்படியே தரையில உட்காருவான். ஏனென்றால் மண்ணுக்கும் அவனுக்குமான உறவை அவன் தொடர்ந்து வெளிப்படுத்திக்கொண்டே இருப்பான் அது குந்துதல். உட்காருதல் அல்லச் அமர்தல் அல்ல சப்பணமல்ல, எனவே சொற்களைக் கையாளுவது யவனிகா ஸ்ரீராம் மிகத் தேர்ந்த கலைஞனாக எப்பொழுதுமே இருந்து கொண்டிருக்கிறார்.

ருதுவின் திமிறல் என்கின்ற ஒரு கவிதையில் பக்கம் 28ல் என்ன ஒரு சிக்கல்னா? நான் முதலிலேயே முடிவு பண்ணிட்டேன் இந்த மனுஷன் எப்பவுமே அரசியலைத் தவிர வேற எழுத மாட்டார்னு, அப்படி அரசியல்னு முடிவானதால காதல் கவிதையை எழுதினால் கூட இதுல எதுனா அரசியல் இருக்குமான்னு பார்க்க வேண்டியதா இருக்கு. நம்ம புத்தி அந்தச் சிவப்பு கண்ணாடி போட்டா கம்யூனிஸம், நீலக் கண்ணாடி போட்ட தலித்தியம், அப்படிக் கருப்பு கண்ணாடி போட்டா திராவிடம், அப்படி என்ன கண்ணாடி மாட்டிக்கிறமோ அந்தக் கண்ணாடியிலேயே பிரதியைப் பார்த்துப் பார்த்துப் பறக்குற மாதிரி, இது இவர் அரசியல் கவிதைதானே எழுதுவாரு காதல் கவிதையெல்லாம் எழுத மாட்டாரே, வாய்ப்பே இல்லையே என்று காதல் கவிதையைப் படித்தால் கூட எனக்கு அரசியலை அதற்குள் பொருத்திப் பார்க்க வேண்டியவன் ஆகி விடுகிறேன்.

ஒரு கவிதை இருக்குப் பாருங்க, மூன்று காதல் அவருக்கு இருக்கு. முதல் காதல் அது நோயுற்ற இருமலுடன் கழிந்து போனது. இரண்டாவது காதல் பொருளற்றுப்போன பிச்சைக்காரனாய் இறஞ்சியயது. மூன்றாவது காதல் கையில் முத்தமிடக் குனியும்போது நிராசையின் நெஞ்சில் உதைத்துத் தள்ளியது என்று மூன்று காதல்களைக் குறிப்பிடுகிறார் யவனிகா ஸ்ரீராமுக்கு மூன்று காதலா? ஆனால் நான் இதை இப்படியாகத்தான் பார்க்கிறேன். நோயுற்ற இருமலுடன் கழிந்து போனது என்றாள் அந்தக் காதல் திராவிடத்தின் மீதான காதலா?, பொருளற்றுப்போன பிச்சைகாரனாய் இறஞ்சியது என்றால் கம்யூனிசத்தைச் சொல்றானா? கையில் முத்தமிடக்

குனியும்போது நிராசையுடன் உதைத்துப் போனது என்றால் நாத்திகத்தைச் சொல்றானா? ஏதோ ஒரு கொள்கையைத்தான் காதல்ன்னு சொல்கிறாரா என்று காதலைப் படித்தால் கூடப் புத்தி அது ஒரு கருத்தியலாக இருக்குமோ என்று பார்க்கிற படியான ஒரு தன்மைக்குப் புத்தி போய்விடுகிறது.

நண்பர்களே கொண்டாட்டம் பற்றி ஒரு கவிதையில். இதுல கொண்டாட்டமே இருக்கா? இருக்கு. இப்ப சிக்கலே இதுதான் அரசியல் கவிதைன்னு நான் முடிவு பண்ணிட்டேன் இல்லைங்களா! அதனால நீ கொண்டாட்டத்தைப் பார்த்தா கூட அது எனக்கு அரசியல்தான், நீ அரசியல் தவிர நீ எதுவும் பேச மாட்டேன்னு எனக்குத் தெரியும் என்று சொல்லக்கூடிய தன்மைக்கு வந்துவிடுகிறது.

ஒரு நகை செய்யும் தட்டானும் பருத்தி விவசாயியும் சந்திக்கிறார்கள் டாஸ்மாக்கிலே. ஒருவன் நைட்ரிக் அமிலத்தோடும், இன்னொருவன் ரோகர் குப்பியோடும் வந்து மதுவிலே கலந்து தெருவே அதிரும் படி சிரிக்கிறார்கள். பிறகு ஒருவர் தோளில் ஒருவர் கை போட்டபடி செல்கிறார்கள். அவர்கள் உருவம் புலப்படவேயில்லை என்று கவிதையை முடிக்கிறார். இது எப்படிக் கொண்டாட்டம், டாஸ்மாக் கொண்டாட்டம்னு இந்தக் கவிதையைச் சொல்ல முடியும், சாவறதுக்கு மருந்து எடுத்தாங்க ரெண்டு பேரும் கலந்து, டாஸ்மாக்ல கலந்து குடிச்சிட்டு சந்தோஷமா சிரிச்சு தோல் மேலக் கை போட்டுக்குனு அந்தத் தெருவே வேடிக்கை பார்க்கிற அளவுக்குச் சிரிச்சுகிட்டு போய்க் கொண்டு இருக்கிறார்கள் அவர்கள் உருவம் அகப்பட வில்லை என்றால் இது எப்படிக் கொண்டாட்டத்தின் கவிதையாக இருக்க முடியும். இது முழுக்க முழுக்க இந்நாட்டு, சமூகத்தினுடைய, தமிழகத்தினுடைய விவசாயிகளின் நிலையைச் சொல்வதாகத் தான் நாம் எடுத்துக் கொள்ள முடியும்.

இன்னொரு இடத்திலே முனைவர் பட்டம் பெற்ற பிரியங்கா இப்போது பிச்சை எடுத்துக் கொண்டிருக்கிறாள் என்று ஒரு கவிதை வரும். அது ரொம்ப டெரரான கவிதை அது. எனக்குப் பிடித்த முக்கியமான வரியை மட்டும் உள்ள இன்புட் பண்றேன். தன் கூந்தலைக் கழுவக் கடலைத் தேர்வு செய்கிறாள் அவ்வளவு அழுக்கு, அவ்வளவு குஷ்டம். பத்தல ஆறு குளம். தன் கூந்தலைக் கழுவக் கடலைத் தேர்வு செய்கிறாள். நகரச் சந்தியில் பேரம் பேசுபவர்களோடு கேலி சிரிப்போடு நிற்கிறாள். எதக்குப் பேரம்னு தெரியல. தன் இருக்கையில் சிபாரிசுகள் ஏதுமற்று மிகத் திருப்தியாகப் பிச்சை எடுக்கிறாள். இதெல்லாம் விஷயம் இல்ல, இப்ப எங்க இது பாலிடிக்ஸ் போயமாகும்? அரசியல் கவிதையா பார்க்க

வேண்டியதுனா, இப்ப ஒருவரி வருது பாருங்க அவள் பூமி மீதான கொள்முதலிலிருந்து வெளியேறிவிட்டாள். பூமி மீதான கொள்முதல் நீங்க நானு. எல்லாம் பூமி மீதான ஒரு கொள்முதல் நீங்கள்லாம் ஒரு நுகர்வு பொருள், நான் ஒரு நுகர்வு பொருள். நுகர்பொருள் கலாச்சாரத்தில் உன்ன நீ விக்கிற, டிமாண்ட் தான் மாறுது, ஒப்பந்தம் மாறுது. கொஞ்சம் நாகரீகமாக வித்துகறேன், நான் கொஞ்சம் மோசமா வித்துகறேன். நம்மை நாம் விற்றுக் கொள்கிறோம். எதன் அடிப்படையில், ஒரு நுகர்வுப் பொருளாக. ஆனால் அந்தப் பிச்சை எடுக்கும் முனைவர் பட்டம் பெற்ற பிரியங்கா பூமி மீதான கொள்முதலிலிருந்து வெளியேறி விட்டாள் என்று நம்மை மறைமுகமாகச் சாடி செல்கிறார் யவனிகா ஸ்ரீராம்.

ஒட்டுமொத்த ஆரிய வரலாற்றை இருவத்தெட்டு வரியில், இளங்கன்றின்மாமிசம் என்ற கவிதையில் எழுதியிருந்தார். எனக்கு அதுல எப்படிக் குதிரைகளோடு உள்ள வந்தாங்க, எங்கெங்கெல்லாம் கொஞ்சம் கொஞ்சம் அனுப்புனாங்க, மீதி எவ்வளவு இருந்தது அதக்குப் பிறகு குதிரைக்குப் பதில் எப்படி அவங்க கையில மாடுகள் கைக்கு வந்தது, இப்ப அவங்க கையில என்ன வெச்சிருக்காங்க எத்தனை கன்றுக்குட்டிகள் அல்லது மாடுகள் வைத்துக் கொண்டிருக்கிறார்கள் என்று ஒரு பட்டியல் 28 வரிகளில் ஒரு ஆரிய வரலாற்றை எழுதியிருக்கிறார்.

எனக்குக் கொஞ்சம் வரலாற்றில் வீக்குன்றதால எனக்கு ஒரு இடத்தில் குழப்பம் ஆயிடுச்சு. குதிரைக் கறியைத் தின்றுகொண்டிருந்தவர்கள், இப்பொழுது இளம் கன்றின் ருசிக்காக ஏங்குகிறார்கள் என்று ஒரு வரி வரும். குதிரைக் கறியைச் சாப்பிடுவாங்களான்னு எனக்குத் தெரியல, உடனே போன் பண்ணி 'அண்ணா, குதிரைக் கறியைச் சாப்பிடுவாங்களா?' 'டேய் தம்பி மொதல்ல அவனுங்க அதாண்டா சாப்பிட்டுன்னு இருந்தானுங்க, இப்பத்தான் இந்தக் கறிக்கெல்லாம் மாறனானுங்க, புத்தர் வந்து பிறகு அது சரி இல்லன்னு சொல்லிட்டுச் சைவத்துக்கு மாறிட்டானுங்கடா' சொன்னாரு. இந்த வரலாறு ஒரு வரி.. குதிரைக் கறி சாப்பிடுவாங்களா என்று கேட்டதற்குப் பின்னால் இவ்வளவு அரசியலை அவர் ஒளித்து வைத்திருக்கிறார் என்பதுதான் அவருடைய மிக முக்கியமான இந்தக் கவிதை தொகுப்பபாக நான் பார்க்கிறேன்.

எந்த அரசியல் கவிதை எழுதினாலும் அல்லது அரசியலைப் பற்றி சொன்னாலும் ஈழத்தைப் பற்றி சொல்லாமல் ஒரு கவிதை பூர்த்தி ஆகுமா. மிக முக்கியமான வரி, ஆனால் அது ஈழமாக இருக்கா?, அது வாசிப்பவன் கண்ணோட்டம் நான் ஈழமாகத்தான் பார்க்கிறேன்.

இந்தக் கவிதை பாருங்க அதனுடைய அர்த்தம் முதலில் கோனாரச் சொல்லிடறேன். எலிகள் தமிழகத்து அரசியல்வாதிகள், குழந்தைகளைத் தின்னக் கொடுத்தவர்கள் மக்கள், புலிகள் போராளிகள், புத்தலாயங்கள் இலங்கை அரசு, படகோட்டி அதனுடைய தலைவன், நிறை சூலி வரப்போகிற காலம், இது நான் எடுத்துக்கிட்ட ஒரு டிக்ஸனரி. இப்ப கவிதையை வாசிக்கிறேன் பாருங்க ஆனா அதுக்கான அர்த்தமா கூட இருக்காது அது. பசித்த புலியின் ஓய்வு தடங்கள் பழைய புத்தகலாயங்களில் ஒளிந்திருக்கின்றன. புலிகளின் ஓய்வு தடங்கள் புத்தலாயங்களில் ஒளிந்திருக்கின்றன. ராணுவத்திடம் ஒளிந்திருக்கிறது. நாங்கள் எலிகளைப் போலக் கூடினோம். நாங்கள் எலிகளைப் போலக் கூடினோம்- தமிழக அரசியல் வாதிகள், எனினும் அவன் 14 நூற்றாண்டுகளை அக்கரைக்குக் கடத்திய படகோட்டி.. யார்- பிரபாகரன். அவன் 14 நூற்றாண்டுகளை அக்கரைக்குக் கடத்திய படகோட்டி. நான் குழந்தைகளைத் தின்னக் கொடுத்துத் திரிகிறேன் .மக்கள் தான் குழந்தைகள்.நான் குழந்தைகளைத் தின்னக் கொடுத்துத் திரிகிறேன் ஆனாலும் நிறை சூலி. என்று அந்தக் கவிதை முடிகிறது.

நிறை சூலி என்றால் முழுக் கர்ப்பவதி நீ எத்தனை குழந்தைகளைத் தின்றாலும் நான் தொடர்ந்து என்னுடைய குழந்தைகளைக் கொடுத்துக் கொண்டே இருப்பேன் என்னுடைய விடியலுக்காக என்று சொல்லக்கூடிய ஈழக் கவிதையாகத்தான் இதை நான் பார்க்கிறேன் அல்லது நான் வாசிப்பு தவறாக இருந்தால் அண்ணன் வந்து அதற்கு இல்ல நீ தப்பா வாசிச்ச தம்பி இது அந்தக் அர்த்தத்துல அந்த கவிதையை நான் எழுதல என்று சொல்லி விடலாம்.

நண்பர்களே இப்படியாக இந்தக் கவிதை முழுக்க நிறைய இருக்குக் குறிப்பிடுவதற்கு நேரம் கருதிச் சிலவற்றை என்னுடைய ஓலைச்சுவடியிலிருந்து நிறுத்திக்கொள்கிறேன். இப்படியாக நாம் இந்த அரசியல் கவிதைகளைக் கொஞ்சம் காத்திரத்தோடு கொஞ்சம் சூடு சுரணை உள்ள தன்மையோடு வாசித்தால் உங்களுக்குப் புலப்படாத பல ரகசியங்களும் எல்லாம் இந்தக் கவிதையில் புலப்படும்.

நாம் நம் ஏழைகளுக்கு இனி இந்தப் பூமி இல்லை முழுக்க முழுக்க இது காலனி ஆகிவிட்டது இன்னும் கொஞ்சம் நாளில் போலீசும் இராணுவமும் தனியார் வசம் ஆகிவிடும் அவரவர்களுக்கான காவல் நிலையங்களை அவரவர்களுக்கான ராணுவங்களை டெண்டர் விடக்கூடிய தன்மைக்கு இந்தியா வந்து விடும் என்கின்ற எதிர்காலக் காலனியை அல்லது ஏழைகளுக்கு, இந்த நாடு இல்லாத தன்மையை

அலெக்சாண்டரின் காலனி இந்தக் கவிதையில் சொல்லிக்கொண்டே இருக்கிறது.

அப்படி என்றால் நாம் என்னதான் செய்வது உன்னுடைய சூடும் சொரணையும் இல்லாவிட்டால்... அதோ உன்னை விட்டு தொலைவில் மறைகிறது நோவாவின் கப்பல்... உனக்கு அங்கு இடமில்லை என்பதுதான் அவருடைய அறிவிப்பாக இருக்கிறது நன்றி வணக்கம்!

வேட்கையில் எரியும் பெருங்காடு – பச்சையப்பன்

மேடையில் அமர்ந்திருக்கும் அனைத்து ஆளுமைகளுக்கும் வளமான வணக்கங்கள். மேடைக்கு எதிரே இந்த விழாவுக்காக நேரம் ஒதுக்கி வந்திருக்கும் அனைத்து எழுத்தாளர்களுக்கும் வாசகர்களுக்கும் வளமான வணக்கங்கள்.

எதிரே அமர்ந்திருப்பவர்கள் வெறும் பார்வையாளராகத் தெரியவில்லை ஒவ்வொருவரும் ஒரு ஆளுமை மிக்கவர்களாக எதிரே இருக்கிறார்கள். குறிப்பாகத் தமிழ்மணவாளன், எஸ்.சங்கரநாராயணன், கரன்கார்க்கி, குகை. மா.புகழேந்தி, துரை நந்தகுமார், ஆசு, சைலபதி என்று ஒரு பெரும் ஆளுமைகளின் பட்டியல் எதிரே இருக்கிற போது நான் நண்பர் பச்சையப்பன் கவிதை குறித்துப் பேசுவது பெருமைக்குரியதாகவும் மகிழ்ச்சிக்குரியதாகவும் இருக்கிறது.

நண்பர்களே அப்பத்திலிருந்து பார்க்கறேன் கூட்டம் ரொம்ப இறுக்கமாகவே இருந்துட்டு இருக்கு ஏதோ மிலிட்டரிக்கு ஆள் எடுக்குற மாதிரி.

இது இயல்பான ரொம்ப ரொம்ப இயல்பான கை தட்றதுக்கு கூட ரொம்ப அளந்துதான் தட்றாங்க. தட்டலாமா? வேணாமா? அப்படின்ற மாதிரி ஒரு மகா யோசனையில் தான் இருக்காங்க, அப்படி ஒன்னும் இல்ல உங்க மனசுக்குப் பிடிச்சிருந்தா கைரேகை கரையும் வரை தட்டலாம்.

நண்பர்களே எனக்கு அளிக்கப்பட்டிருந்த புத்தகம் நண்பர் பச்சையப்பனுடைய வேட்கையில் எரியும் பெருங்காடு ஒரு விஷயத்தின் மீதான அபிப்ராயம் தான் படைப்பு அந்தப் படைப்பு வெளியில் பன்முகத் தன்மையோடு இருப்பது கவிதை.

எது கவிதை என்பதற்கு யார் விளக்கம் சொல்வது கவிதைன்னா என்ன? எனக்குச் சிம்பிளா ஒரு வரியில் சொல்லு அப்படின்னு நீங்க

ஜாம்பவான் கிட்டயெல்லாம் கேட்டீங்கன்னா அவங்க சொல்ற விளக்கங்களைப் பாருங்க..

கவிதை என்பது படிமங்களின் வெளிப்பாடு என்பார் பிரம்மராஜன்

இல்லை இல்லை கவிதை என்பது புனைவுகளின் அரசியல் என்பார் பாண்டிச்சேரி ரமேஷ் பிரேதன்.

இல்லை இல்லை கவிதை என்பது மாற்றுமொழி கணிதம் என்பார் தேவதச்சன்.

கவிதை என்பது போர்வாள் என்பார் இன்குலாப்

கவிதை என்பது வாழ்வின் ஆவணம் என்பார் பழமலய்

கவிதை என்பது ஆன்மீகச் சாளரத்தின் ஒரு வாசல் என்பார் ப்ரேமிள் ஆகக் கவிதை என்பதற்கு யாரும் இதுவரை திட்டவட்டமான வரையறை இதுவரை கொடுக்கவே இல்லை அப்படித் திட்டவட்டமான வரையறைக்குள் கவிதை அடங்கவும் இல்லை. அப்படி அடங்காமல் இருப்பதால்தான் இன்னும் கவிதை உயிரோடு இருந்து கொண்டிருக்கிறது. அப்படி உயிர்ப்புமிக்க கவிதையைத் தொடர்ந்து எழுதிக்கொண்டு வரும் பலரில் பேராசிரியர் எங்கள் நண்பர் பச்சையப்பனும் ஒருவர்.

நண்பர்களே 1997இல் பச்சையப்பன் கவிதை என்று எழுதி முதல் பரிசு பெற்று இதழில் அச்சானது கல்கி வார இதழில்தான். சரியா நண்பா? அதற்குப் பிறகு இப்பொழுது வேட்கையில் எரியும் இந்தப் பெரும் காடு என்ற நூலின் முதல் விமர்சனமும் சென்ற வாரம் கல்கியில் தான் வெளியாகியிருக்கிறது. ஆக அந்த இதழில் பணிபுரிகிறவன் என்கின்ற காரணத்தில் இந்த நூல் குறித்துப் பேசுவதில் எனக்குப் பெருமிதமாகவும் மகிழ்ச்சியாகவும் இருக்கிறது.

நண்பர்களே காத்திரமான கவிதை தொகுப்புகளை நூல்களையெல்லாம் தந்தவர் பச்சையப்பன். சுமார் இது எட்டாவது நூலா? நண்பா இது எட்டாவது நூல் பாருங்க அவருக்கு வயசு 48 இருக்குமா? இருக்கும் 48தான். 48 வயசுல காத்திரமான ஏழு கவிதைத் தொகுப்புகளைப் போட்டுட்டு இந்த மனுஷன் இப்போ காதல் கவிதை எழுதுறான். இது முழுக்கக் முழுக்க காதல் கவிதைகள். ஏன் இந்த வயசுல தான் இந்தத் தொகுப்பு வெளியிடனுமா? ஆமா காதலுடைய அந்தமும் ஆதியும் இப்போதுதான் அவர் முழுமையாக அறிந்து கொண்டிருக்கலாம். எனவே இந்த வயதில் அவர் அதை வெளியிட்டிருக்கிறார். இது ஒரு காதல் அந்தாதி போல்தான் இருக்கிறது.

காதலுக்காக எத்தனை ஜென்மம் வேண்டுமானாலும் எடுக்கலாம். பச்சையப்பன் இந்தக் கவிதை தொகுப்பில் ஓரிடத்தில் நான் விஷ்ணுவாக ஜென்மம் எடுக்கிறேன் என்று எழுதி இருக்கிறார். அந்த வரி இப்படித்தான் வரும் ஐந்து தலை வாசுகி மீது புரண்டு படுகிறது என் ஜென்மம் என்று எழுதுகிறார்.

நண்பர்களே விஷ்ணு ஒருமுறை புரண்டு படுத்தால் என்னாகும் என்பதைதான் மிக விரிவாக விஷ்ணுபுரத்தில் ஜெயமோகன் எழுதினார். இவரும் விஷ்ணுவைப் போலத்தான் புரண்டு படுக்கிறார். இந்தப் பிரதியுனுடைய மையச் சரடு எனக்கு அங்கிருந்துதான் தொடங்குகிறது. அந்த ஐந்து தலைப் பாம்பு.அதன் மீது படுத்து இருப்பவர் விஷ்ணு. படுப்பதற்கு விஷ்ணு பாம்பைப் பயன்படுத்துகிறார் பயணம் செய்வதற்குக் கருடனைப் பயன்படுத்துகிறார் ஆனால் கருடனுக்கும் பாம்புக்கும் எப்போதும் ஆகப்ாது முரண்பாடு. ஆக படுப்பதற்குப் பாம்பையும் பறப்பதற்குக் கருடனையும் என்று வேறு வேறு விதமான இரண்டு முரண்பாடுகளை ஒன்றாக விஷ்ணு இணைத்துதான் செய்கிறான் அப்படித்தான் இந்தக் கவிதை தொகுப்பிலும் அவர் ஒரு நேர்கோட்டை எழுதிப் பார்க்கிறார். என்னயென்றால், இவருடைய ஐம்புலன்கள் வெளியே இருக்கும் பஞ்சப் பூதங்கள், பஞ்சப் பூதத்தையும் தன்னுடைய ஐம்புலன்களையும் ஒன்றாகக் காதல் என்ற சரடின் மூலமாக இணைத்து எழுதிப் பார்ப்பதுதான் இந்த ஒட்டுமொத்தக் கவிதை தொகுப்பினுடைய மையச் சரடு அப்படிப் பஞ்சபூதமான விஷயங்களைத் தன்னுடைய ஐம்புலன்களோடு எப்படித் தன் கவிதையோடு இணைத்திருக்கிறார். இது என்னுடைய விமர்சனம்தான் நீங்க படிச்சு பார்த்துட்டு அப்படிக் ஒன்னும் இல்லன்னா? இருக்காது நான் அப்படி கோத்துக் கோத்து எடுத்துப் பார்க்கிறேன் .

பாருங்க நண்பர்களே பஞ்சபூதமான நிலம் இவர் கவிதையில் என்னவாக மாறுகிறது. என் நிலத்தின் ஒற்றைப் பனை நீ , வனத்தினுடைய மொத்தச் சாயலில் ஒரு மாங்கன்றை நீ பரிசளிக்கிறாய், நான் சிறு நிலமும் இல்லாமல் அதைக் கையில் வைத்தபடியே அலைகிறேன். சிறு நிலமும் இல்லாமல் கையில் வைத்தபடியே அலைகிறேன், இது நிலம்!

சரி நீர்?

யாரும் இறங்காத குளத்தின், யாரும் இறங்காத குளம் என்றால் அது சலனமில்லாமல் அமைதியாக இருக்கும். அந்தக் குளம் அமைதி என்று ஒரு கவிஞன் எப்போதும் சொல்ல மாட்டான். யாரும் இறங்காத குளத்தின் தண்ணீராய் என்னைத் தூங்க வைப்பவள்,

அந்தக் குளம் தூங்குகிறது என்கிறான்.

உன் மழையில் நனைந்து நனைந்து கத்தும் தவளை நான் என்று எழுதுகிறான் இது ஐம்புலனான நீர்.

அடுத்ததாகக் காற்று,

காற்று வழியேதும் மேகம் நான் காற்றின் ஈரம் கூட உன் இமை விளிம்பில் கிளிஞ்சல் பொறுக்குவேன் என்கிறான்.

அடுத்ததாக அக்னி,

கடல் எரியும் தீக் கொழுந்து அலையெனத் தகிக்கிறது கண்ணே என்று அக்னியையும் விட்டுவைக்கவில்லை.

கடைசியில் அவனே வெளியாகக் கவிதையாக இந்தத் தொகுப்பு முழுக்கப் போகிறான். இப்படியெல்லாம் பூதங்களையும் புலன்களையும் காதலில் கோர்க்க முடியுமா? தெரியாது ஆனால் பிரிக்கமுடியாது என்று அவன் மறைமுகமாக எழுதுகிறான். நீ வெளிச்சம் நான் இருட்டு சேர முடியாது சரி பிரிக்க முடியுமா என்ன? நெஞ்சில் பொழியவென்றே சேகரித்த என் மேகங்கள் உன் நிலமற்ற வெளியில் அலைவதை அறிவாயா நீ என்று காதலியிடமா கேட்கிறான், இல்லை நம்மிடம் தான்.

இந்தத் தொகுப்பு முழுக்க ஒரு உரையாடல் தன்மையில் எழுதிப் பார்க்கிறான். பல்வேறு இடங்களில் பல்வேறு விதமான உரையாடல்கள் இருக்கிறது அந்த உரையாடலையெல்லாம் கோர்த்து நான் உங்கள் முன் காட்டுகிறேன் பாருங்கள்.

இருபத்தி மூன்றாவது பக்கத்தில் காதலன் காதல் உரையாடல் ஒன்று நடக்கிறது, அந்த உரையாடலை ஒரு துணி நெய்தலொடு ஒப்பிடுகிறான். நான் பாவு நூல் நீ ஊடு நூல் இரண்டுக்கும் நடுவில் அங்குமிங்குமாய் ஓடுகிறது கனவு நாடா இதை நீங்கள் நெய்யும்போது பார்த்தால்தான் இந்தக் கவிதையை விளங்கிக்கொள்ள முடியும். எப்படி மேலவும் கீழவும் தொடர்ந்து நூல் இருக்கும் நடுவுல ஒரு நாடாவை உள்ளே உள்ள இழுத்து எப்படிப் போடுவாங்கன்றதை பார்த்தாதான் தெரியும். ஆக நெய்தலைப் போல நம்முடைய உரையாடல் இருக்கிறது. துணி நெய்வதைப் போல உரையாடல் இருக்கிறது என்கிறார்.

இன்னொரு இடத்தில் நான் செங்கலை எடுத்து எடுத்துப் போடுகிறேன் நீ வாங்கி வாங்கி அடுக்குகிறாய், நம்முடைய உரையாடல் செங்கல் அடுக்குவது போல இருக்கிறது என்று சொல்லி விட்டால்அது பெரிய விசயமில்ல ஆனால் அப்படிச் செங்கல்லை

அடுக்குகிறபோது சில நேரம் செங்கல்லுக்கு அடியிலிருந்து தேளும் கொட்டிவிடுகிறது, வலித்தாங்கதான் வேண்டும் என்கிறார். உரையாடல் எப்போதும் உரையாடலாக இருப்பதில்லையே சில நேரங்களில் அரசல்புரசலாகச் சண்டை வரக் கூடும் அல்லவா எனவே அதையும் கூட அவன் இங்கிதமாகத் தான் வெளியிட்டுள்ளான்.

முப்பதாவது பக்கத்தில் ஒரு இடத்தில் இரண்டு பேர் பேசிக்கிறாங்க இவன் சொல்றான் ‘நீ கண்ணுக்குள் நிற்கிறாய் பெண்ணே என் கண்ணுல நிக்கிற’ அவ சொல்றா ‘உட்கார வை கால் வலிக்கும்’ இவன் சொல்றான் உட்கார வைக்க மாட்டேன் என்னுடைய இமைகளை அழுத்தி அழுத்தி உன் கால்களை நான் அமுக்கி விடுவேன்’ இது உரையாடல் ஒரு இடத்தில் வருகிற உரையாடல்.

இன்னொரு இடத்தில் ஒரு உரையாடல் கடற்கரையில் இந்தக் கடற்கரை எப்போது முடியும் என்று இவர் கேட்க, எப்போதும் ஒரு பிரதியில், பிரதிக்குள்ள இருக்கக்கூடிய காதலனை எழுதியவனாகப் பார்ப்பது அபத்தமான வாசிப்பு. ஆனாலும் காதல் கவிதை என்கிற பொழுது அதை இன்னும் கூடுதலாக ரசிப்பதற்காகத் தான் பச்சையப்பனை இதில்நுழைத்துப் நுழைத்து பேசுகிறேன். அதில் ஒரு பெருமை இருக்கிறது என்னவென்றால் ஒரு கவிஞன் நூலை வெளியிடும் பொழுது மனைவி இருப்பது மகா பெருமை அல்லவா! எங்களுக்கெல்லாம் அந்தப் பாக்கியம் கிடைக்கல, அஞ்சு தொகுப்பு நானும் போட்டுட்டேன், இதுவரையும் ஒரு கூட்டத்தையும் என் பொண்டாட்டி வந்து உட்காரவே இல்லை, எனவே அந்தக் காதல் கவிதை பேசும் போது அவர் துணைவியார் இருப்பது இந்தக் கவிதையை ரசிக்கிற போது இன்னும் கூடுதல் பலம் கிடைக்கும் என்பதற்காகத்தான் சொல்கிறேன். கடற்கரை எதுவரை முடியும் என் கண்ணில் தொடங்கி உன் கண்ணில் முடியும் என்று எழுதுகிறான்.

நண்பர்களே இது வெறும் முழுக்கமுழுக்கக் காதல் கவிதை தானா? இல்லை. இன்னொரு கோணத்திலும் இந்தக் கவிதையை என்னால் அணுகமுடியும் காதலாகவும் பார்ப்பேன் அரசியலாகவும் என்னால் பார்க்க முடியும். தமிழ் துன்பமாகவும் என்னால் பார்க்க முடியும். இப்போது வேறொரு கவிதையை வேறொரு கோணத்தில் பார்க்கிறேன். உங்களுக்கு என்.டி. ராஜ்குமார் என்ற ஒரு நவீன கவிஞன் இருக்கிறான் தெரியுமா? என்று இங்கு இருக்கக் கூடியவர்களுக்குத் தெரியாது. என்.டி.ராஜ்குமார் அவருடைய தொகுப்புகள் ஒடக்கு போன்றபல் தொகுப்பு. பிரமாதமான கவிஞன். நண்பர் ராஜ்குமார் ஒரு கவிதை எழுதி இருப்பார் அது உள்ள வர்ற பெரிய கவிதை அதுல வர நாலு வரியை மட்டும் சொல்றேன்

பாருங்க கரெக்டா வரி எனக்கு ஞாபகமில்ல அதனுடைய அந்தச் சரடு மட்டும் நான் சொல்றேன் ‘அவன் நம் முருகன், ஒருபோதும் அவனைச் சுப்ரமணி என்று அழைக்காதே அவன் நம் முருகன் ஒருபோதும் அவனைச் சுப்பிரமணி என்று அழைக்காதே சுப்பிரமணி நமஹா என்று அவனைச் சோம்பல் ஆக்காதே முருகனுக்கு மாமிசம் தின்னக் கொடு, மாமிசம் தின்னக் கொடுத்து வேலை வாங்கனும்’ என்று எழுதியிருப்பான். மாமிசத்தைத் தின்னக் கொடுத்து வேலை வாங்கணும் என்று அந்தக் கவிதை வரும். இதில் முருகன் என்பவன் தமிழனுடைய பாரம்பரியக் கடவுள் பரம்பரையான கடவுள் இப்போது அவர் சுப்பிரமணியாக மாறியிருக்கிறார் நம்மிடமிருந்து விலகிவிட்டார். நீங்கள் திரும்பவும் நமகா நமகா என்று சொல்லி அவரை அன்னியப் படுத்தாதீர்கள் முருகனை மீட்டெடுங்கள், அவர் நம்மோடு இருந்தபோது மாமிசம் சாப்பிட்டவர்தான் எனவே மாமிசத்தை முருகனுக்குக் கொடுங்கள் அவரிடமிருந்து வேலை வாங்குங்கள். வேலை என்பது கையில் இருக்கின்ற வேலையா ஒர்க்ன்ற வேலையா என்பதை நீங்கள்தான் பார்த்துக் கொள்ள வேண்டும். இப்படி ஒரு கவிதையை என்.டி.ராஜ்குமார் எழுதியிருக்கிறார்.

சரி அதற்குச் சற்றும் குறையாத கவிதையை நண்பன் பச்சையப்பன் எழுதி இருக்கிறான் இதுதான் மிக முக்கியமானது பம்பை அடித்து இது பச்சையப்பன் கவிதை ‘பம்பை அடித்து, கடா வெட்டி, கூழ் ஊற்றித் தெய்வத்தை மடக்கிப் பிகரை மடக்கல... காப்பத்தரியா என்றுதான் சூடம் அடிக்கச் சொல்லிச் சத்தியம் வாங்கும் பரம்பரை நான்’ என்று எழுதுகிறார்.

கடவுளைக் கூப்பிட்டு உனக்கு என்னவெல்லாம் வேணுமோ அதெல்லாம் கொடுத்து அவனை மடக்கி வச்சு, அரெஸ்ட் பண்ணி என்னைக் காப்பாத்துவியா அப்படின்னு கடவுள் கிட்டக் கேக்கறவண்டா நானு என்று ஒரு கவிதை எழுதுகிறார்.

நண்பர்களே இப்படிக் கடவுளையே கண்ட்ரோல் பண்ணக் கூடிய நான் லவ் பண்றன், நீ என்ன பண்ணுவ? என்ன லவ் பண்ணுவ, உனக்குப் புடிக்கலைன்னா உனக்குச் சங்கடம் வந்துருச்சுன்னா கூடையில் நாய்க்குட்டி போல் வைத்துக் கானல் காட்டில் வீசிவிட்டுப் போவாயோ? விடமாட்டேன் கத்தி கத்தி உன் தனிமையைக் குலைப்பேன் என்று எழுதுகிறான். இதுதான் ஓர் இனத்தின்கவிதை. ஓர் காதல் கவிதை மட்டுமா இது? ஒரு காதல் கவிதை கூடவே ஒரு இனத்தினுடைய பெருமை கூடவே காதலுடைய மகிமை எல்லாவற்றையும் சேர்த்து எழுதுகிற ஒரு தன்மைதான். இந்தத் தன்மையிலேயே இந்தக் கவிதையைப் பற்றி பேசமுடியும் தொடர்ந்து.

ஆனால் இந்தச் சபை கொஞ்சம் மகிழ்ச்சியாகவும் இளமையாகவும் இருக்கட்டுமே என்பதற்காகத்தான் முழுக்கக் முழுக்க காதல் சமாச்சாரங்களை மட்டுமே எடுத்துக் கொண்டிருக்கிறேன்.

என் கனவு நத்தையினுடைய முதுகு என்று சொல்லும் பச்சையப்பன் சாகும்வரை என் கனவை வீசிவிட முடியாது என்கிறார். நத்தை ஒருபோதாவது வலிக்கிறது என்று தன் கூட்டை வீசிவிட முடியுமா? என் கனவு நத்தையின் கூடு ஒருபோதும் என்னால் வீசி விட முடியாது என்கிறார்.

அது அவன் கனவு அவள் தான் அவனின் கனவு இவன் கோடை நிலம் அவள் மழை இந்த எழுத்து கோடை நிலத்தின் மழைத்தடம். இந்த எழுத்து அவன் கோடை, அவள் மழை. இந்தப் எழுத்து, இந்த புத்தகம் என்பது கோடை நிலத்திலே மழை பெய்தால் சட்டென்று எப்படி உறிஞ்சி அந்தத் தடம் இருக்குமோ, அப்படிக் கோடை நிலத்தின் மழை தடம் என்று கோனார் உரை எழுதுகிறான்.

எந்த நேரமும் தாயினுடைய இடுப்பில் இருக்கும் தலைப்பிள்ளை போல என்ற முதல் வரியைப் போட்டுவிட்டுத் தன் காதலியை அவன் புகழ ஆரம்பிக்கிறான் அவளுடைய கருணையை, மென்மையை ஒளியை எல்லாவற்றையும் புகழ்கிறான் அது ஒன்றும் பெருமையானது அல்ல. ஒளியைப் புகழ்வதோ கருணையை மென்மையை இவையெல்லாம் தாயினுடைய இடுப்பிலிருந்து இறங்காத தலைப் பிள்ளையாகப் புகழ்வது ஒன்றும் பெருமை இல்லை, எங்குப் பச்சையப்பன் நிற்கிறார் என்றால், ‘அடியே புயலுக்கும் சாயாத ஞானம் உன்னுடையது’ என்று காதலியுடைய அறிவைக் கூட ஈகோ இல்லாமல் வியக்கிறான் பார் அங்குதான் அவன் அசல் ஆண்மகனாக ஜொலிக்கிறான் கவிதைகளில். இப்படியான அற்புதமான அழகான இன்னும் விட்டால் பேசிக்கிட்டே போவேன். ஆனால் நேரம் கருதி எவ்வளவு நேரத்தில் முடிக்க வேண்டும் ஷீட்டோடு வந்திருக்கிறேன் அடுத்து நிறைய ஆளுமைகள் பேச இருப்பதால் தொடர்ந்து இம்மாதிரியான கவிதைகளும் அவசியமாகதான் படுகிறது வாழ்க்கையைச் சுவாரஸ்யமாக்க, அடுத்தடுத்து இன்னும் பல சாதனைகள் அமையப் பச்சையப்பனை வாழ்த்தி விடைபெறுகிறேன் நன்றி வணக்கம்

■

விடம்பனம் – சீனிவாசன் நடராஜன்

அரங்கத்திற்கு வருகை தந்திருக்கும் அன்பானவர்களே, சொல்ல முடியாது இந்த அரங்கத்தில் அமர்ந்து இருக்க கூடிய யாராவது ஒரு தோழன், இந்த நாவலை விஞ்ச கூடிய இன்னொரு நாவலை எழுதவற்கான எல்லா சாத்தியங்களும் இருக்கிறபடியால், இருக்கிற சபையாக இளைஞர்கள் சூழந்துள்ள இந்த சபையை மிகுந்த பெருமிதத்தோடு வணக்கத்தோடு ஆரம்பித்துக் கொள்கிறேன்.

அண்ணன் நாராயணி கண்ணகி, ரொம்ப முக்கியமான எழுத்தாளர் என்னுடைய அண்ணன் ஸ்தானத்தில் இருப்பவர், கல்கியில் சிறுகதைப் போட்டியில் இரண்டு முறை முதல் பரிசு வாங்கியவர். எழுதி என்னத்த சாதிக்க போறோம் அப்படி ஒரு நக்கலான பார்வை, பேச்சு உண்டு எழுதியே கூட வீடு கட்ட முடியும்டா அப்படின்ற அளவுக்கு எழுதி எழுதி எழுத்துக்கள் எல்லாவற்றையும் பொருளாதாரமாக மாற்ற கூடிய ஜித்தன் நாராயணிகண்ணகி. வெறும் புகழ் எல்லாவற்றையும் அடைந்து, அதைவிட விசேஷமானது இதை இலக்கிய மெரினாவை இலக்கியத்துக்காகவே அரங்கத்தை கட்டி இரண்டு மகன்களையும் அந்த இலக்கிய வாசனையோடு வளர்த்திருப்பது மிக மிக விசேஷமானது. யாருக்கும் அமையாத ஒன்று.

அந்த இரண்டு மகன் தந்தையோடு இந்த இலக்கிய மெரினாவை இந்த அரங்கத்தை கட்டி துவங்குகிற இந்த நிகழ்ச்சியில் நான் சீனிவாசன் நடராஜன் இந்த விடம்பனம் நாவலை பற்றி ஒரு பார்வையாக என் கருத்தை உங்கள் முன் வைக்கின்றேன்.

நண்பர்களே இந்த நாவலைப் பற்றி ஒரு முழுமையான ஒரு சித்திரத்தை உங்களுக்குள் நான் வைத்து விட்டால் இதை இன்னொரு முறை நீங்கள் வாசிப்பதற்கு மிக மிக எளிமையாகி விடும். அந்த வகையில் தான் என்னுடைய பேச்சை வடிவமைத்திருக்கிறேன்.

சர்ரிலிசிய கவிஞர் வாஸ்கோபோப்பா சொல்வார் ‘வரலாறு என்பது வந்து போனவர்களின் கணக்கல்ல, தந்து போனவர்களின் கணக்கு’ அந்த கணக்கு பட்டியிலில் தன்னுடைய கணக்காக விடம்பனம் என்கிற நாவலை தந்திருக்கிறார் ஓவியர் சீனிவாசன் நடராஜன். எனக்கு எப்பவுமே இந்த சிறுகதை, கவிதை இதெல்லாம் ஒரு பிரச்சனையே கிடையாது. தொடர்ந்து நீங்க யூடுப் போனிங்கனா அமிர்தம்சூர்யா ன்னு டைப் பண்ணா என்னுடைய பேச்சுகள் எல்லாம் நிறைய இடம் பெற்றிருக்கும். பெரும்பான்மையாக அதில் கவிதைகள், சிறுகதை குறித்தான உரைகள் தான் இருக்கும். நடந்த வெளியீட்டு விழாக்களில். நாவல் எனக்கு கொஞ்சம் சங்கடத்தை தர கூடிய ஒரு விசயமாகவே அமைந்திருக்கிறது.. ஒருவேளை எனக்கு நாவல் ராசியில்லையோ என்றுக்கூட நினைத்ததுண்டு. ஜெயமோகனுடைய விஷ்ணுபுரம் நாவலை சென்னையில் நான் விமர்சித்து பேசிக்கொண்டிருக்கும் போது அதில் இருக்கக் கூடிய சிறு தெய்வ வழிப்பாடு, அதனுடைய வியாபிக்கிற தன்மைகளை பேசிக்கின்ற போதே அந்தக் கூட்டத்திலிருந்து ஒருத்தன் கத்தினான். ‘ஏய் இந்துத்துவா’ அப்படின்னு.. படபடப்புல அந்த பேச்சே நின்னு போய்டும்போலிருந்தது. பெரும்பாலும் எனக்கு கேட்டு முடிச்சு கேள்வி கேட்டா பதில் சொல்வேன். பேசிட்டி இருக்கும் போது குரல் கொடுத்தா படபடப்புல பேச்சு நின்னு போயிடும். நான் என்ன பேச்சாளனா? கவிஞன் எழுத்தாளன். பேச்சு இரண்டாம்பட்சம் தானே. விஷ்ணுபுரம் கூட்டத்தில் தான் அப்படியான ஒரு சம்பவம் நடந்ததேன்னு பார்த்தால்..

எழுத்தாளர் இமையத்துடைய கோவேறுகழுதைகள் நாவல் குறித்து மதுரையில் ஒரு கூட்டம் நடந்தது. நான் கோவேறு கழுதைகள் ஒரு எதிர் தலித்திய நாவல் என்ற கோணத்தில் பேசிக் கொண்டிருந்தேன். கூட்டத்துல இருந்து ஒருத்தன் கத்தனான். ‘யோவ் நியூ பிராமின்’ அப்படின்னு. அதுக்கு சரியான அர்த்தம்கூட தெரியல. சபை நாகரிகம் தெரியாதவனுக்கு -ர்- என்ற மரியாதை விகுதி தேவையில்லை தானே.

மூன்றாவது ஒரு நாவல் கூட்டம்.. சாரு நிவேதிதாவுடையது, சென்னை காமராஜர் அரங்கத்தில் அரங்கம் நிறைந்து இருக்க கூடிய வாசகர்களும், எழுத்தாளர்களும், ரசிகர்களும் நிறைந்து இருக்க கூடிய கூட்டத்தில் எக்ஸில் நாவல் குறித்து பேச அழைத்திருந்தார் பேசி முடித்தேன். நல்ல கைத்தட்டல் தான். ஆனால் சாரு கோவித்துக் கொண்டார். அந்த நாவல் முழுக்க கற்பனை இல்லை. அவர் குறித்தானது தான். அதில் நான் சாருவை பார்க்கிறேன் என்றேன். உண்மையில் ஒரு எழுத்தை அப்படி வாசிக்க கூடாது தான். கதை

நாயகனை எழுதியவராக பார்ப்பது அபத்த வாசிப்பு. அதை நானறிவேன். ஆனால் எழுத்தில் அவர் எல்லாவற்றையும் கட்டுடைக்கும் போது விமர்சனம் மற்றும் ஏன் மரபு ரீதியாக நேர்கோட்டில் அமையவேண்டும் என்று தோன்றியது. மேலும் எழுத்தாளர் இ.பாவும் நான் யோசித்தது போலவே கட்டுரை எழுதியிருந்தார். அதை பின் தொடர்ந்தே அப்படி விமர்சன் வைத்தேன். அதன் எதிர்வினையாக அவரின் வாசகர்கள் முகநூல்ல நல்லா வச்சுசு செஞ்சாங்க. இப்படி நாவல் என்றாலே ஒரு எதிர்மறையான பயம் வந்துடுச்சு. அது என்ன காரணம்னு தெரியாது சென்னையிலிருந்து இந்த விடம்பனத்தை பேசறதுக்காக வந்திருக்கிறேன். இது எங்க கொண்டு போய்முடியும்னு தெரியல.

நண்பர்களே எத்தனையோ விதமான வடிவ மொழிதல்களை நாவல்களை படித்திருக்கிறேன். உதாரணத்துக்கு ஒரு ரெண்டு விதமான மெத்தடை/ வகைமையை உங்களுக்கு சொல்லலாம். தூக்கணாம் குருவிகூடு நீங்க பார்த்திருப்பீங்க ஒரே விதமான நாரை மட்டுமே பயன்படுத்தும் அந்த கூடை கட்டுவதற்கு. காற்று அடிக்க கூடிய திசையை பார்த்து கணக்கிட்டுதான் தூக்கணாம்குருவி கூடு கட்டும் உள்ளே ஒரு அறை வைக்கும், வாசல் வைக்கும், படுப்பதற்கு பெட்ரூம் வைக்கும் எல்லாத்தையும் செஞ்சி முடிச்ச தன்னுடைய பெண் துணையை அழைத்து வந்து காட்டும்.. அது ஓ.கேன்னு சொன்னாதான் அப்ரூவல் கொடுத்தாதான் அந்த கூடு நிக்கும். அது பிடிக்கலைன்னு சொன்னா இன்னொரு கூட்டை கட்ட ஆரம்பிக்கும். அதற்கு பிறகுதான் தங்குவதற்கு மின்மினி பூச்சிகளை கொண்டு வந்து விளக்காக கூட்டுக்குள் பொறுத்தும்.

காக்கா இருக்கு, அது ஈறு குச்சி, சுருட்டி வச்ச முடி பேப்பர், பிளாஸ்டிக் துண்டு, கம்பி, வேலிகாத்தான் முள்ளு, சிறகு எல்லாவற்றையும் கண்டதையும் எடுத்துக்கொண்டு வந்து யாரும் நெருங்க முடியாத ஒரு டிரான்ஸ்பாருக்கு நடுவுல கூடு கட்டும். இரண்டுமே கூடுதான் இரண்டுமே குஞ்சு பொறிப்பதற்குதான் ஆனால் செய்கிற முறை, வடிவ நேர்த்தி வெவ்வேறானது. நாவலும் அம்மாதிரியான தன்மைகளில் இருக்கிறது. தூக்கணாம் குருவி போல ஒரு நேர்க்கோட்டில் ஒரு நாவல், கதை ஆரம்பிச்சு இறுதி வரை முடிக்கிறது ஒரு ரகம். காக்கா மாதிரி, ஒரு கொலாஜ் மாதிரி, யாழன் ஆதி சொன்ன மாதிரி வெவ்வேறு வடிவங்களை வெவ்வேறு விதமான கருத்துக்களை, வெவ்வேறு விதமான மொழிதல்களை கொண்டு வந்து கூடை கட்டுவது என்பது ஒரு மாதிரி..

இது அவ்வாறான காக்கா கூடு மாதிரி கட்டி ஒரு பருந்தை போல மேலே இருந்துக் கொண்டு அந்த காக்கா கூட்டை விமர்சிக்கின்ற

அல்லது பகடி செய்கிற யுக்திதான் இந்த விடம்பனம். அல்லது இப்படி கூட சொல்லலாம். ஒரு இறந்தவனுடைய சவம் போகிறது. இங்க எப்படின்னு தெரியாது சென்னையிலெல்லாம் கலகலப்பா இருக்கும் சாவெல்லாம். இறந்தவனுடைய சவம் போகிறது என்றால் விதவிதமான பூக்களை தரையில் இறைத்துக்கொண்டே போவார்கள் அதன் மீது டப்பாங்குத்து ஆட்டமும் பாட்டமுமாக போகும் அந்த பூக்கள் நசுக்க பட்டு அந்த சவம் போகிற திசையை வருகிற எல்லோருக்கும் காண்பித்து கொடுக்கும். இது சவம் போன பாதை என்று சொல்வது. அப்படி விதவிதமான பூக்கள் அதன் மீதான ஒரு ஆட்டம் அந்த ஆட்டத்தின் மீது எள்ளலும் துக்கமும் கொண்டாட்டமுமான ஒரு பகடி போல இந்த நாவலுடைய பார்வையும் போக்கும் இருக்கிறது என்று சொல்லலாம்.

இந்தப் புத்தகத்தை படிப்பதற்கு கிட்டதட்ட பத்து நாள் ஆனது எனக்கு. மாடா உழைச்சேன்னு சொல்லுவாங்க இல்லையா, அந்த மாதிரி மாடா உழைச்சுதான் படிச்சேன். ஏன் இது அவ்வளவு கஷ்டமான்னா? கொஞ்சம் கஷ்டம்தான் நீங்க நினைக்கிற மாதிரி ஒரே பக்கத்துல வாசிச்சுன்னு போக முடியாது. இந்த நாவலை அப்படி வாசிக்க முடியாது. படிக்கிற போதே ஒரு சினிமா படத்துல வரும் வசனம்...பாரு தெளியவச்சு, தெளியவச்சு அடிச்சான் பாரு ....அந்த மாதிரிதான் இந்த புத்தகத்தை தெளியவச்சு, தெளியவச்சுதான் இந்த புத்தகத்தை அடிச்சு அடிச்சுதான் திணற வச்சு ஓ என்று படிக்கிற ஒரு தோரணை இதில் இருக்கும். ஏன் இதெல்லாம் சொல்றேன்னு பின்னால சொல்றேன்.

சரி.. ஏன்னா இதை ஒரு முறை படிச்சுட்டு திரும்ப இன்னொரு முறை படிச்சாதான். யாழன் ஆதி சொன்ன கதை இருக்கிறதா உள்ளேன்னு தெரியும். கதை இல்லை. இதுல அவருடைய வாசிப்பில் வெவ்வேறு கதைகள் இருக்கிறது ஒற்றை தன்மையில் கதை இல்லை. சரி இதை ஏற்கனவே விமர்சித்த ஜி.குப்புசாமி, நர்மதா, த.ராஜன் போன்றவர்கள் எழுதிய விமர்சனங்களை நெட்டில் போய் பார்த்தேன். அவங்க இந்த நாவல் குறித்து விடம்பனம் குறித்து கதை என்னன்னு சொல்லி இருக்காங்கன்னு? எல்லாருமே அந்த டெக்ஸ்(பிரதி) பத்திதான் பேசறாங்க, புரியாம இருக்குது, இது பகடியா இருக்கிறது வெவ்வேறு சம்பவங்களை சேர்த்து கட்டபட்டு இருக்கிறது.. இது உள்ள அரிசியல் இருக்கிறது என்று. ஆனா கதை எவருமே சொல்லல. கதை இத்தாம்பா இந்த நாவல்ல இருக்கிற கதைன்னு யாரும் சொல்லல, திட்டமிட்டு இந்த கதையை சொல்ல முடியவில்லை. ஆனாலும் அவர்களை போல அமிர்தம் சூர்யா கதை சொல்லாமல் போகிற ஆள் கிடையாது. நீ என்ன எழுதினாலும் அதுல இருந்து

நான் ஒரு கதையை கண்டுபிடிப்பேன்., நீ என்ன கவிதை எழுதினாலும் அந்த கவிதைக்குள் இருக்கிற அழகியல் என்ன?, அரசியல் என்ன?, எவளுக்காக இந்த கவிதை எழுதினேன்னு கூட கண்டுபிடிச்சுட முடியும். ஒரு சொல் இருந்தாலே போதும். ஏனென்றால் படைப்பாளியை விட படிக்கிற வாசகனான நீயும் நானும் கில்லாடி என்று நம்புபவன் நான். உதாரணத்திற்கு ஒரே ஒரு பழைய சம்பவத்தை சொல்லிவிட்டு இந்த நாவலுக்குள் வருகிறேன்.

ஜெயமோகன் ஒரு கதை எழுதியிருந்தார். பார்த்தீனியம் என்ற பெயரில் ஒரு கருப்பு விதை ஒன்னு கிடைக்கும். ஒரு குடும்பம் அதுக்கு முன்ன சந்தோஷமா இருக்கும். திருவிழா இருக்கும், பூஜை இருக்கும், புணஷ்காரம் இருக்கும், பாட்டு இருக்கும், கணவன் மனைவி குழந்தை சந்தோஷமா இருப்பாங்க. ஒரு விதை ஒன்னு கிடைக்கும். அந்த விதையை எடுத்துட்டு வந்து வீட்ல வைப்பார். அது ஒரே நாள்ல பத்து இலையா மொட்டு விடும். ஒரு நாள்ல வீடு முழுக்க கொடி ஏறும். அப்படி அபூர்வமான வேக வேகமாக வளர கூடியது. தண்டும் கருப்பா இருக்கும், இலையும் கருப்பா இருக்கும். கன்னங்கரேல்னு. அதை பாக்க பாக்க ஒரு வசீகரம் இருக்கும். நாலு நாள்ல பார்த்தம்னா இவ்வளவு பெரிய செடி வந்திருக்கும். அந்த கருப்பு செடியுடைய மயக்கத்தில் அதனுடைய வளர்ச்சியில் அதனுடைய மினுமினுப்பில் மயங்கி வீட்ல இருக்கிற துளசியை விட்ருவான். பூக்களை விட்ருவான். குடும்பத்தை விட்ருவான். முழுக்க முழுக்க கவனம் முழுக்க அந்த கருப்பு தாவரத்தின் மீதே இருக்கும். அது படர்ந்து படர்ந்து வீடு முழுக்க ரொம்பி வீடே இருட்டாகி குடும்பத்தின் அமைதி, சந்தோஷம் விழா எல்லாம் காலியாகி சின்னாபின்னமாக குடும்பம் விழுந்து ஆள் ஆளாக்கு ஒரு பக்கம் போயிடுவாங்க கடைசியாக அந்த கருப்பு செடியிலிருந்து ஒரு விதை கீழே விழும். அந்த குடும்பம் போய்டும். பின்னாடிலிருந்து வருகிறவன், அந்த கருப்பு விதையை, மினுமினுக்க கூடிய விதையை பார்ப்பான். இது கதை. அந்த காலத்துல இதை சிலாக்கிச்சேன். என்னா கதைடா! என்னா அர்த்தம். இது மேஜிக்கல் ரியலிசம் என்னென்னவோ பேர் வச்சு என்னென்னவோ பேசினேன். ஆனால் அதனுடைய அடிப்படையில் ஒரு விமர்சகர், அ.மார்க்ஸ் மிக அழகாக சொன்னார். இது கருப்பு செடி என்பது திராவிட கழகத்துனுடைய குறியீடு. திராவிட கழகம் என்கிற கருப்பு, நாத்திகம் வீட்டுக்குள் வந்தால் உங்கள் மகிழ்ச்சி கொண்டாட்டம் எல்லாம் காணாமல் போய்விடும் என்பதை இந்துத்துவா குரலில் ஜெயமோகன் எழுதியிருக்கிறார் அப்படின்னார்.

அப்பதான் எனக்கு இப்படிதான் ஒரு நாவலை ஒரு வாசகன்

அல்லது விமர்சகன் பார்க்க முடியும் என்று தோன்றியது. எதுக்காக சொல்றனா இவர் ஒரு கதையை சொல்லி விட்டு போனால் அந்த கதையில் இருக்க கூடிய அரசியல்களையும் அதன் நுட்பங்களையும் அலசுவதுதான் சிறந்த வாசகன் அல்லது விமர்சகனின் கடமை. எனவே அவர் எழுதிய அந்த நாவல் விடம்பனம் என்கிற இந்த நாவலை நான் எப்படி வாசித்தேன் அதனுடைய கட்டுமானங்கள் என்ன என்பதை பற்றி பார்ப்போம்.

முதல்ல இந்த நாவல் ஒரு பஞ்சதந்திரத்தை போல அஞ்சு விதமான பார்ம்ல இருக்கு. நேர்கோட்டு கதையில்ல நீங்க ஒன்னாவது பக்கம், இரண்டாவது பக்கம், மூணாவது பக்கம் படிச்சுட்டுயெல்லாம் அவ்வளவு சீக்கிரம் போக முடியாது. இதுல ஒரு அஞ்சு போர்ஷன் இருக்கு. 1-ஒரு கதை பார்த்தீங்கனா ஃபான்ட்(font) மாறி இருக்கும். 2-ஒரு தலைப்புல ஒரு கதை போயிட்டே இருக்கும். அது ஃபான்ட் மாத்தி போய்ட்டு இருக்கும். 3-இன்னொரு கதை பார்த்தா அது வேறொரு ஃபான்ட்ல இருக்கும். அது ஒரு வேற கோணத்துல போகும். 4-நடுவுல நடுவுல ஓவியங்கள் வரும். ஓவியங்களும் ஒரு கதைதான். இப்படி நாலைஞ்சு விதமான கதை, பல ட்ராக் இதுக்குள்ள போகுது. எனவே அது உங்களுக்கு பிடிப்படாது. கலைச்சு போட்ட மாதிரி, சிதைச்சு போட்ட மாதிரி இருக்கும். நாலு தண்டவாளங்களை பார்க்கற மாதிரி இருக்கும். பிறகு நாலு தண்டவாளங்களும் ஒன்றாக சேர்ந்து இரண்டு தண்டவாளங்களாக பிரியும். பிறகு ஒன்றாக மாறும். அப்படியான தோற்றத்தில் இந்த நாவல் கட்டமைக்கபட்டிருக்கிறது.

ஒன்று நாவலசிரியருடைய சொல்லும் கதை, இரண்டு அம்மாஞ்சி என்கின்றவர் சொல்லும் கதை, மூன்றாவது குடிகாரன் குரல் என்று ஒரு பகுதி, நான்காவது மருதம் வாசகர் வட்டம் என்கிற ஒரு போர்ஷன். ஐந்தாவது ஓவியங்களுடைய அணிவகுப்பு. ஐந்து விதமான பார்மெட் இதுக்குள்ள இருக்கு. பஞ்சசீலம் போல தனியாக போகும் பாதைகள். இந்த நாவலில் நீங்கள் ஏதாவது ஒன்றை படித்து விட்டு. இதை எப்படி படிக்கலாம்னா இதை நீங்க தொடர்ந்து படிக்கனும்னு அவசியம் இல்ல கடைசி பக்கம் படிக்கலாம் முதல் பக்கம் படிக்கலாம், பத்தாவது பக்கம் படிச்சுட்டு போலாம், நூறாவது பக்கம் படிச்சுட்டு அப்படியே ஐம்பது முப்பது இருபது அப்படியும் வரலாம். இப்படித்தான் படிக்கனும்னு கிடையாது. அப்படியாகதான் இந்த நாவல் வடிவமைக்கப்பட்டிருக்கிறது.

சரி ஆனால் நீங்கள் நாவலை முழுதாக படித்தால்தான், நீங்க எப்படின்னா படிங்க, கடைசியிலிருந்து படிங்க, நடுவுல இருந்து படிங்க, இருபது படிச்சு திரும்ப ஐம்பதுக்கு போங்க எப்படின்னா

படிக்கலாம் இத, ஒரு பிரச்சனையும் இல்ல. ஆனா நீங்க இதில் இருக்கிற நானூறு பக்கங்களை படித்தால்தான் இந்த நாவலை உங்கள் கைக்கு வசப்படும். உங்கள் காதலியை போல.

நண்பர்களே இந்த நாவல், நான் என்ன நினைச்சேன் இந்த நாவல் ஒரு போர்ஸ்ட் மாடனிஷ நாவல், பின் நவீனத்துவ நாவல் என்று நினைத்தேன். அப்படித்தான் படிச்சுட்டு வந்தேன். ஆனா இது கட்டமைக்கபட்டிருக்கிற கருத்தியல் எது என்று பார்த்தால் எல்லாவற்றையும் கிண்டலடிக்குது. பகடி பண்றது. நைய்யாண்டி பண்றது, இந்த தொனிக்கு இவர்கள் வைத்திருக்கும் பெயர் பிக்காரெஸ்க் வகை நாவல் என்று சொல்கிறார்.

எல்லாவற்றையும் பகடி, நக்கல், நைய்யாண்டி செய்து அதன் மூலம் இதை சொல்வது என்பதாக இந்த நாவலை புரிந்துக்கொண்டேன். ஆனால் திட்டமிட்டு பகடியாகவேதான் எல்லாவற்றையும் இந்த நாவல் கட்டமைத்திருக்கிறது. விளையாட்டுக்காகவே செஞ்சு பாக்கலாம்னோ இல்ல, ப்ளான் பண்ணிதான் இந்த நாவலை சீனிவாசன் நடராஜன் கட்டமைத்திருக்கிறார். அதில் பலமும் இருக்கிறது. பலவீனமும் இருக்கிறது.

சரி யாரும் சொல்லாத இந்த நாவலின் கதை என்ன? நான் படிச்சுட்டேன், ரெண்டு முறை படிச்சுட்டேன். பத்து நாள் இதுக்காகவே உழைச்சேன். இந்த நாவலுடைய கதை நான் சொல்றேன். அந்த கதை அவர் குறிப்பிட்ட கதையா கூட இருக்கனும்னு அவசியமில்ல, எழுதன பிறகு படைப்பாளி செத்து போயாச்சு, இப்ப இது என் பிரதி. இதை படிச்சுட்டு என்னுடைய அனுபவம், என்னுடைய வாசிப்பு, என்னுடைய அறிவு என்ன இருக்கோ அதன்படி ஒரு கதையை, இந்த விடம்பனம் என்ற நாவலின் கதையை வேற யாரும், எந்த விமர்சகனும் சொல்லல நான் சொல்றேன் இந்த விடம்பனத்துடைய கதையை.

ஒரு பெண் திட்டிவாசல் என்கிற இதழில் வந்த பெருமாள் முருகன் கதையை படமாக்க விரும்புகிறாள். அந்த கதையுனுடைய ஒரு பகுதி வந்தபோது பெருமாள்முருகன் என்கிற எழுத்தாளர் மிரட்டப்பட்டு அந்த கதை பாதியில் நிற்கிறது எனவே அவர் பயந்து இனிமேல் இந்த தமிழ்நாட்டு பசங்களுக்கு கதையை எழுத மாட்டேன் டா என்று கதை எழுதுவதிலிருந்து நான் இனி கதை எழுதப்போவதில்லை என்று அறிவித்து விடுகிறார். அப்படி என்றால் பெருமாள் முருகன் என்கிற எழுத்தாளன் செத்து விடுகிறான். இந்த கதையை படமாக எடுக்க வேண்டுமென்றால் ஆசிரியரிடம் அனுமதி வாங்கவேண்டும் அவரிடம் கலந்து ஆலோசிக்க வேண்டும் எழுத மாட்டேன் என்று

சொன்ன பிறகு எழுத்தாளர் செத்துப் போகிறார் செத்துப்போன எழுத்தாளரிடம் எப்படி பர்மிஷன் வாங்குவது அப்படி என்றால் அவரை மீண்டும் எழுத வைக்க வேண்டும் அப்படி என்றால் அவரை மீண்டும் உயிர்பிக்க வேண்டும் அவரை உயிராகி விட்டால்தான் அவரை மீண்டும் எழுத வைத்தால்தான் உயிராக இருக்கும் இந்த பெருமாள் முருகனிடம் இந்த அனுமதியை பெற முடியும். அப்படி என்றால் பெருமாள் முருகன் எங்கே என்று தேடி செல்கிறார்கள் சினிமா படம் எடுப்பதற்காக அந்த கதையை அப்படி தேடி செல்கிற போது ஜெயமோகனை சந்திக்கிறார்கள் சுகுமாரனை சந்திக்கிறார்கள் விவாதிக்கிறார்கள் அந்த கதை ஒரு கீழ்த்தஞ்சை பகுதியைச் சார்ந்தது என்பதால் அந்த தஞ்சை மாவட்ட தோடு தொடர்புடைய ஒருவரை பாட்டு எழுத வைக்கனும்னு நினைக்கிறார். அப்படி யார்ரானு பார்த்தா நம்முடைய பாடலாசிரியர் யுகபாரதி நம்முடைய நண்பன் பாடலாசிரியர் யுகபாரதி தஞ்சை சார்ந்தவர் எனவே இந்த கதையை சொல்லி ஒரு பாடலை எழுதச் சொல்கிறார்கள் அந்த பாடலும் இந்த நாவலில் இருக்கிறது. சரி இப்போது பாடல் எழுதி ஆகிவிட்டது ஆளும் அகப்பட்டாச்சு நடிகை தேவை இந்த படத்தை எடுப்பதற்கு நடிகை தேவை, அந்த நடிகை யார் என்று தேடிக் கொண்டிருக்கிறார்கள் அப்போது மாடலிங் கேர்ள் ஒருத்தி கிடைக்கிறாள் அந்த மாடலிங் கேர்ள் இந்த கதைக்கு ஏற்றவளாக இருப்பாள் என்று முடிவு செய்கிறார்கள். சரி அந்த மாடலிங் பெண் யார் என்று ஆரம்பிக்கிறது ஒரு கேள்வி அந்தப் பெண் பம்பாயை சேர்ந்தவள் மும்பையில் மாடலாக இருக்கிறாள் மும்பைக்கு மாடலாக வருவதற்கு முன்பாக அவள் விசாகப்பட்டினத்தில் நடித்து கொண்டிருந்தவள். விசாகப்பட்டினத்திற்கு வருவதற்கு முன் அவள் கீழ் தஞ்சையில் இருந்தவள் இந்த நாவல் நடக்கக்கூடிய கதை கீழ் தஞ்சையில் அவள் என்ன பெயரில் இருந்தாள் ஆடுதன்ராணி என்ற பெயரில் இருந்தாள். ஆடுதன்ராணி எவ்வாறு வாழ்ந்தாள், மைனரோடு கூத்தடித்துக் கொண்டு கும்மாளமாக இருந்தாள் திருமணம் செய்து கொள்ளாமலயே கடைசிவரை திருமணம் செய்து கொள்ளாமலே எந்தவித நிபந்தனைக்கு உட்படாமல், நிபந்தனையற்ற அன்புக்கு உட்பட்டு ஆடுதன்ராணி அப்போது , மும்பை அழகியாக இருக்கக் கூடியவள் கீழ் தஞ்சையில் ஆடுதன் ராணியாக வாழ்ந்து கொண்டிருந்தாள் அப்போது. கீழ் தஞ்சை எப்படியாக இருந்தது எப்படி வளமாக இருந்தது, ஜமீன் எப்படி இருந்தது, மிராசு எப்படி இருந்தது, கோவில் எப்படி இருந்தது, விவசாயம் எப்படி இருந்தது, மக்கள் எப்படி இருந்தார்கள், தாழ்த்தப்பட்டவர்கள் எப்படி இருந்தார்கள் இதையெல்லாம் கீழ் தஞ்சையில் எப்படி இருந்தது என்று ஒரு பகுதி சொல்லிக்கொண்டே வருகிறது. இன்னொரு பகுதி அந்த கீழ் தஞ்சை

இப்பொழுது கீழ் தஞ்சையாகவே இல்லை அது எல்லாவற்றையும் இழந்து விட்டது அதனுடைய நிஜத்தை இழந்து விட்டது, சுயத்தை இழந்து விட்டது, விவசாயத்தை இழந்து விட்டது, மக்களை இழந்து விட்டது அல்லது மாறியது. அப்படி மாறுவதற்கு எது எதுயெல்லாம் காரணம் என்று சொல்வதுதான் சீனிவாசன் எழுதிய விடம் பனம் என்கிற இந்த நாவல்.

சரி இந்த விடம்பனம் என்ற சொல் கீழ் தஞ்சையில் திமிர் பிடித்தவன் நக்கல் புடிச்சவன் நையாண்டி புடிச்சவன்னு சொல்வோமில்லையா அந்த சொல்லாடல் தான். அவன் விடம்பனம் புடிச்சவன், அவன் விடம்பனம் காரன், நக்கல் நையாண்டி பண்றவன் என்று பொருள். அந்த விடம்பனம் என்ற வழக்குச் சொல்லை தான் இந்த நாவலுக்கு பெயராக வைத்திருக்கிறார்.

சரி இந்த கதையை சொல்கிறபோது கீழ்தஞ்சை எப்படி வளமாக இருந்தது, எப்படி வளம் இழந்து போனது மக்கள் அங்க எப்படி இருந்தாங்க அதுக்கு பிறகு எப்படி மாறினார்கள், ஜாதி அப்போ எப்படி இருந்தது இப்ப எப்படி இருந்தது என்கின்ற கதையை சொல்கிறபோது முழுக்க முழுக்க அவர் எடுத்துக் கொள்கிற தொனி பகடி, கிண்டல், நையாண்டி

என்னென்னயெல்லாம் கிண்டல் பண்ணி இருக்காரு என்று பார்த்தால் மாடலுக்கு ஒன்னே ஒன்னு வாசிக்கிறேன். வரிசையா என்னெல்லாம் கிண்டல் பண்ணி இருக்கிறார்னு ஒரு லிஸ்ட் எடுத்து இருக்கேன். 379 ஆவது பக்கத்தில் ஒரு பகடி.

நண்பர்களே பகடி, அந்த நையாண்டி, அந்த நக்கல் என்னன்னா தமிழ்நாடு சட்டமன்றத் தேர்தல் அறிக்கை. இது ஒரு சாம்பிள், இது எப்படி பகடி பண்ணி இருப்பாரு அந்த டோன் உங்களுக்கு தெரியாது இல்ல நய்யாண்டி நக்கலாக கேள்விப்பட்டிருப்போம் பகடினா?, இப்ப பாருங்க 379 ஆவது பக்கத்தில் தமிழ்நாடு சட்டமன்றத் தேர்தல் அறிக்கை தலைப்பு, அதுக்கு கீழ வருது பாருங்க

‘வெளிநாடுகளிலிருந்து உயிருடன் மரங்களை இறக்குமதி செய்து தமிழகம் முழுவதும் 2 கோடி மரங்கள் நட்டு பரமாரித்து வளர்க்கப்படும்’. சட்டமன்ற தேர்தல் அறிக்கை.

இது இரண்டாவது ‘ஜேம்ஸ் நதியிலிருந்து ஒரு லிட்டர் ஐந்து சரோ கொடுத்து தண்ணீரை வாங்கி தமிழகம் முழுவதும் உள்ள அனைத்து ஆறுகளிலும் ஆண்டு முழுவதும் கரைகளை தொட்டுக் கொண்டு ஓடும் அளவிற்கு இலவசமாக வழங்குவோம்’. ஆறுகளை! இலவசமாக வழங்குவோம் இது இரண்டு.

மூன்றாவது ‘எந்த எழுத்தாளர் இறந்து போனாலும் அவரை உடனடியாக உயிர்பிக்க ஐந்து உறுப்பினர்களைக் கொண்ட குழு அமைப்போம்’ இதெல்லாம் தேர்தல் அறிக்கை.

இந்தத் தேர்தல் அறிக்கையில் சொல்லப்பட்டிருக்கிற பகடியிலிருந்து நம்முடைய ஒரிஜினல் தேர்தல் அறிக்கைக்கு ஒன்றும் சளைத்தது அல்ல என்று உங்களுக்கு தெரிந்து விடும் .இப்படியாக தான் எல்லாவற்றையும் பகடி செய்கிறார். 90 ஆவது பக்கத்திலே ‘நீண்ட சிகை, எனக்கு ஒரு கனவு போர்த்திக்கொண்டு படுங்கள் கனவு பலிக்கும்’ என்று ஒருவர் சொல்வதாக வருகிறது அது யாருமில்லை அப்துல்கலாம் தான் அவரையும் விட்டு வைக்கலை 90 ஆவது பக்கத்தில்.

சரி 295ல ஒருத்தன் பேசிப்பான் இப்போ பொம்பளைக்கு எல்லாம் ஆம்பள தேவையில்லையாமே?, ஏன்? அதுக்கெல்லாம் மெஷின் வந்துடுச்சாமே! அப்படியா! க்ரிம் தடவிட்டு அவனவன் வளர்த்துட்டு திரியறனாமே ஓஓ இலவச சோறு போடுற இந்த அரசாங்கம் இலவசமா ஒரு மெசின் கொடுத்தடலாம் இந்த பொம்பளைங்களுக்கு’ என்று இப்பொழுது இருக்கக்கூடிய பாலியல் சுதந்திரம் அல்லது அவர்களுடைய கோரிக்கை, அவர்களுடைய எதிர்பார்ப்பு எல்லாவற்றையும் நக்கலடித்து கூடவே இலவசமாக எல்லாவற்றையும் கொடுக்கிற அரசாங்கத்தையும் பகடி செய்கிறார். ஒரு இடத்தில் ஒரு சின்ன வரியில் கூட பகடி வந்துடும்.

‘பத்து வீட்டுக்கு கேட்கிற மாதிரி மென்மையா பேசுவான்’ என்று ஒரு வரி வரும். மென்மை எப்படி பேசுவானாம் பத்து வீட்டுக்கு கேட்கிற மாதிரி மென்மையாக பேசுவான் என்று ஒரு வரி வரும்.

141 ஆவது பக்கத்தில் ‘தேர்தலில் வெற்றி பெற தேர்தல் என்பது வெற்றி பெறுவது அல்ல உடன் பட்டவர்களை ஒன்றிணைக்க பிரச்சாரத்தில் நமக்கும் மூன்று வாக்குகள் கிடைத்திருக்கிறது மிக்க மகிழ்ச்சி அப்படியா மூன்று பேர் உறுப்பினர்கள் மூன்று பேர் அந்த மூணு பேரு வாக்கு கிடைச்சிருக்கு என்று பெருமையாக பேசிக் கொள்கிற அம்மாஞ்சி.

ஏற்கனவே 306இல் இருந்து ஒரு விஷயத்தை யாழன் ஆதி சொல்லிவிட்டார் அது என்னன்னா விவசாயம் பட்டு போயி தஞ்சையில் இருக்கக்கூடியதெல்லாம் ரியல் எஸ்டேட் மாறக்கூடிய கண்டிஷன் அந்த மாறக்கூடிய நிலத்தை விற்பதற்கு ஜனங்களை கவர் பண்றதுக்காக ஒரு செயற்கையான மழையை உருவாக்கி ரெண்டு லாரியிலிருந்து தண்ணி வர வச்சு தரையில் இறக்கி அதிலிருந்து ஒரு நீர்வீழ்ச்சிய மலையிலிருந்து கொற்ற மாதிரிவச்சு, ரியல் எஸ்டேட்

வீடு வாங்க வர்றவங்ககிட்ட 'பாரு பத்தடி தண்ணீருக்கு எப்படி வருதுன்னு காட்றதற்காக ஒரு செயற்கையான மலை நீர்வீழ்ச்சியை கட்டமைப்பார்கள். அதைதொடறதுக்கு தஞ்சையிலுள்ள பிள்ளைகளெல்லாம் ஓடும் அப்ப அந்த கம்பெனிக்காரன் சொல்வான். தொடக்கூடாதுன்னு, ஏய் எங்க ஊர்ல வந்து எங்களோட நீர்வீழ்ச்சிய தொடக்கூடாதா? உடனே அந்த ஊர்ல இருக்ககூடிய பிரசிடென்சி சரோஜா அக்கா எம்.எல்.ஏவை பார்த்து எம்.பிஎ பார்த்து இதே மாதிரி ஒரு நீர்வீழ்ச்சி எங்களுக்கு வேணும்! எது தஞ்சாவூர்ல தண்ணி புரண்டு கொண்டிருந்த ஒரு ஊர்ல, நீர்வீழ்ச்சி வைக்கிறான் செயற்கை நீர்வீழ்ச்சி அதைத் தொடுவதற்கு தஞ்சை மக்கள் ஆசைப்படுகிறார்கள் அது கிடைக்காதபோது செயற்கையான நீர்வீழ்ச்சி ஒன்றை வைக்க வேண்டுமென்று பிரசிடென்சி சரோஜா அக்கா பெயர்கூட இதில் ரொம்ப முக்கியம் பிரசிடென்சி சரோஜா அக்கா எம்.எல்.ஏ, எம்.பி களை பார்த்து நிதி ஒதுக்கீடு செய்து ஒரு நீர்வீழ்ச்சியை அமைக்கிறார் எங்கே தஞ்சையில் இப்படியாக ஒரு காட்சி.

நண்பர்களே இப்படி எல்லாவற்றையும் பகடி செய்கிறார் ஆனால் நான் சில இடங்களில் காண்டானேன். சென்னை பாஷைல சொன்னா 'அதான் மச்சான் நான் ரொம்ப காண்டு ஆயிட்டேன் அமைதியா போயிடு' என்று சொல்வார்களே அந்த மாதிரி நான் காண்டான சில பகுதிகள் எல்லாம் இருக்குது. ஏனென்றால் குடிகாரன் குரல் அப்படின்னு ஒரு பார்ட் போயிட்டே இருக்கும். அங்கங்க குடிகாரன் குரல் அந்த தலைப்புக்கு ஃபான்ட் வேற, மேல வந்து குடிகாரன் குரல் ஒரு பக்கம் இருக்கும். இன்னொரு பத்து பக்கம் தனியா குடிகாரன் குரல் அங்கு ஒரு பேஜ் இருக்கும். அந்த போர்ஷன் மட்டும் படிச்சுட்டு போனீங்கன்னா உங்களுக்கு கோபம் எரிச்சல் எல்லாம் வரும்.

உதாரணத்துக்கு 99 பக்கத்துல ஒரு பகடி வரும். அவன் பெயர் காத்தவராயன் இதை யாழன் ஆதி குறிப்பிட்டிருந்தார். இன்னும் கொஞ்சம் விரிவா சொல்றேன் பாருங்க, காத்தவராயன் இருப்பான் செருப்பு போடறதற்கு அவனுக்கு அனுமதி கிடையாது அப்போ கருப்பு சட்டைக்காரன் உள்ளே வரான், கருப்பு சட்டைக்காரன் உள்ள வந்து செருப்பு போடறதற்கான உரிமையை நான் வாங்கி தரேன் நீ தமிழன் நீ மானஸ்தன் என்று அவனை மூளைச்சலவை செய்து அவனுக்கு அந்த உரிமையை வாங்கி கொடுக்கிறான் போராடி, இப்பொழுது காத்தவராயன் என்ற அந்த பாரம்பரிய பெயர் அந்த மண்ணின் குலதெய்வ பெயர் மாறி இப்பொழுது அவன் மணிமாறனாக மாறிவிடுகிறான். கருப்பு சட்டைக்காரன் உள்ள வந்தபோது காத்தவராயன் என்ற பெயர் மணிமாறனாக மாறுகிறது.

மணிமாறனை பார்த்து இப்போ பாதர் உள்ள வரார். பாதர் உள்ள வந்து அவர் என்ன சொல்றாரு செருப்பு போடறதற்கு அவன் அனுமதி கொடுத்தான், நான் சட்டை போடறதற்கு உனக்கு அனுமதி தரேன் நீ தொடர்ந்து சட்டை போடறதுக்கு உரிமையை நான் வாங்கி தரேன் இப்ப நீ பேர மாத்திக்கோ, என்ன பேரு? மோசஸ் என்று பெயர் வைக்கிறார். காத்தவராயன் தமிழ் உணர்வாக மணிமாறனாக மாறுகிறான் ஒரு கட்சிகாரனால, மதம் உள்ள நுழையுது மதத்துனுடைய பெயரால் காத்தவராயன் மணிமாறன் இப்போ மோசஸா மாத்துறான். இதை கிண்டலடித்துக் கொண்டு பகடியாகத்தான் சொல்கிறது இந்த நாவல்.

நண்பர்களே இது எனக்கு பகடியாகவே தெரியவில்லை. இதுதான் எதார்த்தம் இது உண்மை, இதில் எங்க பகடி இருக்கு? பகடின்னு அவர் எழுதியிருக்கிறார் இந்த ஒரு போர்ஷன் பகடியே இல்லை.

ஏங்க நீங்க கோவிலுக்குள்ள ஒருத்தன உள்ளே வர கூடாதுன்னு சொல்லிட்டு வாசலிலேயே நிக்க வைக்கிறீங்க விளிம்புநிலை மக்களை தலித்துகளை உள்ள கூட அலோ பண்ண மாட்டேன்ற ஒரு சில கோவில்கள்ல, உள்ளேயே அலோ பண்ணாம அவன் வெளியே நின்னு சாமி கும்பிடறான். அவனுக்கு என்ன பிரச்சனை, என்ன சோகம்னு காது கொடுத்து கேட்கிறதில்ல, ஏன்னா பிரச்சினை உருவாக்கிறது நீதான், அந்த இடத்துல ஒரு மதம் வருது, ஒரு கிறிஸ்தவன் வரான் சாமியே கும்பிடுடறதுக்கு அனுமதி கொடுக்காம வாசல்ல நிக்கிறவன்கிட்ட, அவன் உள்ளே வந்து என்ன சொல்றான்?

'தேவன் உன் கர்த்தர் தேவன் உன் கடவுள்'ன்றான்

'தேவன் என் கடவுளா!'

'ஆமா உன் கடவுள் தேவன்'.

உள்ள ஒருத்தன் உள்ளே அலோ பண்ண மாட்டேங்குறான் அதுவும் என் சாமின்னு சொன்னாகூட ஒத்துக்க மாட்டேன்றான். நீ வெளியேதான் இருன்றான். இன்னொருத்தன் வந்து தேவன் உன் கடவுள்னா!, ஓ எனக்கு கடவுள் ஒருத்தன் இருக்கானா? தெம்ப்பாதான இருக்கும். எனக்குன்னு ஒரு கடவுள் இருக்கானா தெம்ப்பாதான இருக்கும். வரான் அவன் கஷ்டப்படும்போது துக்க படும்போது அவன் வீட்டுக்கு உள்ளேயே நுழையறான். கர்த்தரே இந்த பிள்ளையின் சோகத்தை தீர்க்க நீங்கள்தான் உதவி செய்ய வேண்டும் என்று ஜெபம் பண்றான் தொடர்ந்து நடக்குது நான் பார்த்துட்டு தான் இருக்கேன் ஒவ்வொரு வீட்டுக்குள்ளயும் வந்து ஜொரம் இருந்தா கூட கர்த்தரை கூப்பிட்டு ஜொரம் நிக்கறதுக்கு பிரார்த்தனை

பண்றதெல்லாம் நடக்குது. அப்ப இவன் என்ன சொல்றான் துக்கமும் சோகமும் இருக்கும்போது நமக்காக ஒருத்தன் வீட்டுக்குள்ள வந்து தோளில் கைபோட்டு நமக்காக பிரார்த்தனை பண்ணுகிற போது அவன் காத்தவராயனை விட்டுவிட்டு கர்த்தருக்கு மாறுவது தப்பேதும் இல்லையே சரியானதுதானே.

ரொம்ப சிம்பிள் அன்பு, ஆறுதல், அரவணைப்பு, பொருளாதாரம், பாதுகாப்பு இதுயெல்லாம் ஒரு ஆண் பெண்ணுக்கு கொடுத்தால் அந்த ஆண் காதலன் அல்லது கணவன். இது எதுவுமே கொடுக்காம இருந்தா உன்னை விட்டுட்டு இன்னொருத்தன் கிட்ட போறது சாதாரணம்தானேயா இதை தேடி போறது இயல்பு தானே வாழ்க்கையில. அப்படித்தான் நடந்தது ஆனால் இதை அவர் பகடி என்ற பெயரில் சொல்கிறார், பகடியேயில்லை அதுதான் எதார்த்தம் அதுதான் உண்மை.

இன்னொரு இடத்தில் குடிகாரன் குரலில் ஜாதி எதிர்ப்பு, மத எதிர்ப்பு, மக்கள் புரட்சி, மதப்பிரச்சாரம் இவையெல்லாம் சொல்லப்படுகிறது இதெல்லாம் எனக்கு சரின்னு படுது ஆமா என்ன இப்போ ஜாதியை எதிர்க்கணும், மதத்தை எதிர்க்கணும், ஏன் மதப்பிரச்சாரம் இதையெல்லாம் சரின்னு சொல்றப்போ அதை சொல்றவன் யார்ரான்னு பார்த்தா அந்த தலைப்பு குடிகாரன் குரல். கொஞ்சம் காண்டாகுது. சாதி எதிர்ப்பு பத்தி, மதம் எதிர்ப்பு பத்தி பேசறவனெல்லாம் குடிகாரனா? அந்த குரல் தான் இந்த விஷயத்தை எல்லாம் பேசுமா? என்று ஒரு கோபம் வருகிறது.சரி அதை எழுதவனுங்களுடைய பேரெல்லாம் கீழ போடறாரு தமிழ்கனல், அண்ணாதாசன், தம்பிக்குநல்லான் எல்லாம் திராவிட பெயர்கள். ஓ திட்டமிட்டு திராவிட கட்சிகளை நக்கல் பண்றானா இந்த மனுஷன்? சரி சரி ஆனாலும் பகடி என்று, இது பகடியா என்று நம்ப முடியல ரொம்ப நக்கல் அடிக்கிறானோ என்று நினைக்கிற போது 'ஏய் அதான் அவங்க முன்னாடியே சொல்லிட்டாங்களே இது பகடின்னு, ஏன் ரொம்ப டென்ஷன் ஆகுற' இது பகடின்னு என்னை நானே சமாதானம் செய்துகொண்டு அந்தப் பகுதிகளை படிக்க வேண்டியதாக இருந்தது.

தலித் பற்றி ஒரு செய்தியை சொல்பவன் குடிகாரன் குரல்ல. தலித் பற்றிய செய்திகளை சொல்கிறவன் பெயர் என்ன தெரியுமா ? விடுதலை வேங்கை! டவுட் வருமில்ல, கொஞ்சம் மாத்தி விடுதலை சிறுத்தைன்னு போட்டு இருந்தா நானே கேஸ் போட்டு இருப்பேன் இந்நேரம். ஆனா அது வாய்ப்பில்லை. சரி வன்னியர் பற்றி ஒரு பகடி வருகிறது அந்த பகடி ராமதாஸ் பற்றி, கண்டுபிடிக்க முடியாது உங்களால அது ராமதாஸ்தானா? அன்புமணிராமதாஸ்தானா? ஆனால்

வன்னியர்கள் பற்றியான பகடி வருகிறது. சொல்பவர் யார் தெரியுமா பழமலய் அல்ல பழமால். தப்பிச்சுட்டார் சீனிவாசன் நடராஜன் இல்லனா வன்னியர் கேஸ் போட்டிருப்பாங்க. இப்படி எல்லாவற்றிலும் கோபம் வருகிறபோது இது ஒரிஜினல் இல்லபா பகடிப்பா என்று சொல்லி சொல்லி சமாதானம் செய்வதாக இந்தப் பிரதி போகிறது

எனக்கு பிடிச்ச ஒரு கேரக்டர். ஒரு நாவல்ல யாரையாவது பிடிக்குமில்ல இதுல எனக்கு ஒருத்தி இருக்கா இந்த நாவலில், ஒரு பெண் வருகிறாள் அந்தப் பெண்ணுக்கு பேரே இல்லை. 'அவள்' அதுதான் பேரு நினைச்சுக்கலாம். அவள் அவள் அவள் சொல்லிட்டே போறார். இந்த காட்சி ரொம்ப பிரமாதமான காட்சியா இருக்கும். ச்சே இப்படி ஒரு லவ்வர் நமக்கு கிடைக்கலையே என்று ஏங்க வைக்கிற மாதிரியான அந்த கதாபாத்திரம் அப்படி இருக்கு.

அவளுடைய தன்மையெல்லாம் பாருங்க மரத்தை தலைகீழா ஏறுவா!, எல்லாம் மரத்தை இப்படி பிடிச்சுபாங்க அவ கீழே புடிச்சிட்டு கால்ல ஏறுவா, கால கெட்டியா பிடிச்சுட்டு மரத்தை ஏறுவா. மரத்தை தலைகீழா ஏறுவா. தலைகீழா ஏறும் போது அப்போ! புடவை, பாவாடையெல்லாம் அது உங்க கற்பனைக்கே விடுறேன் நான். அவள் தலைகீழாக ஏறுகிறாள்.

கிருஷ்ணபருந்து வளர்கிறாள் எல்லாரும் கோழியை வளர்ப்பாங்க அவள் கிருஷ்ணபருந்துவை வளர்க்கிறாள். கிருஷ்ணபருந்து ஒரு ஆளை பிடித்துக் கொண்டு போவதற்கு பயிற்சி கொடுக்கிறாள். ஒரு ஆளையே தூக்கிட்டு போது அந்த பருந்து, அந்த மாதிரி பயிற்சி கொடுக்கிறாள். எந்த ஆம்பளையையும் மதிக்கிறதில்லை. ஒருத்தனையும் மதிக்கிறதில்ல, (அறிவா, திமிரா இருக்கிற பொண்ணுங்களை எனக்கு ரொம்ப பிடிக்கும்).அவ அதே மாதிரி திமிரா இருக்கிற! அடடா எவனையும் மதிக்கறதில்லையா, யாரையும் மதிக்கறதில்ல, அப்படியானால் அவள் விருப்பப்பட்டு அவள் உத்தரவிட்டால் அவளை புணர்ந்துவிட்டு போகலாம் அவன். இல்லாவிட்டால் சட்டை கூட பண்ண மாட்டாள். எவ்வளவு பேரழகனாக இருந்தாலும். அப்படி ஒரு திமிர். நான் பெண் என்கின்ற திமிரோடு இருக்கிறாள்.

நண்பர்களே அப்படி திமிராக, தான் என்கிற கர்வத்தோடு இருக்கிற பெண்ணுக்கு திடீர்னு ஒரு லவ் வந்துடுது ஐயோ அவன் நமக்கு இல்லாமல் போய்ட்டானே, அவன் நமக்கு கிடைக்காம போய்ட்டானே என்று ஒரு சலனம் வந்துவிடுகிறது. அதுல அவ வெக்கப்பட்டறா! ச்சீ போயும் போயும் ஒரு ஆம்பளைக்கு நாம

ஏங்கனுமா, நாம கூப்பிட்டா வரனுமே தவிர அவனுக்காக நாம ஏங்கறதா? இப்படியே போச்சுன்னா இந்த காதல் வந்து நம்மை கொன்றுவிடும். இந்த ஆண்களெல்லாம் ச்சீ என்று ஒரு கோபத்தில் இருக்கிறாள் அப்ப அவ காமவேட்கையிலும் இருக்கிறாள். அந்த எண்ணமும் வருகிறது. கிடுகிடுயென்று மரத்தில் தலைகீழாக ஏறி மரத்தின் உச்சியிலிருந்துக் கொண்டு தன்னுடைய பாவாடையை பிடித்துக்கொண்டு மேலே பருந்து பறந்து கொண்டிருக்கிறது. பருந்து போல நானும் பறப்பேன் ரெண்டு பாவாடையை தூக்கி பிடித்துக்கொண்டு பறக்க முயற்சிக்கிறாள். யாரு அவள் தான் . மரத்தின் உச்சியிலிருந்து பருந்தை போல பறக்க முயற்சிக்கிறாள். தலைகீழாக கீழே விழுந்து ஒரு முள் குத்தி இறக்கிறாள். அப்பொழுது அங்கு எதிரே தலைகீழாக மரத்தில் ஏறுகிற போது நெற்களை அறுக்கின்ற அறுவாள். கைப்பிடி உடைந்து நிலத்திலே சாய்ந்து இருக்கிறது இப்படி ஒரு ப்ரேம்.

நண்பர்களே இந்த பெண் வித்தியாசமான எந்த நாவலிலும் இல்லாமல் இருக்கிற பெண் எனக்கு பிடித்திருக்கிறது என்று சொன்னேன். ஆனால் இதுல எங்கடா பகடி இருக்கு? எல்லாத்தையும் கிண்டலடிக்கிறார் இதுல எங்கடா பகடி இருக்கு? பகடியை நேரடியாக செய்ய வேண்டுமென்று அவசியமில்லை பகடியை காட்சியாகவும், உணர்வுபூர்வமாக கூட செய்துவிடமுடியும்.

இப்ப நீங்க இப்படி யோசித்து பாருங்கள். அறுவாள் என்பது கம்யூனிஸ்ட்காரர்களாக நீங்கள் நினைத்துக் கொள்ளுங்கள். கம்யூனிஸ்ட் காரர்கள் கைப்பிடி போலிருக்கிறது அறுவாளுடைய கை பிடி உடைஞ்சு கிடக்கு அது நிலத்திலே புரோஜனம் இல்லாமல் கவிழ்ந்து கிடக்கிறது எனவே கம்யூனிஸ்ட் காரர்கள் ஒன்றுத்துக்கும் புரோஜனம் இல்லாமல் ஆகி விட்டார்கள் இந்த தஞ்சை மண்ணில் அவர்களால் ஒரு பயனும் இல்லை என்று அந்த அறுவாள் அண்ணாந்து கிடக்கிறது வயலில்.

தலைகீழாக ஒரு பெண் ஏறுகிறாள் தலைகீழாக ஒரு பெண் ஏறுவதை நீங்கள் ஜெயலலிதாவாக கூடநீங்கள் கற்பனை பண்ணிக்கலாம் யாராலும் எந்த பெண்ணும் செய்யாத காரியத்தை செய்கிற பெண் அப்படி என்றால் அதை ஆதிக்க சக்தியாக காட்டிக் கொள்ளலாம் அல்லது இப்படியாகவும் பார்க்கலாம், இதெல்லாம் பார்க்கலாம், பார்க்கலாம்னு சொல்லிட்டு வரேன். அல்லது தலைகீழாக ஏறுகிற அந்தப்பெண் இன்றைய காலகட்டத்தில் அரசியலாகவும் நீங்கள் எடுத்துக்கொள்ளலாம் அப்படி தலை கீழாக ஏறுவது, எல்லாம் தலைகீழாக தானே போயிடுச்சு. எந்த ஒரு விசயத்தை நீங்க உருப்படியா சட்டப்பூர்வமா வாங்க முடியும் செய்ய

முடியும். எல்லாமே தலைகீழா ஆயிடுச்சு என்பதை சொல்லுகிற குறியீடாகவும் அது அரசியலுடைய பார்வையாகவும் அந்தப்பெண் ஒரு அரசியல், அரசியல் கருத்து அது தலைகீழாக ஏறுகிற போது பாவாடை புடவை எல்லாம் கீழே விழுந்துடுமில்ல, முகத்தை மூடுமில்ல அப்போ அவ நிர்வாணமாகதான இருப்பா அப்போ இந்த அரசியல் என்பது நிர்வாணமாகத்தான் தலைகீழாக ஏறுகிறது என்று நீங்கள் அர்த்தப்படுத்திக் கொள்ளலாம்

சரி நிர்வாணம்/ அரசியல் தலைகீழாக ஏறுகிறது அறுவாள் புரோஜனம் இல்லாமல் இருக்குது என்றால் இதுக்கும் இதுக்கும் கனெக்ஷன் பண்ண முடியுமா? வாசகன் எதையும் கனெக்ஷன் பண்ணலாம் அப்படி என்றால் மேலே போகிறபோது அருவாள் சாய்ந்து கொண்டிருக்கிறது கால் மேலே இருக்கிறது அறுவாள் காலை பார்த்தபடி இருக்கிறது அப்படி என்றால் ஜெயலலிதா அம்மையார் காலில் விழுந்த கம்யூனிஸ்டுகளை குறிக்கிறதா? என்று கூட நீங்கள் அர்த்தப்படுத்திக் கொள்ளலாம். எப்படியும் அர்த்தப்படுத்திக் கொள்ளலாம் பிரதி தானே இது, நீ எழுதின பிறகு உனக்கு சம்பந்தமில்லை, நான் வாசிக்கிறேன் என்னுடைய கோணத்துக்கானது. இப்படி கூட பகடி செய்யப்பட்டு இருக்குமோ?! என்று நான் நம்புகிறேன் என்னுடைய நம்பிக்கை மூடநம்பிக்கையாக கூட இருக்கலாம் இப்படி நம்புகிறேன்.

சரி, கிழ் தஞ்சை ஏன் சிதைந்தது. ஏன் மாறியது, ஏன் இழந்தது, ஏன் தரம் குறைந்தது, ஏன் வளம் பறிபோனது என்பதற்கு நாவலில் சொல்கின்ற காரணங்கள் வரிசையாக சொல்கிறேன் பாருங்கள்.

ஒருவரிடத்தில் குவிந்து இருக்க கூடிய நிலங்களை பிரித்து எல்லோருக்கும் தந்தது, டிராக்டர் என்ற என்கிற எந்திரம் விவசாய பகுதிக்குள் உள்ளே நுழைந்தது. முக்கியமான காரணம் அது மாறினதுக்கு. இங்க ஒரு சீன் வருங்க, அங்கங்க அங்கங்க டிராக்டர் வாங்கி இருப்பாங்க ஒரு ஆள் மட்டும் காளை மாட்டை வைச்சிட்டிருப்பான். வசதி இருக்காது அவருக்கு எங்க பார்த்தாலும் டிராக்டராக இருக்கும். இவர் என்ன நினைப்பார் நம்ம கிட்ட வசதி இல்லையேன்னு. ஒருத்தன் வருவான் ஆர்டிஓ ஆபீஸ்ர பார்த்தா டிராக்டர் வாங்கிடலாம்டா இந்த மாட்டை வித்துடு. அந்த மாடு அபூர்வமான காளை, அது ஒன்னு தான் அந்த ஜில்லாவில் இருக்குது. அபூர்வமான மாடு. அதை வித்துடுனும், அது ஒரு ஆயிரத்து 500 ரூபாய் போகும். வித்துட்டு மீதி லோன் போட்டு டிராக்டர் வாங்கணும் இருந்த ஒரே ஒரு காளை மாடு, அந்த பகுதியில் இருந்த ஒரே ஒரு காளை மாட்டை விற்று டிராக்டர் வாங்கி மாடு செய்ய வேண்டிய வேலையை அந்த ட்ராக்டர் மூலமாக செய்கிறான். அந்த

டிராக்டர் முன்னாடி மாடு மாதிரி ஒரு கேடயத்தை மாட்டி வைத்திருக்கிறான் ஒரு சிம்பிளுக்கு, தன்னுடைய காளையுடைய ஞாபகமாக. இதுதான் ஒரு டிராக்டர் உள்ள வந்தபோது நிகழ்ந்தது.

அடுத்து காங்கிரஸ் கட்சி சிதிலமடைந்தது. சிவப்பு துண்டும் கருப்பு துண்டும் உள்ளே வருகிறது, கிறிஸ்தவ மதம் நுழைகிறது. தலித் பெண் படித்து வருகிறாள் கம்யூனிஸ்ட் நக்சலைட்டுகளின் தாக்கம் ஏற்படுகிறது ஜாதி கட்டுமானம் தகர்கிறது. நகரமயமாக்கல் நுழைகிறது இப்படியான காரணங்களையெல்லாம் காட்சிகளாக மறைக்கப்பட்டிருக்கிற உண்மைகளை பகடியாக பகடியாக சொல்லி சொல்லி செல்கிறது இந்தநாவல்.

நண்பர்களே இந்த நாவலில் எல்லாம் இருக்கிறது. ஒரு அத்வைதத்தை போல எல்லாமும் ஆன நாவல் இது. ஒரு காந்தத்தில் வட துருவம் தென் துருவம் இருக்கும் அந்த காந்தத்தை நீங்கள் உடைத்தால் உடைக்கப்பட்ட ஒவ்வொரு துண்டிலும் வடதுருவம் தென்துருவம் இருக்கும் அப்படித்தான் நீங்கள் இந்த நாவலை பலமாகவும் பார்க்கலாம் பலவீனமாக பார்க்கலாம்.

ஒரு கூட்டம் வைத்து பாராட்டுவதற்கான அம்சங்களும் இதில் இருக்கிறது தாக்குவதற்கான அம்சங்களும் இதில் இருக்கிறது காந்தத்தை போல, தாக்குபவர்கள் யாராக இருப்பார்கள் குறிப்பாக திராவிட கட்சிகளும் கம்யூனிஸ்டுகளும் தான் இந்த நாவலை தாக்குவார்கள் தாக்குவதற்கான விஷயங்கள் புரிதல்கள் இதில் இருக்கிறது ஆனால் நீங்கள் பகிரங்கமாக குற்றம் சாட்ட முடியாத படியாக ஒரு கிரேட் எஸ்கேப்பிஸம், தப்பித்தல் ஆதாரமாக இல்லாமல் புனைவாக மாற்றியிருப்பது தான் விடம்பனம் சீனிவாசன் நடராஜன் செய்திருக்கும் ராஜதந்திரம். அந்த கைவந்த இராஜதந்திரத்தில் அவர் தேறி விட்டார் என்றே தோன்றுகிறது. ஒரு வசனம் வரும் எம்ஜிஆரை போல யாராவது வந்து உதவ மாட்டார்களா என்கிற மூடநம்பிக்கை, எத்தனை பெரியார் வந்தாலும் அழிக்கமுடியாத இலவச குப்பை என்று சொல்கிறது இந்த நாவல்.

நண்பர்களே இந்த நாவல் பகடியால் கட்டப்பட்டுள்ள விமர்சனத்தை முன்வைக்கிற நாவல். இந்த நாவல் கீழ் தஞ்சைக்கு மட்டுமல்ல தமிழகத்துக்குமானதுதான். எல்லாவற்றையும் எதிர்கொள்ள சீனிவாசன் நடராஜன் தயாராகத்தான் இருக்கிறார். நன்றி சந்திப்போம்.

மறுதாம்பு – தோழன் ம.பா

இந்த அரங்கத்திற்கு வருகை தந்திருக்கும் அனைத்து அன்பர்களுக்கும் வளமான வணக்கங்கள். இந்தக் கூட்டத்தைப் பாக்கும் போதே ஒரு பெருமிதமா இருக்கு. ஏனென்றால் நண்பன் மபானுடைய மனைவி மக்கள் உறவினர்கள் எல்லாம் புடை சூழ்ந்து இருக்கின்ற இந்தக் கூட்டம் கண்கொள்ளாக் காட்சியாக இருக்கிறது.

கவிதை தொகுப்பு, சிறுகதை தொகுப்பு என்று ஒரு ஆறு புத்தகம் நான் போட்டேன். ஆறு புத்தக வெளியீட்டு விழாவிற்கும் என் பொண்டாட்டி வரல, இது உருப்படாதவன் வேலை அப்படிங்கறது அவளுடைய எண்ணம். எட்டு வருடத்திற்கு முன்பாகக் கல்கியில் வேலை கிடைத்தது.என்னோட இந்தக் கவிதை கட்டுரை சிறுகதை இலக்கியம் இது எல்லாவற்றையும் பார்த்துத் தான் கல்கியில் வேலை கிடைச்சது. கல்கியில் வேலை கிடைச்ச பிறகு தான் இவன் உருபட்டுறுவான்ற எண்ணமே பொண்டாட்டிக்கு வந்தது. எழுத்தாளன் உருபட்டுருவான் போல இருக்கே அப்படின்னு.

ஆனால் முதல் தொகுப்பு போடும்போதே மபாவினுடைய மனைவி மக்களெல்லாம் வந்திருக்கிற இந்தக் காட்சி கொஞ்சம் பொறாமையைத் தான் தருகிறது. எல்லோருக்கும் இந்தப் பாக்கியம் அமைந்து விடாது.

நண்பர்களே இது எனக்கு மிக மிக முக்கியமான கூட்டம் இதற்காகவே மபா அவர்களுக்கு மிகுந்த நன்றியைத் தெரிவித்துக் கொள்ளக் கடமைப்பட்டிருக்கிறேன். ஏனென்றால் அடிப்படையில் நான் ஒரு கவிஞன் பணி நிமித்தமாகச் சொல்லவேண்டுமென்றால் கல்கி பத்திரிக்கையினுடைய ஒன்பது வருடமாகத் தலைமை உதவி ஆசிரியராக இருக்கிறேன். ஆகக் கவிதைக்கு முன்னோடியாக இருக்கக் கூடிய மதிப்புக்குரிய அப்துல் ரகுமான் அவர்களும், இதழ்களுக்குப் பத்திரிகைகளுக்கு முன்னோடியாக இருக்கக் கூடிய எங்கள் ஐயா வைத்தியநாதன் அவர்களும் இருக்கக் கூடிய சபையில் நான் குரல் ஒலிப்பது என்பது எனக்கு வரம் .பெருமிதம். கௌரவம்.

நண்பர்களே இலக்கியவாதியாகக் கவிஞனாக எழுத்தாளனாக இருந்தாலும் பத்திரிகையாளனாக என்னை உருமாற்றியது அல்லது வளர்த்தெடுத்தது அல்லது எனக்குக் குருவாக இருந்தது என்று பார்த்தால் கல்கி அவர்களுடைய பேத்தி சீதா ரவிதான். சீதாரவி அம்மையார் தான் அவர்கள் மூலமாக வளர்த்தெடுக்கப்பட்டவன்தான் நான். அவர்தான் என்னுடைய இதழியல் குரு. எந்த நிகழ்ச்சி எங்களுடைய கல்கியில் நடந்தாலும் முதல் சாய்ஸ் வைத்தியநாதனை கூப்பிடலாமா அவர் வந்துடுவாரா? அவருக்கு டேட் இருக்குமாஅப்படின்னுதான் பாப்பாங்க. ஐயா வேற வழி இல்லாம இல்லன்னா தான் அடுத்த கட்டத்துக்கு நாங்க போவோம் அந்த அளவுக்கு அவருக்கும் எங்கள் நிறுவனத்திற்கும் மிகுந்த தொடர்புள்ள ஒரு சூழலில் இந்தக் கூட்டத்தில் பேசுவது எனக்குப் பெருமிதமா இருக்கிறது.

நண்பர்களைச் சிலருக்குப் புட்டு பிடிக்காது, சிலருக்கு இடியாப்பம் பிடிக்காது, சிலருக்குத் தோசை பிடிக்காது. இப்படி அரிசியில் செய்த பல பலகாரங்கள் பலருக்கு ஒவ்வொன்னும் பிடிக்காமல் இருக்கும். ஆனால் இது எல்லாவற்றிற்கும் மூலக் காரணமாய் இருக்கக் கூடியது அரிசி, அரிசி வந்த நெற்க்கதிர் பிடிக்காது என்று சொல்லக்கூடிய நபர் யாராவது இருப்பார்களா? இருக்கமாட்டார்கள் அப்படித்தான் கவிதையில் பல்வேறு விதமான போக்குகள் இருக்கிறது சிலருக்கு மரபுக்கவிதை பிடிக்காது. சிலருக்குப் புதுக்கவிதை பிடிக்காது. சிலருக்கு ஹைக்கூ கவிதை பிடிக்காது. நவீன கவிதை எடுத்துக்கொண்டால் நவீன கவிதையில் சிலருக்கு ரியலிச கவிதை பிடிக்காது, சிலருக்குச் சர்ரிலிசய கவிதை பிடிக்காது. சிலருக்கு மேஜிக்கல் ரியலிசம் கவிதை பிடிக்காது சிலருக்குப் போஸ்ட்மார்டம் கவிதை பிடிக்காது. ஆனால் எல்லோருக்கும் கவிதை உணர்வு கவித்துவம், கலைத்துவம் பிடிக்காது என்று சொல்லவே முடியாது. இது எந்த வகையான கவிதை என்றெல்லாம் நாமப் பார்க்க வேண்டியது இல்லை. இது எந்த ரகத்தைச் சார்ந்தது எந்த மொழிதழில் இருக்கிறது என்றெல்லாம் நாம் பார்க்க வேண்டியது இல்லை இதற்குள் இருப்பது கவிதையாக இருக்கிறதா? இது கவித்துவத்தில் மிளிர்கிறதா என்று மட்டும்தான் நாம் பார்க்கவேண்டும்.

அந்த வகையில் தோழன் மபா எனக்கு எப்படிப் பழக்கம் ஆனார் என்றால் கல்கியிலே கிராமத்தில் இருக்கக்கூடிய குளங்களைப் பற்றியெல்லாம் ஓர் தொகுப்பு ஒரு ஆர்டிகல் பண்ணனும் எனும்போது, இணையதளத்தில் யார் யாரெல்லாம் கிராமத்துக் குளத்தை எழுதி இருக்கிறார்கள் என்று பார்த்தபோதுதான் அவருடைய பிளாக்ல அவரு அவருடைய கிராமத்துக் குளத்தைப் பற்றி எழுதி

இருந்தார். அவரிடம் அனுமதி கேட்காமலேயே நேராகப் போய் அவர் எழுதிய சுவாரஸ்யமான பகுதியை எடுத்துபோட்டுட்டு அவருக்கு நன்றி என்று அவருடைய பிளாக் பெயரைப் போட்டோம். அப்படிதான் எனக்கு முதல் முறையாக மபா அவர்கள் பழக்கமானார்

இந்தக் கவிதை, மபானுடைய கவிதை எங்கிருந்து தொடங்குகிறது, இதனுடைய போக்கு என்னவாக இருக்கிறது என்று பார்த்தால் புதுக்கவிதைனுடைய தாக்கத்தை அதிகம் பெற்ற கவிதை மபாவினுடைய கவிதைகள். அதிலிருந்து கொண்டு நவீனத்தை நோக்கி நகர்கின்ற எத்தனம் பாய்ச்சல் இந்தக் கவிதை தொகுப்பில் இருக்கின்றது இதுதான் இந்தக் கவிதை தொகுப்பினுடைய ஸ்டாண்ட்.

ஆனால் புதுக்கவிதை தேக்கமடைந்து பல காலம் ஆகிவிட்டது அந்தத் தேக்கத்திற்கு என்ன காரணம் என்றால் ஆடம்பரச் சொற் சேர்க்கை, எதார்த்தத்தின் மேல் கால் பாவாமல் இருப்பது மேலும் அபரிதமான நம்பிக்கை அல்லது கற்பனை. நான்கூடப் புதுக்கவிதையிலிருந்துதான் நவீனத்துக்கு வந்தவன் நான் நேரா அப்படியே நவீன கவிதைக்கு வந்துரல, ஸ்டெப் ஸ்டெப்பா அந்தக் காலகட்டத்திலிருந்து வந்தவன்தான்.

நான், ஈரோடு தமிழன்பன், சுரதா இவர்களுடைய தலைமையில் எல்லாம் கவியரங்கத்தில் கவிதைபாடி நானும் ஒரு கவிஞன் தான்னு பேர் வாங்கிட்டுதான், அதற்குப் பிறகுதான் அவையெல்லாம் கவிதைகள் அல்ல அல்லது அவையெல்லாம் கவிதை ஆகிவிடாது அல்லது அந்தக் கவிதையைத் தாண்டடிவிட வேண்டும் என்று இந்தக் கவிதை பக்கம் வந்தவன்..

ஒரு காலகட்டத்தில்...

சிராய்ப்பு ஒருபோதும் வடுக்கள் ஆகாது, வகிடின் அழுத்தத்தால் தலை வழுக்கையாய்ப் போகாது. சூடு இல்லை என்றால் சூரியனில் கூடச் சுவரொட்டி ஒட்டுவார்கள். தவணை முறையில் உன் தண்டுவடத்தை வளைப்பவர்கள்...... இப்படித்தான் நான் கவிதை வாசிச்சேன் அந்தக் காலத்தில்.... தொண்ணூறுகளில். கவியரங்கக் கவிதை, யாரு எதிர்க்க உக்காந்து இருக்கான்னு பார்த்து அவனுடைய பல்ஸ்ஸ கண்டுபிடிச்சு, அந்தகாலகட்டத்து பிரச்சினை என்னன்னு ரெண்டையும் மிக்ஸ் பண்ணிட்டு அடிச்சம்னா பத்துக் கைத்தட்டல் தட்டினா அவன்தான் லீடிங் டாப் ஒன் கவிஞன். கைதட்டல் கம்மியா வாங்குகிறவன் கவிஞன் இல்ல. கைதட்டல் வாங்கறதுக்கான டெக்னிக் தெரியும், வார்த்தையை எப்படிக் கோத்தா எதிராளி மயங்குவான்னு தெரியும். இப்படித்தான் புதுக்கவிதைனுடைய போக்கு இருந்தது. வெறும் அந்தக் கூச்சலாலும், அலங்காரத்தாலும்,

எதார்த்தத்தின் பிரவாகம்தான் புதுக்கவிதை. ஒருகட்டத்தில் தேங்கி விட்டது.

ஆனால் நவீன கவிதை அப்படி அல்ல, அடுத்த கட்டத்தின் மனம் இருளை வாழ்க்கையை அதனுடைய கசப்பை அதனுடைய கோணத்தை அப்படியே ரத்தமும் சதையுமாக எழுத முற்பட்டபோது தான் கவிதை வேறு வீச்சுக்கு வந்தது. மபானுடைய மொழி கட்டமைப்பைப் பார்க்கிறபோது புதுக்கவிதையில் இருக்கிறார் சிந்தனை நவீனத்தை நோக்கி நகர்கிறது இந்தக் கவிதைத் தொகுப்புக்குப் பெயர் அவர் வைத்திருப்பது மறுதாம்பு.

நண்பர்களே அறுவடை செய்துவிட்ட பிறகு மீண்டும் அதிலிருந்து ஒரு கதிர் முளைக்கும் அல்லவா அதுதான் மறுதாம்பு அறுத்த பிறகு மீண்டும் எது எதெல்லாம் முளைக்கறதோ அதுதான் மறுதாம்பு. மறுதாம்பு என்பது பயிருக்கு மட்டுமோ, தாவரத்திற்கு மட்டுமோ பொருத்தமானதல்ல அதற்காக அவர் இந்தப் பெயரையும் வைத்திருக்க மாட்டார். அரசியலால் சமூகத்தால் பண்பாட்டால் தொழில்நுட்பத்தால் எங்கெங்கெல்லாம் மனிதன் அறுபட்டாலும் மீண்டும் மீண்டும் எந்த மனிதன் எந்த கவிஞன் துளிர்க்கறானோ அவனெல்லாம் மறுதாம்பு தான். இங்கு வந்திருப்பவர்கள் எல்லாம் ஒவ்வொரு கட்டத்திலும் மறுதாம்பு தான். அதுதான் மறைமுகமாக அவர் மறுதாம்பு என்று குறிப்பிட்டிருக்கிறார். அதை வெளியிட்டு இருக்கக்கூடிய படைப்பு பதிப்பகத்தின் பெயரைப் பாருங்கள் மேய்ச்சல் நிலம் அற்புதமான தலைப்பு அற்புதமான பேரு, நல்ல பேரைச் செலக்ட் பண்ணி இருக்கார்.

மேய்ச்சல் நிலம், வாழ்க்கை என்பதே ஒரு மேய்ச்சல் நிலம் தான் நாமெல்லாம் கடவுளின் கால்நடைகள் தொடர்ந்து யுகம் யுகமாக மேய்ந்து கொண்டே இருக்கிறோம் எனவே இந்த மேய்ச்சல் நிலத்தின் மூலமாக வந்திருக்கக்கூடிய மறுதாம்பு என்பது மிகமிக விசேஷமான ஒரு பிரதியாக எனக்குப் படுகிறது. ஏற்கனவே அம்மையார் சொல்லி விட்டுப் போனார்கள் கவிதைகளையெல்லாம் புகழ்வதற்கோ, நபரைப் புகழ்ந்து தள்ளுவதற்குக் கவிதையை விலாவரியாக பேசுவதற்கு ஒரு நபர் இருக்கிறார் என்று, அதற்குத்தானே வந்திருக்கிறோம் இந்தக் காலகட்டமே எந்த நல்ல படைப்பையும் எவனும் பேச மாட்டேன்றான், மௌனமாவே இருக்கறான் மௌனத்தாலே சாகடிச்சுடறான். அப்படி ஒன்னு இருக்குதுன்னுன்றத காண்பிக்காமயே போயிடறான். பாராட்டவே மாட்டேன்றான், கை தட்டவே மாட்டேன்றான். கைத்தட்டினால் கைரேகைகரைந்துவிடும் எனப் பயப்படுகிறான். கை தட்டக் கூட மாட்டேன்றான் அப்படியான

சூழலில் சக தோழர்களைப் பாராட்டுவதிலும் போஷிப்பதிலும் தானே ஒரு வாழ்க்கை இருக்கு. அதை விட வேற என்ன வேணும். குறை இருக்காதா என்ன? இருக்கும்தான். யார் குறை இல்லாமல் இருப்பான், எந்ததொகுப்பில் குறை இல்லாமல் இருக்கும், அதைப் பின்னாடி தோள்ல கை போட்டுன்னு 'மச்சான் நீ பண்ணது தப்பு, இது கவிதையே இல்ல ரெண்டு வரி சொதப்பி இருக்க, நாலுவரி என்னை ஏமாத்தி இருக்க' அதைச் சொல்லிட்டுப் போ மேடையில வரும்போது அதை ஏன் சொல்லணும் அவசியமே இல்லையே, பாராட்டுவோமே அதுக்குத் தானே கூடியிருக்கோம் குறைந்தபட்சம் அது கூட இல்லன்னா அப்புறம் அடுத்த கட்ட நகர்வு எப்படி வரும். முதல் புக்குதானே வரட்டும் நாற்பது வயதில் முதல் புத்தகத்தைப் போட்டு இருக்கிறார் நண்பர். இப்ப இருபது வயசுல பேஸ்புக்ல இருக்கிறவங்யெல்லாம் பேஸ்புக்ல இருக்கிறதையெல்லாம் எழுதிட்டு உடனே கவிதையா போட்டுக்கறாங்க அந்தக் காலகட்டம். தவறு ஒன்றும் இல்லை நண்பரே முற்றிய பிறகுதான் நீங்கள் அறுவடை செய்து இருக்கிறீர்கள் நாற்பது வயது என்பது தவறொன்னுமில்லை. கிரா போன்ற ஆளுமைகள் தமிழுக்கு அறியப்பட்ட போது இருபது இருபத்தியஞ்சு வயசுல வரல, பாதி வயசுக்கு மேலத் தான் இந்த உலகமே அறிய ஆரம்பிச்சது. வயது ஒரு பொருட்டுமல்ல நாப்பது வயது என்பது தவறும் அல்ல.

எல்லா இடங்களிலும் நான் குறிப்பு வைத்திருக்கிறேன் அன்பர்களே ஒரு ஆய்வு மாதிரி என்னால பேசவும் முடியும். இதுல ஒரு இடம் முக்கியமான இடம் ஒரு கவிதையில இருக்குது, பெயரில் என்ன இருக்கிறது, பெயரில்தான் எல்லாம் இருக்கிறது என்று ஒரு வரி வருகிறது இந்தக் கவிதை தொகுப்பில். பெயரில் என்ன இருக்கிறது பெயரில்தான் எல்லாம் இருக்கிறது பெயர் என்பது சாதாரணமல்ல என் பெயர் இருக்கிறது அமிர்தம் சூர்யா இது வெறும் அமிர்தம் சூர்யானா வெறும் பெயர் மட்டுமல்ல எனக்கான ஒரு வரலாறு, அழுத்தப்பட்ட பெயர்தான் இது அமிர்தம்மாள் என்ற என் பாட்டி, நூறு வயது வரை வாழ்ந்த என் பாட்டியின் பெயர் தான் அமிர்தம் பாட்டி பேரை வச்சிக்கிட்டு சுத்துற ஒரே இலக்கியவாதி நான்தான் அமிர்தம் சூர்யா.

பெயரில் என்ன இருக்கிறது பெயரில்தான்யா எல்லாம் இருக்கிறது சென்ட்ரல் ரயில்வே ஸ்டேஷன் இறக்கத்துல பல்லவன் ஹவுஸ்ஸாண்ட போய்ப் பாருங்க ஒவ்வொருத்தனும் புது வண்டி வாங்கினான அங்கதான் போய்ப் பூஜை போடுவான், அங்கப் போட்டாதான் ஆக்சிடென்ட் நடக்காதுன்பான், வரிசையா க்யூ நிற்கும் எல்லாப் புது வண்டியும் அந்தச் சாமிக்குப் பெயர் என்ன?

பாடிகாட் முனீஸ்வரர் ஆலயம். பாடிகார்ட் ஆங்கிலம், ஈஸ்வர் வடமொழி, நடுவுல இருக்கிற முனி தமிழ், பாடிகார்ட் பாதுகாவலன் ஈஸ்வர் இயக்குபவன் .முனி காற்று தமிழில் முனி என்பதற்குக் காற்று, காற்றாக இருந்து மெய்க்காப்பாளனை போல என்னைக் காப்பவன் என்பது பொருள்.

ஒரு சாமிக்குக் கூடப் பாருங்க வடமொழியும் இருக்குது இங்கிலீஷ் இருக்குது நடுவுல தமிழ் தள்ளாடுது, பாடிகாட் முனீஸ்வரன் பெயரில் என்ன இருக்கிறது பெயரில்தான் எல்லாம் இருக்கிறது. உங்களுடைய மொழியை அந்த ஒரு பெயரை வைத்துக் கொண்டு உங்களுடைய மொழியினுடைய திறனைக் கண்டுபிடித்துவிடலாம், இன்றைய சூழலைக் கண்டுபிடித்துவிடலாம், கடவுளுக்கே பேரில் என்ன இருக்குன்னா எல்லாம் பேரில் தான் இருக்கு எனவே அந்த ஒரு வரி அந்த வரியே மிகப் போதுமானதாக இருக்கிறது பெயரில் என்ன இருக்கிறது பெயரில்தான் எல்லாம் இருக்கிறது

நண்பர்களே *37* வது பக்கத்தில் அம்மணி சொல்லிவிட்டுப் போனார்கள் சூரியக் குஞ்சு ஒரு குடிசையில் இருக்கக் கவிதையை, இன்னும் அதை விஸ்தரித்துச் சொல்ல விரும்புகிறேன் ஒரு குடிசை ஒரு கூரை நிறைய ஓட்டைகள் சாணம் பூசிய தரை, இதுதான் விஷுவல் சூரிய வெளிச்சம் அந்தத் துளை வழியாகச் சாணம் பூசிய தரைக்குள்ளே பாய்கிறது தோழன் மபா பார்க்கிறான் இதை என்ன சொல்கிறான் சூரியக் குஞ்சுகள் தரையில் பொரித்த சூரியக் குஞ்சுகள் என்று சொல்கிறான். அதை ரசிச்சுட்டு அதுல ஒண்ணும் இல்லச் சூரியக் குஞ்சுனா குட்டிக்குட்டியா இருக்கிறதுனால சூரியக் குஞ்சுயா ?அந்த ஓட்டை சின்னதா இருக்குது சூரிய வெளிச்சம் சின்னதா இருக்குது, இது ஏழையின் குடிசை போகப்போக ஓட்டை பெருசாகும் அப்போ வீடுபுள்ளா வெளிச்சம் ஆயிடும் குஞ்சு பெருசாயி பறவையாயிடும் வீடே வெளிச்சமாயிடும் அந்தக் கோணத்துக்குப் போகணும். ஆக அது பொருளாதாரத்தையும் வரப்போகிற காலகட்டத்தையும் சேர்த்து அவர் சூரியக் குஞ்சு என்று அந்த வெளிச்சத்தைக் குறிப்பிடுகிறார்.

பாரதி உரை நடையில் ஒரு பிரமாதமான சொல்லாட்சியைப் பயன்படுத்தியிருப்பார் 'சூரியன் ஒரு சுவையான பதார்த்தம்' என்று சொல்லியிருப்பார் வாழ்க்கையில எவனுமே சூரியன் வந்து தொட்டுக்கறதுக்கு வச்சவன் எவனும் இருக்க மாட்டான் சூரியன் என்பது எவ்வளவு பிரம்மாண்டமான பொருள்.உலகத்தை இயக்குவதை அதைப் பதார்த்தம் என்று சொன்னவன் பாரதி மட்டும்தான் சூரியன் ஒரு சுவையான பதார்த்தம் என்று உரைநடையில்

சொல்லியிருக்கிறான் பாரதி. நம் தம்பி அதைச் சூரியக் குஞ்சு என்று போட்டிருக்கிறான்.

கடிதங்களின் பிணங்கள் என்று ஒரு கவிதை எழுதி இருக்கிறார் கிட்டத்தட்டக் கடிதங்களைப் பற்றி பேசுபவர்கள் 40 பிளஸில் இருப்பவன் தான் பேசுவான், இப்ப யார் கடிதம் எழுதறான் அந்த வழக்கமே போயாச்சு. நான் கூடக் கடிதங்களைப் பற்றியெல்லாம் கவிதை எழுதி இருக்கிறேன்.எனக்கு 10th படிச்சிட்டு லீவுல இருக்கிறப்போ ஒரு பொண்ணு லவ் லெட்டர் கொடுத்தா, முதல் ஃபர்ஸ்ட் லவ் எப்படி இருக்கும் பாருங்க, அந்தக் காலக் கட்டத்துல பத்தாவது லீவுல இருக்கும்போது ஒரு பொண்ணு லெட்டர் கொடுத்தா, ஒருத்தன் அதைக் கொடுத்தான் மச்சான் உனக்கு லெட்டர் கொடுத்து இருக்காடா அவ, அது பெருசா வழ வழன்னுயெல்லாம் ஒன்னுமில்ல ஒரே ஒரு ஒத்த வரி ஐ லவ் யூ கதிர் அவ்வளவுதான், கதிரவன்தான் என் ஒரிஜினல் பெயர் அந்த ‘ன்'னு பிடிக்கல எனக்கு அவன்றது, அதனால எடுத்துட்டேன். சூரியான்னு மாத்திட்டேன். ஐ லவ் யூ கதிர் படிச்ச உடனே பதபதபதன்னு ஆயிடுச்சு, நெஞ்சு துடிக்குது, வேத்துக் கொட்டுது பத்தாவது லீவுல வீட்டிலிருந்து ஓடி வந்து அண்ணா அரங்கம்னு திமுக மன்றம் இருக்கு அந்த வெளிச்சத்துலதான் படிக்கிறேன் ஐ லவ் யூ கதிர் படிச்சு படிச்சு பார்க்கிறேன் சுத்தி சுத்தி பாக்குறேன் நாலா கிழிச்சுப் போட்டுட்டு திடீர்னு வீட்ல வந்து படுத்துட்டேன் அந்த லெட்டரை யாராச்சும் ஒட்ட வைச்சு படிச்சிருப்பானோ, திரும்பி எழுந்து ஓடி வா திரும்பி வந்து பார்த்தா அப்படியே இருக்குது.திரும்பவும் எடுத்துச் சுக்குல் சுக்குலா கிழிச்சுட்டு, இங்க கொஞ்சம் அங்கக் கொஞ்சம் தூவிட்டு, அப்பா யாரும் படிக்கவே மாட்டேன்னு அப்படின்னு போய்ப் படுத்தேன். அது முடிஞ்சு போன கதை அதற்குப் பிறகு கவிதை எழுத ஆரம்பித்த பிறகு அந்தக் கடிதத்தைப் பற்றி நான் எழுதி இருப்பேன், ‘பனியில் நனைந்திருந்தது பாவம் அந்தக் காதல் துண்டுகள்' அப்படின்னு எழுதி இருப்பேன். அது நேருவின் அஸ்தியைப் போல அண்ணா அறிவாலயம் முழுக்கப் பரவியிருந்தது என்று எழுதியிருப்பேன் நேருவின் அஸ்தி எப்படி இந்தியா முழுவதும் தூவ்னாங்களோ அப்படி, என் காதல் துண்டை அண்ணா படிப்பகம் முழுக்க நான் தூவிட்டு வந்தேன் என்று எழுதிவிட்டு இப்பொழுதும் கிழித்துப் போட்ட கடிதத்தை ஒட்டவைத்துப் படிக்கிறேன் எப்படிக் குழந்தை குட்டி எல்லாம் பெத்த பிறகு, இப்பொழுதும் கிழித்துப் போட்ட கடிதத்தை ஒட்டவைத்துப் படிக்கிறேன் மனசுக்குள் மனைவி இல்லாத சமயங்களில் என்று நான் அந்தக் காதல் கவிதையை எழுதி இருப்பேன்.

இப்பொழுது நம்முடைய நண்பனும் கடிதங்களின் பிணங்கள் என்கின்ற ஒரு இடத்தில் இரவில் யாருமற்ற தெருவில் குப்பைத் தொட்டிக்கு அடியில் அழுகிய பிணங்களாய்க் கடிதங்கள் கைவிடப்பட்டுகிடகின்றன என்று ஒரு சிறுகதையைக் கவிதையாக்கிக் கடிதங்களின் பிணங்கள் என்ற கவிதையில் நண்பன் எழுதி இருக்கிறான்.

நண்பர்களே பக்கம் 28ல் நாச்சியாள் குறிப்பிட்டதைப் போல ஒரு முக்கியமான கவிதை, ஆதி நிலத்துத் தேவதை. சாமியாடறதபத்தி பொன்னீலன் ஒரு கூட்டத்துல பேசினார் ரொம்பச் சிலாகிச்சுருந்தேன். 'கடவுள் இல்லன்னு சொல்றதையெல்லாம் நான் ஒத்துக்க மாட்டேன் சாமி இருக்குதுடா' பொன்னீலனுடைய பேச்சின் சாரம். கடவுள் இருக்குடா கடவுள் இல்லை எல்லாம் நான் நம்ப மாட்டேன் நான் என் சாமியைப் பார்த்து இருக்கேன், என் சாமி கிட்டப் பேசி இருக்கேன். சாமியாடிக்கிட்டு வருவா பாரு அவ என்று சாமியடறதப்பத்தி அவ்வளவு சிலாகிச்சு சொல்லுவாரு சாமி ஆடிக்கிட்டு வருவாரு பாரு என் மொழியில பேசுவா, என் பேரு அவளுக்குத் தெரியுது, என் சாமிக்கு என் பேர் தெரியுது என்னைப் பேர் சொல்லிக் கூப்பிடுறா, நான் பண்ணத் தப்பலாம் அவளுக்குத் தெரியுது, என்ன பின்ன? சாமி ஆடுறது அவங்க கூட இருக்கிற யாராவது ஒருத்தர் தான அயோக்கியத்தனம் எல்லாம் அவளுக்குத் தெரியும் என்னுடைய அயோக்கியத்தனமும் என் சாமிக்குத் தெரியும் அதனால அவன பத்தி எல்லாம் தெரிஞ்சவதான சாமி ஆட முடியும். அப்படிச் சாமி ஆடுகிற பொழுது அதை அவர் சிலாகித்துச் சொல்வார், என்னுடைய மொழி என் சாமி பேசுகிறது என்னைப் பற்றி என் சாமி தெரிந்து வைத்திருக்கிறது என்னைப் பெயர் சொல்லிக் கூப்பிடுகிறது, என்னைப் பற்றி எல்லாம் தெரிந்து தான் என் சாமியாக இருக்க முடியும் என் மூதாதை குரல் தான் என் சாமி என்று, சாமி ஆடுவதைச் சிலாகிச்சு பொன்னீலன் அவர்கள் ஒரு கூட்டத்தில் பேசி இருந்தார். இதுவும் சாமிஆடறத பத்தி தான்

நண்பர்களே அந்தக் கவிதையை வாசிக்கிறேன் பாருங்க

வீதி உலாவின் போது தான் பிறந்த சேரியை நோக்கி அடங்க மறுத்துத் திமிரி வந்தாள் பனிரெண்டு குளங்களைப் பெற்றெடுத்தஆதி நிலத்துத் தேவதை மகமாயி. சாமி ஆடிக்கிட்டு வரா, எங்க? தான் பிறந்தஆதி இடமான சேரியைப் பார்ப்பதற்காகச் சாமி ஆடிக்கிட்டு ஒருத்தி வரா, கூட்டம் குலவையிட்டுத் திமிரும் மகமாயி இருக்கிப் பிடித்துச் சாமி ஆட, ஒற்றை எலுமிச்சை பழத்தைப் பிழிந்து காவு கொடுத்து வடக்கும் தெற்குமாக வீசி எறிந்து சூடம் காட்டி மகமாயின்

போக்கை வேறொரு தெருவுக்கு மாற்றினார் கோயில் பூசாரி. அந்தப் பக்கம் போகாத அப்படின்னு எலுமிச்சை பழத்தை அரிஞ்சு விட்டு நாலு பக்கம் தேய்ச்சு ட்ரைன் பண்ணிவிடறார் அந்த மகமாயிய, அந்தப் பக்கம் போயிடாத ரூட்டை மாத்து அந்தப் பக்கம் நீ போகக்கூடிய இடம் இல்ல, அது குடிசைப்பகுதி என்று கடவுளைப் பூசாரி இடம் மாற்றுகிறான் யுகங்கள் கடந்து இந்த வருஷமும் அவளால் பிறந்த சேரிக்கு வர முடியாமல் போக அழுதுகொண்டே அருள்பாலிக்கிறாள் எல்லோரையும் ஆதி நிலத்துத் தேவதை என்று எழுதுகிறார்.

நண்பர்களே இதுதான் ஒரு கவிஞனுக்குரிய ஒரு கம்பீரம் அல்லது ஒரு கவிஞன் கூறிய அறம் என்பது இதுதான். இந்த அறத்தை மிக மிக சாதுரியமாகப் பிரச்சாரம் ஆக்காமல் கலைத்துவமாக இந்தக் கவிதையிலே இவர் சொல்லி இருக்கிறார் இன்னொரு கவிதையிலே கிட்டதட்ட தேவதச்சன் சாயல்உடையது அல்லதுஅதனுடைய தாக்கம் இருக்கக்கூடிய ஒரு கவிதையை நான் சிலாகித்தது, திடீர்னு ஒரு போன் கால் வருது பொண்டாட்டிக்கு, அவள் எடுக்கிறா, அந்தக் குரல் வந்து ரொம்ப அவளை உற்சாகப்படுத்துது. யாரோ! யாரோ ஒரு குரல் மிஸ்டுகால் தான் போனை எடுக்கிறா, ஏய் இவளே உன்னத் தாண்டி இங்க பாருடி முண்டம் இதெல்லாம் புருஷன் சொல்ற வகையறா சொற்கள் இந்தச் சொற்கள் எதுவுமே அந்தக் குரலில் இல்லை புதுசா வந்த அந்தப் போன்ல, அவ எடுத்து அட்டண் பண்றா, அவ சொல்றா ஏய் இவளே உன்னத் தாண்டி இங்க பாருடி முண்டம் இது ஏதும் இல்லாமல் கண்ணியம் காத்துக் கிசுகிசுத்தது அந்தக் குரல் புதுப் போன், ரொம்ப நாகரீகமா அந்தப் போன அட்டென்ட் பண்றா. அந்தப் போன் கிட்ட அந்த யாரோ ஒரு குரல்ல மயங்குற, அட இவ்வளவு கண்ணியமா இருக்குதே இப்படிக் கூட ஒரு ஆம்பள பேசுவானா இப்படிக் கூடக் கௌரவமா ஒருத்தன் பேச முடியுமா ஏன்னா வீட்டில கௌரவம் இல்ல, இப்படிக்கூடப் பேச முடியுமா என்று சிலாகித்து இருக்கிற போது அந்தக் குரல் அவள் லயித்துப் போய் இருக்கிறாள், திரும்பவும் ஒருநாள் போன் வருது திடீர்னு வந்து அந்தப் புருஷன் வந்து அந்தப் போனை எடுக்கிறான் இவன் ஏதோ சொல்லியிருப்பான் யார்ரா நீ சம்பந்தமில்லாம போன் பண்ற என்று கத்திக்கொண்டே அந்தப் போனைக் கட் பண்றான், இப்போது அந்தப் போன் வருவதில்லை அந்தத் தொலைபேசியில் மௌனம் நிலவுகிறது வீடு முழுக்க இப்போது அமைதியாகி விட்டது. ஆனாலும் மனதிற்குள் அறை முழுக்க அந்தகண்ணியமான கிசுகிசுப்பான குரல் அறை முழுக்க நிரம்பி வழிகிறது என்று ஒரு கவிதை. நல்லா சரியாக வந்திருக்கக்கூடிய

மிக முக்கியமான கவிதை அறை முழுக்க அமைதி ஆனாலும்கூட அந்தக் அறை முழுக்க அந்த குரல் காத்திரமாக நிரம்பி வழிகிறது என்று எழுதி இருக்கிறார்.

தேவதச்சன் ஒரு கவிதையிலே இதே மாதிரி ஒன்று சொல்லியிருப்பார். துணி ஒன்னு எடுத்துத் துவைப்பாரு, தூரத்துல குருவிங்க சத்தம் போடறது கேட்கும், திருப்பித் துவைப்பாரு சத்தம் கேட்டுட்டே இருக்கும், துணிகள் துவைக்கத் துவைக்க இப்ப குருவிகள் போயிடும் குருவிகள் போய்விட்ட சத்தம் நிசப்தம் கேட்கும், துவைத்துக்கொண்டே இருக்கும்பொழுது நிசப்தத்தில் ஏற்கனவே கேட்ட குருவிகள் சப்தம் மைண்ட்ல ஓடிக்கிட்டே இருக்கும் இது ஒரு கவிதை

துணி துவைத்துக் கொண்டிருந்தேன் காதில் விழுந்தது குருவி போடும் சத்தம் தொடர்ந்து துவைத்துக் கொண்டிருந்தேன் காதில் விழுகிறது குருவிகள் போய்விட்ட நிசப்தம் அடுத்த துணி எடுத்தேன் காதில் விழுந்தது நிசப்தம் போடுகிற குருவிகள் சப்தம் என்று முடியும். கிட்டத்தட்டத் தேவதச்சன்னுடைய அதே டோன் அதே விஷயம் ஆனால் அது குருவிகள், இயற்கை .இது முழுக்க முழுக்க வாழ்வியல் மனைவி உளவியல் சார்ந்தது மிகச்சரியான கவிதையாக வந்த கவிதைகளில் இது ஒன்றாகத் தெரிகிறது.

நண்பர்களே பல இடங்கள்ல ரொம்ப அழகான சொல்லாட்சிகளையெல்லாம் ரசிச்சி எழுதி இருக்கிறார் மபா. குலோப் ஜாமுன் வந்து பார்ப்பீங்க அந்தப் பாத்திரத்தில் ஒட்டியும் ஒட்டாம மிதந்து முழுகாம ஒரு மாதிரி அப்படியே அலைபாஞ்சிட்டி இருப்பான். இந்த உலகம் ஒட்டியும் ஒட்டாமலும் ஜீராவில் கிடக்கும் க்ளோப் ஜாமூனை போலிருக்கிறது இந்த உலகம் அப்படின்னு சாப்பிடற அந்தக் குலோப்ஜாமுனை இந்த உலகத்தோட எப்படி அது பட்டும் படாமலும் மூழ்கியும் மூழ்காமல் எப்படி அலைந்து கொண்டிருக்கிறது என்று ஒரு வரியில் எழுதியிருக்கிறார்.

இன்னொரு வரியில் பேருந்து போனபின் கிளம்புகிற புழுதியைப் போலப் பால்வெளி என்று எழுதுகிறார் எப்படிப் பால்வெளி இருக்குமாம் பேருந்து போனபிறகு கிழப்பி விடுகிற புழுதி வேலியைப் போலப் பால்வெளி இருக்கிறது என்று எழுதி இருக்கிறார்.

இன்னொன்னு அதிகமா பார்க்கிற தந்தூரி, மரங்களைத் தந்தூரியாக தின்று தீர்க்கும் தீ என்று எழுதுகிறார். ஒரு காட்டுல புடிச்ச தீயை எழுதும்போது மரங்களைத் தந்தூரியாய் தின்று தீர்க்கும் தீ என்று எழுதுகிறார். இப்படிப் பார்த்த பொருட்களைக்கொண்டு மிக மிக மிக அற்புதமான வரிகளையும் சேர்த்திருக்கிறார். பல இடங்களில்

இதைத் தவிர்த்திருக்கலாம் என்று சொல்லக்கூடிய கவிதை மாதிரியானவைகளும் இருக்கிறது. தவறொன்றுமில்லை போகப் போக எல்லாம் சரியாகிவிடும்.

நண்பர்களே அம்மணிக்குப் பிடித்த கவிதை என்று நாச்சியாள் சொல்லி விட்டுப் போனது கட்டிங் கேட்ட கடவுள் அது இப்ப இருக்கக்கூடிய பிரசன்ட்ல இருக்கக்கூடிய வாழ்க்கை முறை, சக மனிதர்களுடைய கட்டிங் வாழ்க்கை எப்படி இருக்குதோ அதனோடு சேர்த்து ஒரு அரசியலையும் சேர்த்து இந்தச் சமூகத்தையும் சேர்த்துப் பேச முடியும் என்பதற்கு இது ஒரு உதாரணமான கவிதை இது கண்டிப்பா பேச வேண்டிய கவிதை. இது வெறும் குடியோடு சம்பந்தப்பட்டு இருந்தாலும்கூட நான் இதை வாசிக்கும்போது நீங்க கீழ ஓட விட்டுக்குங்க.. குடி உடம்புக்குக் கேடானது அப்படின்னு... ஓட விட்டுட்டே இருங்க அப்புறமா அந்தக் கவிதையை வாசிச்சுட்டு இருக்கேன் அந்தமாதிரியான கவிதை இது. ஏன் இது அவசியம் வாசிக்க வேண்டிய ஒரு கவிதை எப்படி வந்து ஒரு விஷயத்தைப் பிரச்சாரம் இல்லாத அதே நேரத்துல சமூகத்தையும் சொல்லிக் கடவுளையும் உள்ளிழுத்து ஒரு விஷயத்தைப் பேச வைக்க முடியும் பேச வேண்டும் என்பதற்கான ஒரு கவிதை தான் இது.

கட்டிங் கேட்ட கடவுள் ஆறாவது ரவுண்டு முடிஞ்சுட்டு உட்கார்ந்து இருக்கிறப்போ மயக்கத்துல எதிர்க்க வந்து உட்கார்ரான் ஒருத்தன் பார்க்கிறான் நான் கடவுள் என்கிறான் வந்தவன், இவன் கேட்கிறான் எத்தனாவது ரவுண்டுன்னு கேட்கிறான், ஏன்னா உள்ளே ரவுண்டு ரவுண்டு ஏற ஏற, ஒன்று உள்ளே இருக்கக்கூடிய சாத்தான் வெளியே வரும், இல்ல உள்ளே இருக்கக்கூடிய கடவுள் வெளியே வரும். அது அவங்கவங்க மனநிலைக்கு ஏற்பச் சாத்தான் வெளியே வருமா கடவுள் வெளியே வருமான்னு ரவுண்டு தான் முடிவு பண்ணும். ஆறாவது ரவுண்டுல இவன் மயக்கத்துல இருக்கும்போது எதிரில் வந்து உட்காரான் ஒருத்தன் அவன் சொல்லிக்கறான், நான் கடவுள் எத்தனாவது ரவுண்டு கேட்கிறான் இவன். அவர் பேசவே இல்லை வந்தவர் உண்மையான கடவுள் அவர் பேசவே இல்லை இப்ப கடவுள் கேட்கிறார் எனக்கு ஒரு கட்டிங் வேணும் அப்படின்னு, இவர் சொல்றாரு இங்குக் கட்டிங்யெல்லாம் கிடையாது லார்ஜ்தான் அப்படின்னு கடவுள்கிட்ட சொல்றாரு, சரி சொல்லு ரெண்டுன்னு, ஏப்பா கடவுளுக்கு ரெண்டு லார்ஜ் அப்படின்றான், கடவுள் கேட்கிறாரு பிராண்ட கேட்கவே இல்லையே நீ பாட்டுக்குச் சொல்ற அப்படிங்கறாரு கடவுள், ஓசி குடிக்கு என்னையா பிராண்ட் வேண்டியிருக்கு அப்படின்றான் இவன் கடவுளையே, கடவுளை அட்டாக் பண்றான், கடவுள், தமிழ் குலத்தில் மட்டும் ஜாதி ஜாதியா

பிராண்ட் வச்சிருக்கீங்க நான் குடிக்கிறதுக்குப் பிராண்ட் இருக்கக்கூடாதான்னு கடவுள் கேட்கறார், சரி நான் உனக்கு வாங்கித் தரேன் நீ கேட்கிற பிராண்டட். எனக்கு நீ ஒரு உதவி பண்ணுவியான்னு இவரு ஆறாவது ரவுண்டில் இருக்கிறவர் கேக்குறாரு, கேளு நிறவெறியெல்லாம் ஒழிச்சாருயில்ல மண்டேலா அவர ஜாதி வெறி ஒழிக்கறதுக்கு தமிழனா பிறக்க வைன்னு அப்படின்னு கேக்குறாரு ஆறாவது ரவுண்டில இருக்கிறவர் கடவுள்கிட்ட, கடவுள் பெக் அடிச்சுகிட்டே சொல்றாரு ரைட்டு இன்னொரு ஸ்மால் சொல்லு அதையும் சாப்பிட்டுட்டு இப்ப கடவுள் கேக்குறாரு நீ கேக்குறத ஒத்துக்குறேன் நெல்சன் மண்டேலா தமிழ்நாட்டுல ஜாதியை ஒழிக்கறதுக்கு தமிழனா பொறக்க வைக்கறேன். ஒரே ஒரு சந்தேகம் எந்த ஜாதில அவரைப் பொறக்க வைக்கலாம் என்று கேட்கிறார் கடவுள்.

நண்பர்களே ஒரு கவிதை இப்படித்தான், கவிதை செய்யக்கூடிய இடம் எது, கவிதை என்ன செய்யும் என்பதற்கெல்லாம் ஒரு முத்தாய்ப்பாக நம்முடைய நண்பன் தோழன் மபானுடைய கவிதை தொகுப்பு இருக்கிறது. நல்லவேளை தோழன்னு வச்சிருக்காப்ல தோழர் வைச்சிருந்தா அதுக்கு இங்கயே வைச்சு ஒரு பத்து நிமிஷம் பேசி இருப்பேன். ஏன்னா புரட்சி எப்படி கேவலப்பட்டு அர்த்தம் இழந்ததோ அந்த மாதிரி இந்த தோழர்களும் இப்ப அர்த்தத்தை இழந்து ரொம்ப நாள் ஆகுது. தோழர் மாபன்னு வச்சிருந்தா கூட்டத்துக்கு கூட வந்திருக்க மாட்டேன். தோழன் மபா என்று வைத்ததால் அந்த நண்பனை என்னுடைய அன்பு நண்பனை பாராட்டுகிறேன்.இத்தகைய பெரும் ஜாம்பவான்கள் இருக்கக்கூடிய அரங்கத்தில் இந்த நூலை வெளியிட்டு முதல் தொகுப்பை வெளியிட்டிருக்கும் தோழன் மபாவிற்கு என்னுடைய வாழ்த்துகளை கூறி விடைபெறுகிறேன் நன்றி வணக்கம்.

ராசி அழகப்பன் கவிதைகள்

நண்பர்களே, அம்மையார் பர்வீன் சுல்தான் கிட்டதட்ட நான் பேச வைச்சிருந்த குறிப்புகளில் சிலதை பேசி முடிச்சிட்டாங்க. (அம்மையார்னு மதிப்பா சொன்னேன்) கிட்டதட்ட நான் என்னென்ன குறிப்புல இருந்தேனோ பெரும்பான்மையான விசயங்களை அவர் தொட்டு விட்டு இருக்கிறார். ஆயினும் நான் சமாளித்து விடுவேன். ஏனென்றால் அவருக்கு அளித்தது நூறு பக்கம், எனக்கு நானூறு பக்கம் அளித்தார்கள். கிட்டதட்ட ஒரு வாரமாக படித்து முடித்திருக்கிறேன். நானூறு பக்கங்களை கிட்டதட்ட எழுதியவர் படித்திருக்க மாட்டார். நான் படித்திருக்கிறேன் நானூறு பக்கத்தை.

வரும் போத வீட்ல கேட்டாங்க நல்லநாள் அதுவுமா போகனுமா? எப்ப பார்த்தாலும் ஊர் சுத்தி வர்ற,என்று. இலக்கிய கூட்டத்துக்கு போறது ஊர் சுத்தற கணக்குலதான் வரும். எப்ப பார்த்தலும் ஊர் சுத்திட்டு இருக்க, நல்லநாள் அதுவுமா போற? என்றாள். இல்லயில்ல ரொம்ப முக்கியமான கவிஞரு, சினிமாக்காரரு போயே ஆகனும் என்றேன்.'யார் அவரு?' 'உனக்கு தெரியாது' ஏன்னா டிவியை தவிர என் மனைவிக்கு எதுவும் தெரியாது மீண்டும் 'யார் அவர்?'என்றாள். 'உனக்கு தெரியாது' ' என்றேன் மீண்டும்.பேரை சொல்லு'தெருயுதான்னு பாக்குறேன் என்றாள்.' ராசி அழகப்பன்' என்றேன்.' ஓ இந்த கமலுக்காக டிவியில பேசறாரே அவரா?'என்றாள்.

கவிஞர், இயக்குனர் எல்லாம் காலி, டிவி பார்த்துட்டே இருக்காங்கள்ல மய்யம் சார்பா தொடர்ந்து கமலஹாசனுக்கு ஆதரவா பேசிக் கொண்டு இருப்பதால் கமலுக்காக பேசறவர்னு பதிவாகியிருக்கு வீட்ல. வீடு என்பது ஒரு வீடு அல்ல பரவியிருக்கிறது. ஆயினும் நாம் மய்யத்திற்கு பின்புலமாக இயங்குபவர் என்றோ, இயக்குனர் என்றோ நண்பர் என்றோ வரவில்லை. மிகுந்த சிறந்த கவிஞன். அவன் நானூறு பக்கத்தில் ஒட்டு மொத்த தேர்ந்த கவிதைகளின் தொகுப்பை கொண்டு வந்திருக்கிறார். அதில் எதுயெது

நம்மை கவர்ந்தது. ஏன் அவர் எழுதுகிறார், எப்படி எழுதுகிறார் என்பது பற்றியான சின்ன பகிர்வுதான் எனது உரையாக இருக்கும்.

நண்பர்களே கண்ணதாசன் தனது உரைநடை ஒன்றில் எழுதியிருக்கிறார். 'ரோஜாவை ஆதாரிக்கறவன்தான் நான், ஆனாலும் ரோஜா எந்த மண்ணில் விளைந்தது என்று தெரிவது முக்கியம்' என்று எழுதியிருக்கிறார். வார்த்தைகளை, வரிகளை உடைத்து அதனுள் இருக்கின்ற உளவியலை, அரசியலை அவதானிக்கிற பின்நவினத்துவ காலத்தில் இருக்கிறோம் நாம். புதுமைபித்தனுடைய வரிகளை, வர்ணனைகளை கட்டுடைத்து சைவ, வேளாள குரல் என்று நிறுவியிருக்கிறார்கள் அ.மார்கஸ்னு நினைக்கிறேன். மிக பெரிய விஸ்தாரமான கட்டுரை. ஆக நீங்க எழுத கூடிய வரியை வைச்சே அந்த வரிக்குள் இருக்கிற உளவியல், அரசியல் எல்லாவற்றையும் உடைத்து கொண்டு வந்துவிட முடியும் என்பது சூழல், விமர்சன சூழல் இன்றைய காலத்திற்கு உரியது.

கண்ணதாசன் ரோஜாவை ஆராதித்தாலும், அது விளைய கூடிய மண் எனக்கு முக்கியம் என்று ஏன் சொன்னார். நாம் அதை ஆராய்ந்தால் கண்ணதாசனை விட எனக்கு ராசி அழகப்பன் முக்கியம் என்று சொல்ல முடிகிறது. அவர் கவியரசராக இருந்தாலும் சரி. ஏனென்றால் கண்ணதாசன் குறிப்பிட்ட ரோஜா என்பது பெண் என்றால்.. விளைந்த மண் என்பது ஜாதியை குறிப்பிடுகிறாரா, குலத்தை குறிப்பிடுகிறாரா?, கோத்திரத்தை குறிப்பிடுகிறாரா? எதை வேண்டுமானலும் அவர் குறிப்பிடுவதாக கொள்ளலாம். ரோஜா விளைந்த மண் எனக்கு தெரிய வேண்டும் என ஏன் சொன்னார். பூவுக்கு ஏன் டா நிலம் தெரியணும்?

ஆனால் ராசிஅழகப்பன் ஒரு கவிதையில் 'பூவின் தாய் செடிதான், ஆனாலும் அது ரேகைகளை பார்த்துவிட்டு வண்டுகளை அனுமதிப்பதில்லை' என்று எழுதி விட்டு பின்னால் சொல்கிறார். யார்கிட்ட? காதலிக்கிட்ட.. 'என் மாதிரியே நீயும் கேட்கவில்லை, என்னை என்ன ஜாதி என்று' என்று சொல்கிறார். என்னை போலவே நீயும் கேட்கலியே என் ஜாதி என்னன்னு காதலிக்கிட்ட, காதலிச்சிட்டு இருக்கிறவங்ககிட்ட சொல்றாரு என்னை மாதிரியே நான் உன்னை கேட்கலையில்ல நீ என்ன ஜாதின்னு, நீயும் என்னை கேட்கலையே என்று இவர் எழுதுகிறார். இதுதான் ரோஜா விளைந்த மண்ணாக இருக்க கூடும். எனவே எனக்கு கண்ணதாசனை விட ராசி அழகப்பன் முக்கியமாக படுகிறார்.

நான் வேலை செஞ்சிருந்த காலத்துல... இரண்டாயிருத்துல ஒரு கம்பெனியில வேலை செஞ்சிட்டு இருந்தேன் அப்போ ஒரு நண்பர்,

ரொம்ப நெருக்கமான நண்பர்., மாமு உன்னை மாதிரியே எனக்கும் லவ் பண்ணனும் ஆசையா இருக்குடா, மூனு பேரு எனக்கு ரொம்ப பிடிக்கும் ரொம்ப நல்லவங்க என்றான். 'சரி பண்ண வேண்டியதுதான, பிடிச்சிருந்தா சொல்ல வேண்டியதுதான? என்றேன். அதற்கு அவன் 'என்ன ஜாதின்னு தெரியல மச்சான்?' அப்படின்னான். ஜாதியை பார்த்து காதலிக்கிற மனோபாவம் இருக்கிறது காதலா? என்பது வேறு விசயம். ஆனால் ஜாதியை பார்த்துக் கொண்டே இருக்கிறார்கள் என்பது தவிர்க்க முடியாத அரசியலாக இருக்கிற இந்த சூழலில் நீங்க எப்படி மாத்தி மாத்தி போட்டாலும் சரி ராசிஅழகப்பனுடைய இந்த இடம் எனக்கு அழகாக பிடித்திருக்கிறது.

ராசி அழகப்பன் எனக்கு நான் சொல்லிட்டேன் முதல்லயே , ஒரு வாரத்துக்கு முன்னாடியே சொல்லிட்டேன். 'எப்பா மத்தவங்க மாதிரி அட்டை பார்த்துட்டு படிக்கிற ஆள் கிடையாது நானு. வந்துட்டே இருந்தேன் இப்பதான் பொறட்டனேன்., உட்கார்ந்துட்டு உள்ள நாலு வரியை பேசற ஆள் கிடையாது. அட்டையிலிருந்து அட்டை வரைக்கும் படிப்பேன். அப்படி இருந்தா வருவேன். இல்லைனா மன்னிச்சுக்கோ வீட்ல உடம்பு சரியில்லைன்னு பொய் சொல்லிட்டு நின்னுடுவேன். நானூறு பக்கமும் என் கையில வந்தாகனும். கல்கி அலுவலகத்துக்கு வந்து நானூறு பக்கங்களையும் கொடுத்தார். ஒரு வாரமாக படித்துக்கொண்டிருந்தேன். நானூறு பக்கங்களையும் படித்தேன்.

நண்பர்களே ராசி அழகப்பன் எதை எழுதியிருக்கிறார்., எதைப் பற்றி பேசுகிறார். எதன் மூலம் எப்படி சொல்கிறார் என்பதனை மட்டும் சொல்ல விரும்புகிறேன்.

ராசி அழகப்பன் சமூகத்தைதான் பிரதிபலிக்கிறார்....

ஆனால் சமூக பிரச்சனையை எழுதும் போது எதன் மூலமாக சொல்கிறார் என்றால் காதலின் வழியாகதான் இந்த தொகுப்பு முழுவதும் சொல்கிறார். காதலின் வழியாக சொல்லும் போது இரண்டு கச்சா பொருட்களை அவர் எடுத்துக்கொள்கிறார். இந்த இரண்டு கச்சா பொருட்கள் எது என்றால்.. சொற்கள், காற்று.

சொற்களும் காற்றும்தான் தொகுப்பு முழுக்க விரவிக் கிடக்கிறது. இந்த இரண்டு சொற்கள். இந்த சொற்களையும் காற்றையும் வைத்துக் கொண்டு காதலின் வழியாக இந்த சமூகத்தை எழுதி செல்கிறார்.

நண்பர்களே இந்த தொகுப்பு முழுவதும் காற்றும் சொற்களும்தான் விரவி இருக்கிறது. நானூறு பக்கங்களை படித்தேன் என்பதற்கு சாட்சியாக சொல்கிறேன் இந்த தொகுப்பு முழுக்க தொன்னுத்திரெண்டு

இடங்களில் காற்று என்ற சொல்லை கையாண்டுயிருக்கிறார். ராசிஅழகப்பன். தொன்னுத்திரெண்டு இடங்களில் ப்ளஸ் ஆர் மைனஸ் ஒன்னு வரலாமே தவிர அதிகபட்சம் இருக்காது. தொன்னுத்திரெண்டு இடங்களில் காற்றை பற்றி பேசியிருக்கிறார்.

காற்றின் துளிகள், காற்றின் மனம் கொள், காற்றின் இறக்கை, காற்றுக்கு பசி, காற்று உரைந்த மொழி, தாய்மையை காற்றென கும்பிடு இப்படியாக பல்வேறு இடங்களில் காற்றை வெவ்வேறு விதமாக எழுதி செல்கிறார்.

வீட்ல ஒரு சிலிண்டரை பார்த்தா கூட காற்றடைத்த கவசகுண்டலம் என்று எழுதுகிறார்.

வாக்கிங்க போறார். வாக்கிங் என்று கூட அதை சொல்லல, கூடவே காற்று வருதில்ல அதனால காற்று நடை பழகுதல் என்று எழுதுகிறார். காற்று நடை பழகுதல். சரி காற்றுக்கு தெரியுமான்னு ஒரு கேள்வி கேட்டு புயலும் தென்றலும் தனக்குள் இருப்பது காற்றுக்கு தெரியுமா? என்று கேட்கிறார். ரெண்டுமே என்கிட்டதான் இருக்குன்னு அந்த காற்றுக்கு தெரியுமா? என்று ஒரு தர்க்க விசாரணை நடத்துகிறார்.

நண்பர்களே.. ஏற்கனவே பேராசியை காற்றை எப்படி சிலாகித்தார்களோ, இது மாதிரி கவிஞனுக்களுக்கெல்லாம் ஒரு மூலாகரனாக ஒருத்தன் இருப்பான் இல்லையா? பாரதி. அவன் காத்தை பத்தி என்ன சொல்லியிருப்பான். பாரதி உரைநடையில் காற்றைப் பற்றி குறிப்பு எழுதியிருக்கிறார். என்னென்றால் மனிதர்களேல்லாம் பூக்களை போல காற்று நாரைப் போல.. ஒவ்வொரு மனிதர்களுக்குள்ளும் புகுந்து புகுந்து புகுந்து கட்டி மாலையாக்கி இந்த பிரபஞ்சத்தின் மீது போடப்பட்டிருக்கிறது. என்று எழுதுகிறான். என்னா மாதிரி கற்பனை!. நீ ஒரு பூ, நீ ஒரு பூ, நான் ஒரு பூ. காத்து ஜாதி மதம் பாக்காத பிச்சைகார நாய், நாய்க்குள்ள புகுந்த காத்து திரும்ப உன்கிட்ட வந்துட்டு, என்கிட்ட வந்துட்டு குஷ்டரோகி வழியா போயிட்டு திரும்ப வந்து, பேதம் பார்க்காமல் இந்த நார், காற்று என்கிற நார் கட்டி கட்டி மனிதர்களை பிரபஞ்சத்தின் மீது போட்டிருக்கிறது மாலையாக என்று எழுதுகிறான் பாரதி. எனவேதான் அதனுடைய தொடர்ச்சியாக ராசிஅழகப்பன் காற்றை இங்கிங்கெனாதபடி எல்லா இடத்திலயும் எழுதி செல்கிறார். அதிகம் பலமாக பயன்படுத்திய சொல்லும் காற்றுதான். அதிகம் தேய்மானம் அடைந்த சொல்லும் இதில் காற்றுதான்.

நண்பர்களே.. ஆத்திச்சூடி மாதிரி காற்றுசூடி கவிதை எழுதியிருக்கிறார்., திருக்குறள் மாதிரியே குறள்காற்று அப்படின்னு எழுதியருக்கிறார். எல்லா பார்முலாவையும் பரிசோதனை முயற்சிகளையும் இவர் செய்து பார்க்கிறார்.

காற்றென படுவது யாதெனில், குறள்காற்றில் வரும். காற்றென படுவது யாதெனில் யாவையும் விலகாது சுமக்கும் தாய். என்று எழுதுகிறார்.

தியானதில் படிம காற்று, மயானத்தில் படிப்பினை காண் என்று முடிக்கிறார். இப்படி குறள் பற்றிய காற்று. காற்று பற்றிய முதல் தகவல் அறிக்கை இந்த புத்தகத்தில் இடம் பெறுகிறது. அடுத்து சொற்களை பத்தி. நான் சொன்னேன் இல்லையா? ரெண்டு விசயங்களை எடுத்துக் கொண்டு கையாளுகிறார். சொற்கள் இன்னொன்னு காற்று. ரெண்டத்தையும் மிக்ஸ் பண்ணி காதல் வழியா சமூகத்தை எழுதிப் பார்த்தால்தான் இந்த நூல்.

பாரதத்துல சகுனி, தன்னுடைய மூதாதையரின் எலும்பைக் கொண்டு அந்த தாயக் கட்டையை செய்திருப்பான். எனவேதான் அவனுக்கு சாதகமாக வரும் என்று நாம் படித்திருக்கிறோம்.

சகுனி எலும்பை வைத்து சூதாடினான். எழுத்தாளர், கௌதமசித்தார்த்தன் ஒரு சிறுகதையில் சொற்களை சூதாட்டித்தில் வைத்து ஆடுவதாக எழுதியிருப்பார்.. ராசிஅழகப்பன் சொற்களையே உருட்டி சொக்கட்டான் ஆடுகிறார்.. ஒரு கவிதையில் 'சொற்களை உருட்டி வெல்லும் விளையாட்டு தினமும் நடக்கிறது. வியந்துப் பார்ப்பவன், தானே வீழ்வது அறியாது அணிகலாக மாறி ஆர்பரித்து மகிழ்கிறான்.' சொற்களை உருட்டி விளையாடுகிறவன் அவனே அணியாத்தான் இருக்கிறான் அவன்தான் சந்தோஷப்படறான். அவன்தான் தோக்கறவனா இருக்கான். சொல் ஒரு மனிதனை எப்படி ஆட்டப்படுத்துகிறது, வெல்வதற்கும் வீழ்வதற்குமான சொற்கள்தான் காரணம் என்று ராசி அழகப்பன் பல இடங்களில் சொல்லிக் கொண்டே வருகிறார்.

தேவன் ஆதியில் வார்த்தையாக இருந்தான் என்று சொல்வதை போல, ராசிஅழகப்பன் சொற்களை வைத்து சகலமும் செய்கிறார். என் நாட்களை உன் சொற்களால் புசித்து விடுகிறாய். என்று காதலியை பார்த்து எழுதுகிறார். அதாவது என்னோட காலத்த நாட்கள உன்னோட சொல்லால சாப்புட்டறடி ,. என்று கொச்சையாக மொழிபெயர்க்கலாம்

சொற்கள் அதிகாரங்களாகி சுயத்தை இழக்கிறது. அப்பொழுது உறவும் நன்றியும் உட்பிரிவாகுகிறது. சொல் அதிகாரமாகிறதில்ல, அதிகாரத்தை இழக்கிறபோதுதான் சுதந்தரமாக இருக்கிறது.. அதிகாரமாகி சுதந்தரத்தை இழக்கும்போது உறவும் நன்றியும் உட்பிரிவாகிறது. எங்க? சொற்கள்ல. கடிதத்தின் சொற்கள் இடையே கவனிப்பாரற்று கிடந்தது பிரியம். இப்படி இன்னொரு இடத்தில்...

‘சொற்கள் மனக் குளத்தில் தூண்டில் புழுக்கள்’ என்று படிம முறையில் எழுதுகிறார். சொற்கள் தூண்டில் புழுவாக மனக்குளத்தில்.. எதை வேட்டையாடும்,? எண்ணங்களை, சிந்தனைகளை.

இன்னொரு கவிதையில் வேட்டையாடும் கருவிகள் ஆகிறது சொற்கள். நம்மை வேட்டையாட கூடி கருவிகள் ஆகிறது சொற்கள் என்கிறார். சொற்கள் சுவாரஸ்யம் இழக்கலாம், ஒரு போதும் சுவாஸத்தை இழக்காது என்று எழுதுகிறார். சொற்களுக்குள் குளிர்ச்சியும், வெப்பமும் மாறி மாறி ஓடுகிறது என்று எழுதுகிறார். இன்னொரு இடத்தில் வாழ்க்கை நம்பிக்கையில் நடக்கிறது என்ற ஒரு வரி வரும். அதைப் படிக்கும் போதே ஒரு யோசனை வரும் வாழ்க்கை நம்பிக்கையிலதான் ஓடும். கேட்போம் நாம சரிப்பா ஒழுங்கா நடக்குதா? அப்படின்னு எதிர் கேள்வி கேட்கறமோன்னு வைங்க, அடுத்த வரியிலயே சொல்கிறார். ஒழுங்கா நடக்கும். ஏனென்றால் சொற்களின் வழியை கேட்டப்படி நடக்கிறது அது. என்று எழுதுகிறார்.

வாழ்க்கை நம்பிக்கையில் நடக்கிறது, அது சொற்களின் வழியை கேட்டப்படி நடப்பதால் என்று சாதுரியமாக ராசிஅழகப்பன் தன்னுடைய கச்சா பொருளான சொற்களையும், காற்றையும் மிக சமமான விகிதத்தில் இந்த இடத்தில் பயன்படுத்துகிறார்.

மனிதம் என்றால் என்ன? மானுடம் என்றால் என்ன? மனிதநேயம் என்றால் என்ன? இதுக்கெல்லாம் பெரிய அர்த்தமெல்ல்லாம் சொல்லல? ஒரு வரியில சொல்றார். ‘ஈர சொற்களை குவித்தால் அது மனிதம்.’ கடுமையான சொல்லெல்லாம்யில்ல, அதுக்கு பெரிசா வியாக்கினம் இல்ல. மானுடம் என்றால் என்ன? அதெல்லாம் ஒன்னும்மில்ல, மனிநேயம், மானுடம் அதுக்கெல்லாம் ரொம்ப சிம்பளா பதில் சொல்லட்டுமா? நாங்க சுரதா தலைமையில கவியரங்கம் போகும் போது மானுடம் என்றால் என்ன? அப்படி கவியரங்கத்துக்கு தலைப்பு கொடுத்து நான் வாசித்ததெல்லாம் உண்டு.

வெடித்த நிலம் பார்த்து வீழ்வதும்,

வெடித்த நிலம் பார்த்து விம்முவதும்,

வேரறுந்த மரம் பார்த்து வேதனை படுவதும்,

நடிக்கின்ற உறவுக்கு நல்வாழ்த்து கூறுவதும்,

நரை விழாத மானுடத்தின் நசுங்காத பக்கங்கள்

இது நான் அப்போ எழுதியது. தொன்னுத்திஒன்பதுல, அந்த மாதிரி பெரிய வியாக்கினமெல்லாம் கிடையாது. ஈர சொற்களை குவித்தால் அது மனிதம் என்று எழுதுகிறார்.

தொகுப்பு முழுவதும் சொற்களும், காற்றும் ஊடுபாவாக குறுக்கும் நெடுக்குமாக ஓடி காதல் சேலையை நெய்கிறார். சமூகம் கட்டிக் கொள்வதற்காக. காதலியிடம் காதல் பேசும் இடத்தில், சமூகம் எங்க வருதுன்னு கேட்பிங்க இல்லையா? காதல் பேசற இடத்தில்எல்லாம் சமூகம் எங்க வருதுன்னு, இப்ப பாருங்க ஒரு இடத்துல... செல்லமே கனவுல உனக்கு நான் தாலி கட்டுகிற சம்பவமே அடிக்கடி வருகிறது என்கிறாய். காதல்னா அடுத்தது கல்யாணம் தானே..அப்பப்போ அவ சொல்லிட்டே இருக்கா, நாம கல்யாணம் பண்ணிக்கிற மாதிரி காட்சி வந்துட்டே இருக்குதுங்க. செல்லமே கனவில் உனக்கு தாலிக் கட்டும் சம்பவமே அடிக்கடி வருகிறது என்கிறாய், எனக்கு ஆயிரம் தாலிகளை இழந்த அசாம் பெண்களே கனவில் வருகிறார்கள் என்று எழுதுகிறார். காதலிக்கிட்ட பேசும் போது கூட, அந்த காதலான, ரம்மியமான விசயங்களை பேசும்போது கூட சமூகத்தின் சார்பான விசயங்களை ஊடாக பேசுகிற காரியத்தை தொடர்ந்து கவிதையில் செய்திருக்கிறார் எங்கள் நண்பர் ராசி அழகப்பன்.

ஆத்திச்சூடி வெர்சஸ், அழகப்பன் சூடி என்ற ஒரு பகுதியை நாம் போடலாம், ஏனென்றால் ஆத்திச்சூடி உங்களுக்கெல்லாம் தெரியும், ஔவையார் எழுதிய ஆத்திச்சூடி.. அறம் செய்ய விரும்பு, ஆறுவது சினம், இயல்வது கரவேல், ஈவது விலக்கேல், ஆத்திச்சூடி. அதை ராசிஅழகப்பன் எழுதி பார்க்கிறார். யாரும் எழுதி பார்க்கலாம், எந்த ஒரு விசயத்தையும் திரும்பவும் எழுதிப் பார்க்கலாம். ஆனால் எழுதிப் பார்த்த பிறகு ஏற்கனவே இருந்ததை அது வெல்ல வேண்டும். அல்லது அதற்கு மாற்றாக இருக்க வேண்டும். அதை விட கேவலமா போயிடக்கூடாதுயில்ல. ராசிஅழகப்பன் இந்த தொகுப்பில் ஆத்திச்சூடியை எழுதிப் பார்க்கிறார். ஆத்திச்சூடிக்கும், அழகப்பன் எழுதிய அழகப்பன் சூடிக்கும் கம்பேர் பண்ணி பார்க்க போறேன்.

ஆத்திச்சூடி, அறம் செய்ய விரும்பு இது தெரிஞ்சது. ராசி அழகப்பன் அதுக்கு ஈக்குவலா ஒரு வரி போடறார். அன்பு விதை. என்று..அறம் செய்ய விரும்பு, அறம் செய்றது இருக்கட்டும். அன்பு இருந்தா அறம் தானாவே வந்துருமில்லை? எனவே அன்பு விதை என்று எழுதுகிறார்.

ஆத்திச்சூடில ஆறுவது சினம், ஏன்னா அ, ஆ, இ லதான வரும். அறம் செய்ய விரும்பு, ஆறுவது சினம், அப்படி இவர் ஆழ்ந்து உணர் என்று எழுதுகிறார்.ஏனென்றால் சினம் எதுக்கு வருதுன்னு நீ உணரனுமில்ல சும்மா ஆறுவது சினம்னா? ஏன் அந்த கோபம் வருதுன்னு கண்டுபிடிடா? ஆழ்ந்து உணர்.

இயல்வது கரவேல் அதாவது யாசிப்பவர்களுக்கு மறுக்காம குடு. இப்ப யாரு யாசிக்குறோம்? தமிழன்தான் யாசிக்கிறான். எங்க

யாசிக்கிறான்? தண்ணீக்கு யாசிக்கறான். இயல்வது கரவேல் இங்க இவர் எழுதறார். இனிய நீர் பெருக்கு என்று.. அவன்கிட்ட ஏன் கையேந்தர உன்னுடைய நீரை நீ பெருக்கு... இனிய நீர் பெருக்கு.

ஈவது விளக்கேல், இதுக்கு அர்த்தம் கொடுப்பதை தடுக்காத, ஆனா இவரு சொல்றாரு ஈரம் பரப்பு

உடைவது விளம்பேல், இவரோ... உழுவதை போற்றுன்னு எழுதறாரு

ஏற்பது இகழ்ச்சி யாசிப்பது அசிங்கம் அங்க, இவர் சொல்றாரு ஏழு நாள் உழை ...இப்படி ஆத்திச்சூடிக்கு ஈக்குவலா ஒன்னு எழுதறார். அன்பு விதை, ஆழ்ந்து உணர், இனிய நீர் பெருக்கு, ஈரம் பரப்பு, உழுதுவது போற்று, ஊர் நலம் நாடு, இப்படி அந்த ஆத்திச்கூடிக்கு ஆப்போசீட்டா அதன் மைய கருத்தை உடைச்சு, இவர் எழுதிப் பார்க்கிறார். இந்த அழகப்பன் சூடி நான் ரசித்த சூடியாக இருக்கிறது.

கண்ணதாசன் ஒரு பாடல்ல, பார்த்தேன் ரசித்தேன் பக்கம் வர துடித்தேன்னு தேன், தேன் வரும் இல்லைங்களா? ஒரு பேமஸான பாட்டு நிறைய தேன் வரும் அதுல பார்த்தேன், ரசித்தேன். நம்முடைய ராசி அழகப்பனும் அந்த தேனை கையாண்டிருக்கிறார். ஆனால் அவர் பாடலுக்குள் என்னற்ற தேன்களை வைத்திருப்பார் கண்ணதாசன். ஆனால் ராசிஅழகப்பன் ஐம்பத்திரெண்டு தேன்களை அடையாளப்படுத்துகிறார். ஐம்பத்திரெண்டு வகையான கவிதைகள் இதில் இருக்கிறது. ஒரு தேன் இருக்குதுன்னு வைச்சுக்குங்க பார்த்தேன், ஒரு தேன் இருக்குதுன்னா... பார்த்தேனுக்கு கீழ ஒரு பத்து வரி கவிதை இருக்கும். ரசித்தேன்னா அந்த தேனுக்கு கீழ பத்து வரி கவிதை இருக்கும். அந்த மாதிரி இவரு சிதைத்தேன், கசந்தேன், உணர்ந்தேன், தாழ்ந்தேன், வீழ்ந்தேன், நைந்தேன், ஆய்ந்தேன், பணிந்தேன், கிளர்ந்தேன் இப்படி ஐம்பத்திரெண்டு விதமான தேன் வரிசையாக பட்டியலிட்டு, ஐம்பத்திரெண்டு கவிதைகளை அவர் வரிசையாக இதில் அடிக்கியிருக்கிறார். இது இந்த கவிதைநூலின் பிரதானமானது

அப்போ ஒரு கவிதை மட்டும் சொன்னாதான இந்த தேன்ல, ஐம்பத்திரெண்டு தேன் இருக்குல்ல ஒரு தேன் மட்டும் சொல்றேன் பாருங்க அந்த தேனுக்கு பேரு சோர்ந்தேன். ரொம்ப டயார்டாயிட்டேன்னு அர்த்தம்.. அதுக்கு கீழ இருக்கிற கவிதை

மகன் கம்ப்யூட்டரில் அருவியில் குளித்துக்கொண்டிருக்கிறான். கம்ப்யூட்ரில் இருக்கிற அருவில மகன் குளித்துக் கொண்டிருக்கிறான்.

நான் பம்புசெட் ஏறி கிணற்றில் குதித்து மண் எடுத்த கதையை மகனிடம் சொன்னேன். அவன் கம்ப்யூட்டர் பார்த்துட்டு குளிச்சுட்டு இருக்கான், கிராப்பிக்ஸல ...குளிச்சுட்டு இருக்கான், டேய் நான் கிணத்துல பம்பு செட் மேல ஏறி கிணத்துல குதிச்சு ஆழ மண் எடுத்துட்டு வந்தேன்டா அப்படின்னு இவர் மகன்கிட்ட சொல்றாரு கம்ப்யூட்டர் படிச்ச மகன் கிட்ட. மகன் கேட்கறான் அப்பா கிணறு எத்தனை லாரி தண்ணி புடிக்கும் என்று கேட்கிறான். இந்த கவிதைக்கு இவர் தலைப்பு வைத்திருக்கிறார் சோர்ந்தேன். இப்படித்தான் ஐம்பத்திரெண்டு விதமான தேன் கவிதைகள் இதில் இருக்கிறது.

நண்பர்களே ஒரே கவிதை ரெண்டு இடத்துல தெரியாம இடம் பெறலாம் ஆனால் ஐந்து கவிதைகள் ராசிஅழகப்பனோட ஐந்து கவிதைகள் வெவ்வேறு இடத்துல இருக்கு(எடுத்துட்டிங்களான்னு தெரியாது) ஆனா எனக்கு கொடுத்த பிரதில முன்னூத்திஎழுதொராவது பக்கத்துல இருக்கிற கவிதை நானுத்திபத்தொன்பது பக்கத்துல இருக்கு. முன்னூத்தி எழுபத்திநாலாவது பக்கத்துல இருந்த கவிதை நானுத்திபதிலேலவது பக்கத்துல இருக்கு, முன்னூத்தி தொன்னுத்திரெண்டாவது பக்கத்துல இருந்த கவிதை முன்னூத்தி தொன்னுத்தொன்பதாவது பக்கத்துல இருக்கு இப்படி ஐந்து கவிதைகள், ஐந்து வெவ்வேறு இடங்கள்ல ஒரே கவிதை மாறு வேஷம் போட்டுன்னு வந்தான். ஒரு வேளை நானூறு பக்கத்தை எவன்டா படிக்க போறான்னு கண்டுக்காம விட்டாங்களா? அப்படி நான் படிச்சுட்டு இருக்கும்போது நினைச்சேன். ஆனா நான் விடமாட்டேனே கண்டிப்பா இதை நோட் பண்ணி சொல்வேன் ஒரு வேளை இது தொகுத்தவர் கோளாறா? எழுதியவர் கோளாறா? பதிப்பகத்தார் கோளாறா? என்று அசலை பார்த்தாதான் தெரியும்.

எனவே நண்பர்களே இப்படியான ராசி அழகப்பன் சொற்களாலும், காற்றாலும் நிரம்பி இருக்கும் இந்த கவிதை தொகுப்பில் எனக்கு பிடித்த ஒரு வரியோடு நிறைவு செய்கிறேன்.

மனம் மண்ணின் வேர்களாக, ஆழமாக கனவு காணும். நிஜம் நீரின் மேல் எண்ணையை போல நீச்சல் அடிக்கும்... நன்றி வணக்கம்.

■

தும்பி மாயா – அனாமிகா

அரங்கத்தில் வீற்றிருக்கும் அன்பு நண்பர்களே... உங்கள் அத்தனை பேருக்கும் வளமான வணக்கங்கள்..

நான் கவிதைகளின் ரசிகனே தவிர.. விமர்சகன் அல்ல.. கைலாசபதி போலவோ, அ.மார்க்ஸ் போலவோ கோட்பாட்டு ரிதியலான விமர்சனங்களைச் செய்யத் தெரியாத காரணத்தால்தான் நான் விமர்சகன் இல்லை என்று மிக நாசுக்காக ஒதுங்கிக் கொண்டேன். எனவேதான் அபிப்பராய உரை என்று குறிப்பிட்டேன். மேலும் கிட்டதட்ட என்னுடைய பாணி என்பது வெங்கட்சாமிநாதனை தனி மனித ரசனை சார்ந்த அபிப்பராயம் தான் கோட்பாடால் ஆனது அல்ல.. எனவே அதில் ஈசியா தப்பிச்சுக்கிறதுக்கு வாய்ப்பு இருக்கிறதானால ரசனை சார்ந்து விமர்சனமாகவே முன் வைப்பதால் அதை அபிப்ராய உரை என்று குறிப்பிட்டேன்.

நண்பர்களே... எனக்களிக்கப்பட்ட புத்தகம் அனாமிகா எழுதிய தும்பிமாயா. நான் அட்டை டு அட்டை வாசிக்கறவன். அட்டையிலிருந்தே என் அபிப்ராயத்தை தொடங்குகிறேன். தூரிகையும் வண்ணமும் இல்லாமல் பொருட்களைக் கொண்டு ஒரு ஓவியத்தை உருவாக்கினால் அதற்குக் கொலாஜ் ஓவியம் என்று பெயர். பல்வேறு செய்திதாள்களை துண்டுகளைக் கொண்டு ஒரு கொலாஜ் ஓவியம் இந்த மேலட்டையில் உள்ளது. இந்த அட்டைக்குள்ளாறாக ஒரு குழந்தையின் ஓவியச் சாயல் இருக்கிறது. மேலே நூல் தும்பி மாயா. தும்பி பறக்கும் ஆனால் பறவை இனமல்ல பூச்சி இனம். யாருக்கும் எந்தக் கெடுதலும் செய்யாதது.

மாயா, மாயங்கள் நிறைந்த இந்த உலகத்தில் தும்பினுடைய செயல் அல்லது இருப்பு. மேலும் இந்தப் புத்தகத்தினில் உள்ளே சென்று படித்திர்களானால் ஒரு குழந்தையின் பெயர் தும்பி மாயா. அந்தக் குழந்தை ஒரு ஆட்டிஸக் குழந்தை ஆக நாமும் ஒரு வகையில்

ஆட்டிஸக் குழந்தைதான். அன்பால், அதிகாரத்தால், தன் முனைப்பால், சூதால் பாதிக்கப்பட்ட வெளியே தெரியாதபடி நடிக்கிற ஆட்டிஸக் குழந்தைகள் என்பதாக அவர் சொல்லாமல் சொல்கிறாரோ என்பதாக நான் அர்த்தப்படுத்திக் கொண்டேன். அந்த அர்த்தம் தவறாகவும் இருக்கலாம்.

மேலும் இந்தத் தொகுப்பில் கவிதைகள் பலவற்றிற்க்கு, பல கவிதைகள் பூட்டுகளாகதான் தொங்கிக்கொண்டு இருக்கிறது. உள்ளே நீங்கள் கவிதைகள் வாசித்திர்களேன்றால் உடனடியாகச் சட்டென்று பிடிப்படுமா என்று தெரியாது. இங்கு நிகழ்ச்சி தொகுத்துக் கொண்டிருக்கும் ஜான்சி ராணி கூட 'உண்மையிலயே அந்தக் கவிதையை நீங்க முழுசா படிச்சிட்டிங்களா சார்... எனக்குப் பாதி விளங்கவேயில்ல சார்' பாதியில்ல அதுக்கான தனி வாசிப்பு இருந்தாதான் அது விளங்கும். நிறையப் பூட்டுகள் தன் வசமே கொண்டுள்ள கவிதை தொகுப்பு. ஆனால் அச்சப்படத் தேவையில்லை. ஏனென்றால் அதற்கான சாவிகள் எல்லாமே அனாமிகா தன் முன்னுரையில் ஒவ்வொரு வரியின் கீழும் தொங்க விட்டிருக்கிறார்.. அந்த முன்னுரை என்பது மிக மிக விசேஷமான முன்னுரையா அமைந்துள்ளது. அதற்கு முன்பாக அனாமிகா என்ற பெயர் குறித்து லதா ராமகிருஷ்ணன் அனாமிகா என்ற பெயரில் சிறுகதைகளை எழுதி வருகிறார். இது இரண்டாவது அனாமிகா ஆண் அனாமிகா. இது கவிதை என்பதையும் ஏற்கனவே ஒரு அனாமிகா இருக்கிறார் என்பதையும் நாம் பதிவு செய்ய வேண்டும்.

இந்த முன்னுரை ஏன் அவ்வளவு விசேஷமானது, அனாமிகா எழுதிய இந்த முன்னுரை ஏன் அவ்வளவு விசேஷமானது என்று சொன்னால், இதற்கு முன் யூமா வாசுகி ஒரு கவிதை தொகுப்பு வெளியீட்டு இருந்தார். முதல் கவிதை தொகுப்பு 'உனக்கும்... உங்களுக்கும்' என்ற தலைப்பானது. அந்த முன்னுரை மிகப் மிக பிரபலமான முன்னுரை. ஏனென்றால் அதில் அவர் தன்னைப் பற்றி எவ்வளவு கேவலமாகப் பதிவு செய்து கொள்ள முடியுமோ நிஜத்தில் இதுதான் நான் என்று அதில் அவர் பதிவு செய்து கொண்டிருப்பார். நான் குடிப்பேன், விலை மாதர்கிட்ட போவேன், நான் கேவலமானவன்தான் என்பதாக அவர் அந்த முன்னுரையில் தன்னைப் பற்றி அச்சிட்டிருந்தார். அது மிகவும் பரப்பரப்பா பேசப்பட்டது அந்தக் காலத்தில். ஆனால் பாருங்கள் அந்த முன்னுரை வந்தவுடன் அவர் அப்போது பத்திரிக்கையில் பணிப்புரிந்துக்கொண்டிருந்தார். அதனுடைய ஆசிரியர் அவரைக் கூப்பிட்டு 'இதெல்லாம் உன் பர்சனல்ப்பா.. நீ எப்படினாலும் இருந்துக்கோ, அதைப் பத்தி எனக்கு அவசியமில்லை, ஆனா இப்படிப் பட்டவனை நான் வேலையில

வச்சுக்க மாட்டேன் என்று அந்தப் முன்னுரையால் அந்த பத்திரிக்கையிலிருந்து அவரை நீக்கினார்கள். அப்படியொரு முன்னுரை. இது நடந்த சம்பவம்.

நல்ல வேலையாக அனாமிகா அப்படியான முன்னுரையைதான் இந்த நூலிலும் எழுதியிருக்கிறார். அவர் எந்தப் பத்திரிக்கையிலும் இல்லை என்பதால் தப்பித்துக் கொண்டிருக்கிறார்.

அனாமிகா முன்னுரையில் மிக நேர்மையான, வெளிப்பாடான முன்னுரையாக வடிவமைத்து இருக்கிறார். அவர் அதில் தன்னுடைய எல்லாம், தான் இதுவரை கடந்து வந்த எல்லாக் கீழ்மைகளையும், துயரங்களையும், வலிகளையும் அந்த முன்னுரையில் பதிவு செய்திருக்கிறார்.

நண்பர்களே.. சராசரி மனிதனுக்கும், எழுத்தாளனுக்கும் ஒரே ஒரு வித்தியாசம் மொழிதான். சராசரி மனிதன் மரண அமைதியா இருக்குப்பான்னு சொல்வான்.. ஒரு கவிஞன் அல்லது எழுத்தாளன் பேரிரைச்சலின் மௌனம் அப்படின்னு சொல்வான். ஒரே விசயத்தை அவன் சொல்லக் கூடிய லாங்வேஜ் மாறுப்படும். நைட் புல்லா மழை பெய்யுதுப்பா இது சராசரி. மழையில் நனைந்த இரவு என்று எழுதினால் அவன் கவிஞன். மொழிதான் அதை மாற்றிக் கொடுக்கிறது. மழையில் நனைந்த இரவு என்ற வர்ணனையை அனாமிகா இதில் உள்ளே குறிப்பிட்டு இருக்கிறார்.

இந்த முன்னுரையில் ஒரு வரி வரும். அதற்கு நான் வேறொரு சம்பவம், வரி ,புத்தகத்திலிருந்து சொல்லி விட்டுப் பிறகு சொல்கிறேன். ஜெயமோகன் எழுதிய விஷ்ணுபுரத்தில் ஒரு காட்சி அரண்மனையில் ஒரு அறிவு ஜீவி, எதற்கும் அடங்காத ஒரு அறிவு ஜீவீ, ஒரு நாத்திகன். அவனை அரண்மனையின் மையத்தில் வைத்து நெய் ஊற்றி எரிப்பார்கள் தண்டனையாக. ஜெக ஜோதியாக ஜிகு ஜிகுன்னு எரிவான். எந்தப் பதற்றமும், குமறலும் இல்லாமல் அந்த அரண்மனை அப்படியாக இருக்கும். அவன் எரிக்கின்ற போது ஜெயமோகன் ஒரு வரியை உள்ளே நுழைப்பார். அவனை அவன் அறிவு எரித்தது என்று எழுதுவார். அதிகாரம் எரித்தது, துஷ்புரியோகம் எரித்தது, ஆணவம் எரித்தது, இந்த அரசாங்கம் எரித்தது என்றெல்லாம் வராது, அறிவு அவனை எரித்தது என்று எழுதுவார். அதே போல் இங்கு ஒரு அது சரியா தப்பான்னு நான் சொல்ல வரல, சொல்றன், அந்தச் சொல்லுதல் முறைக்காக மொழிக்காகச் சொல்றேன் அதே போல் அனாமிகா ஒரு இடத்தில் சொல்கிறார்.

பதிமூன்று வயதில் வேலைக்குப் போய்ப் பத்து ரூபாய் சம்பளத்தில் வாங்கித் தந்தது உழைப்பு என்று எழுதவில்லை. பதிமூணு வயதில்

வேலைக்குப் போய்ப் பத்து ரூபாய் சம்பளத்தை வாங்கித் தந்தது அந்தப் பசி என்று எழுதுகிறார். அதான். உழைப்பு தரல, அந்தப் பசிதான் எனக்கு அதை வாங்கிக் கொடுத்தது என்று சொல்லிக்கொண்டே பசி என்னெல்லாம் என்னைத் தொல்லை பண்ணுச்சு, நான் எப்படியெல்லாம் கேடு கெட்டவனா ஊர் சுத்தன, எப்படியெல்லாம் மாறின, என்னை மாதிரி பசி மத்தவங்களை என்ன தொல்லை பண்ணுது என்பதுதான் அவர் அந்தப் முன்னுரையில் அவர் அந்த பசியின் சுழற்சியைப் பட்டியலிடுக்கிறார் வெல்டிங் ஹெல்பராக, குடோன் செக்ருட்டியாக, தேங்காய் விற்பவராக, காலி பாட்டில் திருடபவராக, குடித்து விட்டு அவலட்சணமாக ரோட்டில் நடப்பவராக இப்படித் தன்னைப் பாதரியாரிடம் பாவ மன்னிப்பு கோருபவனைப் போல அனாமிகா அந்த முன்னுரை முழுக்கப் பேசிக் கொண்டிருக்கிறார். முன்னுரை முக்கியம் என்பதற்காகச் சொன்னேன். கவிதையை விட இந்த முன்னுரை மிக மிக முக்கியமானது

நண்பர்களே இவ்வாறு எளிமையாக அனாமிகா பேசிக்கொண்டே வரும் பொழுது திடிரென கோணங்கியின் அடவியை கட்டி கொள்கிறார் அதே முன்னுரையில். இந்த வரியை மட்டும் அந்த முன்னுரையில் வர்ற வரியை மட்டும் பாருங்க ‘இந்த வாழ் நிலப் பூமியின் மீதேறிப் பறந்த பெருவெளியெங்கும் வியாபிக்கிற பேர்ஆச்சரியங்களின் வினோதங்களை முன் எனை கடந்து போகிற ஒன்றின் மற்றொன்றின் கனகன்னின் கால முனை பௌதிகத்தின் எந்த அடவுக்குள்ளும் இருந்திருக்கிறது… அப்பதான் முற்று புள்ளி நண்பர்களே இப்படியான கோணங்கியின் அடவி அந்த முன்னுரையில் ஆங்காங்கே கட்டி கொள்கிறார்.

சரி, முன்னுரைக்கு அடுத்து நாம் கவிதைக்குள் செல்லலாம்.

தொகுப்பு முழுக்க வலி, துயர், மனபிறழ்வு, ஆர்டிஸம், மரணம் என்று ஒரே துலாபாரம், ஒரு புதிய துலாபாரம் சினிமாவைப் பார்க்கிற மாதிரியே இருக்கு. அவ்வளவு வருத்தம், துயரம், துக்கம்.

முதல் கவிதையே தும்பி மாயா என்ற தலைப்பில வர்ற கவிதை, அந்தக் கவிதையைச் சொல்றதுக்கு முன்ன இன்னொரு காட்சியைச் சொல்றேன், மச்சான் பாக்கியம் சங்கர் விகடனல் நாலாவது சுவர். எழுதிட்டு இருக்கான், அவன் என்னுடைய பால்ய நண்பன். அவருடைய புத்தகத்தில் ஒரு காட்சி வரும். கீழ்பாக்கத்துல ஒரு அப்பா ஒரு சிறுமியை ஒரு வயசுக்கு வந்த பெண், சிறுமியை அழைச்சிட்டு நிப்பார். அது மனநலம் பாதித்த குழந்தை ஒரு பெண் குழந்தை அந்தக் குழந்தையோடு நின்னுட்டு பஸ்சுக்காக வெய்ட்

பண்ணிட்டு இருப்பார். அந்தக் குழந்தை பேந்த பேந்த விழித்துக்கொண்டு இங்கும்அங்கும் பார்த்துக்கொண்டே இருக்கும். அப்பா பஸ்சுக்கா காத்துட்டு இருப்பார். இந்தச் சீன் ரொம்பச் சங்கடமான சீன். அந்தக் குழந்தையின் கால் வழியாக மாதவிலக்கு உதிரம் மெல்ல மெல்ல வலிந்து கீழே இறங்கும். சட்டென்று தந்தை திரும்பிப் பார்ப்பார். அந்த அப்பாவிற்கு என்ன பண்றதுன்னே தெரியாது. ஓன்னு அந்தக் குழந்தையைக் கட்டிப்பிடிச்சுக்கிட்டு அந்த இடத்துல யாருக்கும் தெரியக் கூடாதுன்னு அணைச்சுகிட்டு தேம்பித் தேம்பிக் கதறுவான். இப்படியான காட்சி. மனநலம் பாதிக்கப்பட்ட சிறுமியின் பிரச்சனையை ஒரு தகப்பன் எப்படி ஹாண்டல் பண்றதுன்னு தெரியாம கதறக் கூடிய காட்சி அந்த இடத்தில் வரும். அதே போல் ஒரு துக்கத்தை இந்த அனாமிகாவுடைய தும்பி மாயாவிலும் ஒரு காட்சியாக வருகிறது.

ஒரு மருத்துவமனை, அந்த மருத்துவமனை முழுக்கக் குழந்தைகள் தும்பி மாயா, விஸ்மயா, தாத்தூரி குட்டி, நியோனி, யாத்ரா, நித்ரா என்ற எல்லாப் பலவிதக் குழந்தைகள் ஆட்டிஸக் குழந்தைகள். தத்தகா புத்தகா என் தவழ்ந்து நடக்கிற, வீழ்க்கிற குழந்தைகள் என் நெழிக்கிற விரல்களை இழுத்துக் கொண்டு நடக்க என்று சொல்லி விட்டு அவர் சொல்றார் சொஸ்தங்கள் யாசிக்கும் பிறழ் இருளுக்குள் பைத்தியமென ஓடத் தொடங்குகிறேன். இந்தக் காட்சியெல்லாம் பாக்கறதுக்கு, இதெல்லாம் குணமாகறதுக்கு வழியே இல்லையா? வாய்ப்பேயில்லையா?என்று நான் அந்த இருளுக்குள் என்னமாறி இருள் சாதாரண இருள்யில்ல பிறழ் இருளுக்குள். இருளே மனப்பிறழவுக்குள்ள ஆயிட்டு இருக்கு. பிறழ் இருளுக்குள் நான் பைத்தியமென ஓடத் தொடங்குகிறேன் என்று எழுதுகிறார். இந்த இடத்தில் கிட்டதட்ட கடவுள் செத்துவிட்டார் என்று நீட்சியைப் போல் அறிவித்து விடலாம்தான். அவ்வளவு துக்கமான காட்சியை அவர் சொல்கிற போது அறிவித்துவிடலாம் என்றே தோன்றுகிறது.

தேவதச்சன் கவிதையில் சொல்லியிருப்பார் சக்தி, சிவன் இவர்களுடைய இரண்டு பாதியும் அர்த்நாஸ்வரியாக ஒன்றாகச் சேர்ந்து விட்டார்கள். அப்ப மீதி இரண்டு பாதி எங்க? அங்க இரண்டு பேர் சேர்ந்தாச்சு அர்த்தநாஸ்வரராக இரண்டு பார்ட் வந்தாச்சு, அப்போ ரெண்டு பார்ட் எங்க? அந்த ரெண்டு பார்ட் மேலயிருந்து கைலாசத்துலயிருந்து கீழ விழுந்துச்சு, அந்தப் பார்ட்தான் நீ அவ என்று அந்தக் கவிதையை எழுதியிருப்பார். முடிக்கும் போது இப்படிச் சொல்லியிருப்பார், இது கடவுளின் சடலமல்லவா அதனால்தான் யுகம் யுகமாக அழுகாமல் இருக்கிறோம் என்று அந்தக் கவிதையை அவர் எழுதியிருப்பார் தேவதச்சன்.

ஆனால் அனாமிகா அதைத் தாண்டிக் கடவுள் என்பது, இந்த விசயங்களையெல்லாம், வலிகளையெல்லாம் பார்த்துவிட்டுக் கடவுள் என்பது உலகின் மூத்த முதல் பிணம் என்று அறிவிக்கிறான். உலகின் மூத்த முதல் பிணம். அதென்ன பாதியெல்லாம்யில்ல கடவுளே பிணம்தான், அவன்தான் பர்ஸ்ட் பிணம் என்று இந்த நூலில் அவர் எழுதுகிறார்.

வாழ்வைப்பற்றிச் சொல்லும் போது எந்தந்தையை இறக்கிய சவக்குழியில் என் மூதாதையரின் சடலம் கிடத்தப்பட்டு இருக்கிறது அவ்வளவுதான் லைப் வேற ஒன்னுமில்ல. அந்தக் குழியில என் தாத்தன் இருந்தான், எங்கப்பன் இருந்தான் திரும்ப அந்தக் குழியில நான் இருப்பேன். வாழ்வு அவ்வளவுதான் பெரிசா நீங்க ஒன்னும் அலட்டிக்காதிங்க என்கிற மாதிரியான அந்தக் கவிதை வரிகள். மயானப் பூமி இதெல்லாம் வந்துடுச்சா, அப்போ பூமி வரணுமில்ல, மயானப் பூமியைச் சொல்கிற போது ஒரு அனுபவம்.

எனக்கொரு நண்பர் இருந்தாரு, அவரு தொடர்ந்து படி அறிவாளியா இரு, தொடர்ந்து உன் புத்தியை விஸ்தாரிச்சுட்டே இருக்கனும், இதைப் படி, அதைப் படி, இதைப் படி புத்தகமாகக் கொடுத்துட்டு இருப்பார். ஒரு கட்டத்துல அவர் இறந்துட்டாரு, அவரை அடக்கப் பண்ண அவர் கூடவே நான் போய்ட்டே இருக்கேன். அந்தச் சடலத்தின் பின்னாலயே போறேன். அப்போ மயானம் வந்துடுச்சு, அங்க அவர் சொல்வாரு, ‘ஏய் சூர்யா உனக்குத் தெரியுமா? வாஸ்கோபாப்பா ன்னு ஒரு கவிஞன் இருக்கான் செர்லிசிய கவிஞன், அவன் குயவன், ஆனா அவன் புக்கை வாங்கிப் வாங்கி படிச்சு புத்தியைப் பலமா வைச்சுகிட்டான் ஏன் தெரியுமா? அப்ப அவன் எழுதறான் இந்தக் கபால மண் பாண்டத்தைப் பூமிக்குக் காலியாகத் தராதே, படிச்சுட்டே இரு அப்படின்னு எழுதியிருக்கான்டான்னு சொன்னவரு அவர் சாவுலதான் போயிட்டு இருக்கேன். அந்த மயானத்துல போறேன். என் முன்னால் இரண்டு பிணம் எரிக்கும் தொழிலாளியின் இரண்டு குழந்தைகள் ஆண் குழந்தைகள் விளையாடிக்கொண்டிருக்கான்கள். ‘ஏய் நான் அடிக்கிறேன் பார்’ அவன் எட்டி உதைக்கறான். ‘ஏய் நான் எட்டி உதைக்கிறேன் பார்’ன்னு இவன் எட்டி உதைக்கறான் ரெண்டு கால்களுக்கு இடையே உருண்டு கொண்டிருந்தது எது தெரியுமா? ஒரு கபாலம் மனிதனுடைய உருண்டைதான். கபாலத்தை, பழைய கபாலத்தை, தோண்டி வெளியே எடுத்துப் போட்ட கபாலத்தைப் புட்பால் மாதிரி, கால் பந்து மாதிரி விளையாடிட்டு இருந்தாங்க, இப்படி எவனோ எட்டி உதைச்சு விளையாடறதுக்கா இதை வந்து இவ்ளோ மெனக்கெட்டுச் சேர்த்துவைச்சு, அறிவை வச்சு என்று எனக்குத் தோன்றியது. நானும்

அதைக் குறித்துக் கவிதை எழுதினேன். 'நம் கபாலத்தை இந்த இடுகாட்டு சிறுவர்கள் எட்டி உதைத்து விளையாடுவது எவ்வளவு அழகு பாரேன் என்று என்னுடைய கவிதை வந்தது. அதையொட்டி நாம் அனாமிகா கவிதைக்கு வந்தால், அனாமிகாவும் அந்த மயானப் பூமி பற்றி சொல்கிறார்.

செத்த உடல்களைத் தின்று வயிறு நிறைக்கும் பூமி இது.. கடவுளைத் தண்டிக்கும் சாத்தானின் பலிபீடம் இது என்று எழுதுகிறார்.

மழை சாலை, ஒரு மழை சாலையில ஒரு ஆக்ஸிடண்ட் நடக்குது, ஒரு நாயோ, ஒரு ஜிவனோ இறந்திருக்குது, நடு ரோடு, தொடர்ந்து வாகனங்கள் பயணப்பட்டே இருக்குச் செத்து போன அது மேலயே நசுங்கி நசுங்கி நசுங்கி வண்டி வேகமா போயிட்டு இருக்கு. அந்தக் காட்சி பாருங்க

மழை பேய்ஞ்சுட்டே இருக்கு, ஒரு நாய் செத்து போயிருக்கு. வண்டி அந்த நாய் மேலயே ஒவ்வொரு வண்டியா போய்ட்டு இருக்கு. இது நாம் அன்றாட பார்க்கிற காட்சிகள்தான் இவர் எழுதுகிறார்.

ஒரு துண்டு வாழ்வின் துயரம்,

பிதுங்கிப் பிதுங்கி வெளியேறுகிறது. என்று எழுதுகிறார்

ஒரு துண்டு வாழ்வு அந்த நாய், ஒரு துண்டு வாழ்வு அதனுடைய துயரம் பிதுங்கிப் பிதுங்கி வெளியறுகிறது என்று எழுதுகிறார்.

நண்பர்களே இப்படித்தான் நான் சொன்னேனே அந்தத் தொகுப்பு முழுக்க இப்படியாக இருக்கிறது. புகைப்படக் கலைஞனின் ஆல்பம் என்று ஒரு கவிதை வருகிறது. நான் எப்பவுமே கவிதை படிச்சிட்டனா, அது என்னா மாதிரி எழுதியிருந்தாலும் சரி எனக்கு ஏத்தமாதிரி விஷிவல் பண்ணிப் பார்ப்பேன், ஓ இது இப்படித்தான் இருக்குமா? இந்த வரிக்கு இப்படி இருக்குமான்னு விஷிவல் பண்ணிப் பார்ப்பேன். அப்புறம் அடுத்த வரிக்கு வருவேன். ஒரு புகைப்படக் கலைஞனின் ஆல்பத்தை அதே மாதிரி வரிக்கு வரி விஷிவல் ஆக்கி பார்த்துட்டே இருக்கேன். பார்த்துட்டு அடுத்த கவிதையைப் படிக்கிறேன். இதப் படிக்கும் போதே நாமளே கிட்டத்தட்ட ஒரு மனபிறழ்வு உள்ளாயிடுவமோன்னு பயம் வந்துறும். நாம ஒழுங்கா இருக்கமா? அப்நார்மலா, நார்மலா அப்படி ஒரு எண்ணம் வந்துடும் இந்தத் தொகுப்பு படிச்சா. அதே மாதிரிதான் ஒரு கவிதை படிச்சுட்டு அடுத்த கவிதைக்குப் போலாம்னு பார்க்கிறேன். நான் என்ன கற்பனை பண்ணி வைச்சிருந்தனோ அதே வரி அடுத்த பக்கம்

திருப்பி எனக்குச் சங்கடம்மாயிடுச்சு. ஒரு வேளை நமக்கு ஏதாவது ஆயிப் போச்சோ, ஏற்கனவே அந்தக் கவிதையைப் படிச்சுட்டோமே திரும்ப எதுக்கு இந்தக் கவிதை இன்னொரு முறை வருது திரும்பவும் நான் அந்தக் கவிதையை அடுத்த பக்கக் கவிதையைப் பார்க்கிறேன். நல்ல வேளை எனக்கு மனப்பிறழ்வு ஏதும் இல்லை ஏனென்றால் ஒரு கவிதையை இருபத்தியெழாவது பக்கத்திலும்., இருபத்தியெட்டாவது பக்கத்திலும் அது அச்சாகி இருந்ததால் ஒரே கவிதையைதான் நான் இரண்டு முறை படிச்சேனே தவிர மனப்பிறழ்வு ஏதுமில்லை என்கிற ஒரு சந்தோஸம் வந்தது.

வன்மத்திற்கும், வன்காமத்திற்கும் எதிராகக் குரல் கொடுக்கும் அனாமிகா ராஜிக்களின் தெரு என்ற கவிதையில் அரசாங்கத்தையும் அரசின் வன்மத்தையும் குறிப்பிடுகிறார்.

என் ஆண்மையில் வன்மம் சொட்டுமெனில்

குறியை அறுத்து எறிவேன் என்றும்

இன்னொரு கவிதையில் அவள் சிவத்தின் குறியை மெல்ல அறுக்கத் தொடங்கியிருந்தாள். அந்தக் கொலைக்குக் காரணங்கள் ஏதும் தேவையில்லை என்று எழுதியருப்பார். அவள் சிவத்தின் குறியை அறுக்கத் தொடங்கியிருக்கிறாள் அந்தக் கொலைக்குக் காரணங்கள் ஏதும் தேவையில்லை என்று அறிவிக்கிறார்.

இந்தக் கவிதை ஒன்றே பெண்ணியவாதிகளில் அவருக்கு ஏகோபத்த குறியை அறுக்கிற இந்தக் கவிதைக்குப் பெண்ணிவாதிகளின் ஏகோபித்த பாராட்டை அவர் பெறுவார் என்று நம்புகிறேன்

இந்தத் தொகுப்பில் பல இடங்களில் இரண்டு சொற்கள் தொடர்ந்து வந்து கொண்டே இருக்கிறது. காலதர் என்பது தமிழ் சொல். ஜன்னல் என்ற சொல் நம் பழக்கத்தில் இருக்கின்ற சொல் அது வடமொழி திரிபு சாளரம் என்பது போர்சுகீசிய திரிபு, இவர் சாளரத்தைப் பயன்படுத்தவில்லை, ஜன்னலையும் பயன்படுத்தவில்லை, காலதரையும் பயன்படுத்தவில்லை எல்லா இடங்களிலும் யன்னல் என்று எழுதுகிறார் பல இடங்களில் ஜன்னலை அவர் ய போட்டு யன்னல் என்று எழுதுகிறார். இது இலங்கை வழக்கில்தான் ஜன்னலை யன்னல் என்று குறிப்பிடுவார்கள். அ.முத்துலிங்கம் அவருடைய தொகுப்பில் யன்னல் என்றுதான் குறிப்பிடுவார். ஜன்னல் என்று போட மாட்டார். அந்தச் சொல் யன்னல் என்றே வருகிறது. என்ன காரணம் ஏதுன்னு தெரியல ஏற்புரைல சொன்னா நல்லா இருக்கும். ஏன் யன்னல் என்ற சொல். இலங்கைக்கும் அவருக்கும் என்ன உறவுன்னு தெரியல, அதே மாதிரி ஜ்வல்லியம் என்ற சொல்லைச்

98 ஒலியின் பிரதிகள்

சுஜாதாவும், தேவனும் அடிக்கடி பயன்படுத்துவார்கள் கதைகளில் ஜ்வலியம் பேரொளி.

அதற்கு அடுத்த கட்டச் சொல்லாக ஜ்வல்லியம் பிரகாசம் இவர் பல இடங்களில் ஜ்வல்லியம் என்று பயன்படுத்துகிறார் அப்படி வரக் கூடிய கவிதை பாருங்கள்

உடைந்து பெய்யும் மழையில்

நிரம்பித் ததும்புகிறது ஜ்வல்யாவின் கடல்' என்று எழுதுகிறார்.

ஒரு படைப்பாளிக்கு எது முக்கியம் என்றால் தான் இன்னொருவராக உருமாறுவதும், பிறகு உருமாறி விட்டு அதைச் சிதைப்பதும் என்கிற முரண்பாட்டை மிகச் சரியாகச் செய்பவன் ஒரு தேர்ந்த கலைஞனாக இருப்பான்.

இதில் பதினேழாவது பக்கத்தில் 'நான் சிலுவையைச் சுமக்கத் தயாராக இல்லை' என்று டிக்ளர் பண்றார். திரும்பவும் முப்பத்தியொன்பதாவது பக்கத்துல மனசு மாறி 'என் கையில் ஆணி இருப்பதைப் பார்த்தாயா?... நானே ஏசு' என்றும் அறிவிக்கிறார். நிராகரிக்கிறார். ஏற்கிறார். இதே மாதிரி பல இடங்களில் உடைத்து அந்த முரண்பாட்டைச் சொல்லிக் கொண்டே இருக்கிறார்.

நண்பர்களே எனக்குப் பிடித்த ஒரு கவிதையை மட்டும் சொல்லிவிட்டு எனது உரையை முடிக்கலாம்

'நான் ஒரு புலியாகி உறுமுகிறேன்' என்ற ஒரு கவிதை முப்பத்தியொராம் பக்கத்தில் இருக்கும். தனியாக நான் காட்டுக்குள்ள போய்ட்டே இருக்கேன் வனத்துக்குள்ள காட்டின் கருவறை வாசம், திடிரென என் முன்னாடி புலி வந்து நிக்குது, அது என்ன பாக்குது நான் பின் வாங்கறன், அது லேசா பதுங்குது அதனுடைய கண்கள்ல வெறி இருக்குது. கொஞ்ச ஷன நேரத்துக்குள் அந்தப் புலி என்னுடைய பிடறியில் அடித்து விட நான் மயங்கிக் கீழே விழுகிறேன். மழை பெய்த்துக் கொண்டு இருக்கிறது நான் தண்ணி தாகத்தில் துடிக்கும் போது மழைத் துளி என் வாயில் விழுகிறது. சட்டென்று கண் விழித்துப் பார்த்தால் நான் ஜன்னலைத் திறந்து கொண்டு மழையை ரசித்துக்கொண்டிருக்கிறேன், கனவா என்று பார்த்தால் என் உடல் முழுவதும் நகக் கீறல்கள் இருக்கிறது. சோ.. இது நினைவா, கனவா என்ற குழப்பத்தில் நடுங்கியபடியே கழிவறைக்குள் ஓடி ஒழிகிறேன்.. எனக்கு லேசாகப் பிடறி முளைக்க ஆரம்பிக்கிறது. என்னுடைய நகங்கள் கூர்மையாகின்றது. என்னுடைய மொழி மாறி நான் கர்ஜிக்க ஆரம்பிக்கின்றேன். யாரோ கதவைத் தட்டுகிறார்கள் என்று அந்தக் கவிதை முடிக்கிறது.

நண்பர்களே இந்தக் கவிதை என்பது அந்தப் புனைவில் மிகச் சிறப்பாக வடிமைக்கப்பட்ட கவிதையாக இருக்கிறது. ஏனென்றால் காடு என்பது கழிவறையாகிவிட்டதா?, எனக்கும் காட்டுக்குமான உறவு என்ன? எனக்குள் இருக்கும் புலி எது? என் கனவின் புலி எதைக் குறிப்பது, இது கனவுக்குள் கனவா? புலி கனவில் வந்தால் போராட்டம், துயரம் என்று ஜோசியம் சொல்வார்களே இது அதனுடைய குறியீடா? நாம் எப்போதெல்லாம் வேட்டையாட படுகிறோம், நாம் எப்போதெல்லாம் வேட்டையாடுகிறோம். இந்தக் கேள்விகளையெல்லாம் வாசகனுக்குக் கொடுக்கக் கூடிய ஒரு கவிதையாக இது இருப்பதால் நான் ஒரு புலியாக உருமுகிறேன் என்கின்ற இந்தக் கவிதை மிக முக்கியமானது.

ஒரு போர்ட்டிக்கோவுல ஒரு கார் நிற்க வைச்சு இருக்கோம் அதுக்குள்ள ஒரு குழந்தை ஓடி ஒழிஞ்சுக்கோம். காரை எடுக்கறதுக்காக வருவார். இந்தக் காட்சி எந்த நேரத்திலயும் அந்தக் குழந்தை காருக்குள்ள இருக்கிறது அவருக்குத் தெரியாது. எந்த நேரத்திலயும், போர்ட்டிக்கோவிலிருந்து காரை எடுக்கும் போது உள்ளே ஒளிந்து கொண்டு இருக்கும். கீழே இரண்டு சக்கரங்களுக்கு இடையே ஒளிந்து கொண்டு இருக்கும் குழந்தை நசுங்கலாம் என்னவேனாகலாம். இப்போது அந்த இடத்தில் ஒரு வரி எழுதுவார் அனாமிகா

'ஒளிந்து கொண்டிருக்கும் குழந்தையின் கண்களில் ரத்தகாட்டேரியின் சிலுவை தெரிகிறது' என்று எழுதுவார். இதுதான் அவருடைய எனக்குக் கொஞ்சம் பயமாவும் இருந்தது, சங்கடமாவும் இருந்தது. ஒரு வினாடி முள் டிக், டிக் போய்ட்டே இருக்கும். தாங்கித் தாங்கி நடக்கிறதுன்னு பார்க்கிறார். ஒரு வினாடி முள் அப்படிதான போகும், எல்லாரும் அப்படிதான பார்ப்பாங்க, இவர் அதைப் பார்க்கும் போது ஒரு வினாடி முள் ஆட்டிஸக் குழந்தை மாதிரி தாங்கித் தாங்கி நடக்கிறது என்று எழுதுகிறார். இப்படி நிஷிபிறழ், பிறழ் இருள், பிறழ் சரீரம் இப்படியெல்லாம் எழுதுகிற அனாமிகாவுக்கு ஒன்றை மட்டும் சொல்லி விடைபெற விரும்புகிறேன் நண்பர்களே

இங்கு அமர்ந்திருக்கிறார் நண்பர் தமிழ்மணவாளன். முனைவர் தமிழ்மணவாளன் முதல் வரிசையில் இருக்கார் பாருங்க. அவர் திடிர்னு இப்படி இருக்கிற டிரென்ட்லாம் பார்த்துட்டு, இப்படியொரு கவிதை எழுதலாமே, இப்ப இருக்கிற டிரென்ட்ல்லாம் தற்கொலை மாதிரி வருதே, இதெல்லாம் எழுதினா நல்லா பராட்டறாங்களே, ஆத்மாநாம் மாதிரி நாமும் ஒரு தற்கொலை கவிதையெல்லாம் எழுதிடலாம்னு நினைச்சு, ஒரு நாளஞ்சி கவிதை எழுதினார். இங்க இருக்கார். பிரசுரம் ஆச்சு, நவீன விருட்சத்திதெல்லாம் வந்துச்சு

அந்தக் கவிதை. உடனே ஞானக்கூத்தன் போன் பண்ணி வீட்டுக்கு வர்றிங்களா இந்தப் பக்கம்ன்னார். தமிழ் என்னைக் கூப்பிட்டாரு, ஞானக்கூத்தன் கூப்பிடறார் சூர்யா, என் கூட வரியா?ன்னு, வா தமிழ் போலாம்னு நாங்க ரெண்டு பேரும் போனோம்.

ஞானக்கூத்தன் சொன்ன அறிவுரை இதுதான். ‘ஏன் இப்ப திடிர்னு இது மாதிரி எழுதறிங்க? தற்கொலை, மனப்பிறழ்வு இதெல்லாம் ஏன் எழுதறிங்க? சும்மா எழுதிப் பார்த்தேன் சார்ன்னு சொன்னார். சும்மாயெல்லாம் நீ எழுதக் மாட்ட, ஆழத்துலயிருந்தான் அது வெளியே வரும். சும்மாயெல்லாம் எழுத கூடாது. காதலிக்கிட்ட குதுகலமா பேசிட்டு இருக்கிறப்போ தற்கொலை பத்தி நினைப்பியா நீ? அப்படின்னாரு நினைக்க மாட்டேன், நினைக்க மாட்ட இல்ல, அப்போ சூழ்நிலையை மாத்து, உன் கூட இருக்கிற நண்பர்களைப் பாசிட்டிவா மாத்து என்று அவர் அறிவுரை சொல்லி இந்த மாதிரி கவிதைகளை விளையாட்டாக எழுதிப் பார்ப்பதோ, அல்லது முயற்சி செய்து பார்க்கிறேன், பரிசோதனை முயற்சி அந்த வேலையெல்லாம் வைச்சுக்காதே, என்ன எழுதனுமோ அந்த மாதிரி எழுது என்று அவர் சொல்லி அனுப்பினார்.

நண்பர்களே இது நடந்த சம்பவம், ஞானகூத்தன் தமிழ்மணவாளனுக்கு சொல்லி அனுப்பிய சம்பவம். நான் சொல்வது இதுதான் ஒரு கவிஞனுக்குச் சொற்கள் என்பது கதவுகள் போன்றது, அந்தக் கதவுகளை உட்புறமாகத் தாழிட்டும் கொள்ளலாம், கதவைத் திறந்து கொண்டு வெளியேறவும் செய்யலாம். இரண்டிற்கும் அந்தச் சொற்கள் என்கிற கதவுகள் வழிவகுக்கும். தற்சமயம் இந்தத் தொகுப்பில் உள்ளே தாழிட்டுக் கொண்டு உங்கள் வலிகளையெல்லாம் எழுதியிருக்கிறிர்கள், நாங்கள் அதை உணர்ந்து கொண்டோம். விரைவாக அதைத் திறந்து கொண்டு, அந்தச் சொல் கதவைத் திறந்து கொண்டு வெளியே வாருங்கள். அடுத்த தொகுப்பை நாங்கள்அப்படித்தான் எதிர்பார்க்கிறோம் நன்றி

▪

நீளும் கைகள் – தமிழ்மணவாளன்

இந்த நூல் வெளியீட்டு விழாவுக்கு வருகை தந்திருக்கும் அனைத்து நண்பர்களுக்கும், படைப்பாளர்களுக்கும், வாசகர்களுக்கும் வளமான வணக்கங்கள்.

வேற மாதிரி கூட்டமா இருந்தா!, ஒரு கவிதை வெளியீட்டு விழாவோ, ஒரு சிறுகதை வெளியீட்டு விழாவோ இருந்தால், பேசுவதற்கான சாத்தியங்கள் சுவாரசியமாகவும் மிக இலகுவாகவும் இருக்கும். குறைந்தபட்சம் ஒரு கவிதை தொகுப்பு என்றால் எழுதியவன் சொல்லாத விளக்கங்களை எல்லாம் நாம் சொல்லிக் கைதட்டல் வாங்கி விடலாம். சிறுகதையாக இருந்தால் கதையைச் சொல்லாமல் கதைக்கு உள்ளாக அந்தப் பிரதிக்கு உள்ளே செல்லக்கூடிய இன்னர் டெக்ஸ்ட் என்ன என்று சொல்லி மிரட்டி விடலாம். அது எந்த இஸம் என்று சொல்லி, இஸத்தின் வழியாகக் கூடக் கொஞ்சம் அசத்தி விடலாம். ஆனால் இது ஒரு இரண்டு நீதிபதிகள் எழுதிய ஒரு தீர்ப்பின் ஆங்கில வடிவத்தில் இருந்து தமிழாக்கம் செய்து என் நண்பன் தமிழ் மணவாளன் அளித்திருக்கக் கூடிய இந்த நூலைப் பற்றி பேசுவது என்பது கொஞ்சம் சவாலான விஷயம்தான்.

அதைவிட மிக மிக ஒரு சங்கடம் எனக்கு என்னவென்றால் ரொம்பக் காலமா இந்த மனுஷன் மாதிரி நாமப் பேச மாட்டோமா? கைத்தட்டல் வாங்க மாட்டோமான்னு ஏங்கி ஏங்கி ஒவ்வொரு விஷயத்தையும் அவதானித்து அவதானித்து வந்திருக்கக் கூடிய பாரதி கிருஷ்ணகுமார் போன்ற பேச்சாளர்களுக்கு இடையே ஒருவன் பேசுவது என்பது இன்னும் உஷாரான தன்மையை இயல்பாகவே கொண்டு வந்துவிடுகிறது.

இன்னமும் ஞாபகம் இருக்கிறது மதுரையில் ஜி.நாகராஜன் படைப்பு அரங்கத்தைப் பற்றி பாரதி கிருஷ்ணகுமார் பேசப்பேச

கைதட்டிக் கைதட்டிக் கைரேகையே கரைந்து போனது, அவ்வளவு சுவாரசியமான ஆழமான வெறும் கிச்சுகிச்சு மூட்டக் கூடிய பேச்சல்ல, பட்டிமன்றப் பேச்சல்ல ஆக்கபூர்வமான குறிப்பு எடுக்க வேண்டிய பேச்செல்லாம் அவரிடத்தில் உண்டு. அவரை முன்வைத்து நான் பேசுவது என்பது எனக்குப் பெருமிதமாக இருக்கிறது.

எங்கிருந்து இதைத் தொடங்குவது, எந்த இடத்தில் இருந்து இந்தப் புக் குறித்துத் தொடங்குகிறது என்று கொஞ்சம் ஐயமாவே இருக்கிறது. எனக்கு நம்முடைய வழியிலிருந்து ஆரம்பிச்சா சரியா இருக்கும்.

என்னுடைய குடும்பத்தில் மூனாங்கால்னு சொல்லுவோமில்ல ரொம்பத் தூரத்துச் சொந்தம் அதில் ஒரு வசதியான குடும்பம் உறவினர் எனக்கு. அந்தக் குடும்பத்தில் ஒரு மூன்று பேர் பெரியவனுடைய பெயர் நீதி தேவன் எங்க அப்பா ஒரு திராவிடப் பற்றாளர் ஒரு நாடகக் கலைஞர் என்பதால் படித்த முதல் ஆள் அரசாங்க வேலைக்கு வந்த முதல் ஆள் என்பதால் எங்க அப்பாவ மதிச்சு அவரைக் கேட்டுத் தான் முடிவு எடுப்பாங்க. அப்படி அந்தப் பையனுக்குப் பெயர் வைத்தது நீதிதேவன் கொஞ்ச நாள்ல நீதி தேவனுடைய உடல் கோளாறு அல்லது ஹார்மோன் கோளாறு அவன் நீதிதேவன் மெல்ல மெல்ல நீதி தேவியாக மாறிக் கொண்டிருந்த சமயத்தில் அக்கம் பக்கத்தில் இருந்தவர்கள் விலக்க, சொந்தக்காரர்கள் எல்லாம் அப்படியே உதாசீனப்படுத்தி அவரைத் தனித்தீவாக மாற்றிவிட்ட காலக் காட்டத்தில் என் அப்பா ஒவ்வொரு முறையும் தீபாவளி பொங்கலுக்கு எல்லாம் காசு கொடுத்து இவங்கள போய்ப் பாத்துட்டு வா அவங்கள போய்ப் பார்த்துட்டு வா, அதைக் கொடுத்திட்டு வா சொல்லிட்டு இருப்பார்.

நீதி தேவன் எனக்கு அண்ணன். அண்ணன்னு நான் கூப்பிடும் முறை. என்கிட்ட பணத்தைக் கொடுத்து ஒரு தீபாவளிக்கு, எல்லாரும் ஒதிக்கிட்டு இருக்காங்க அவங்க.. நீ போய் ஒரு வார்த்தை நல்ல வார்த்தை பேசிட்டு வா ரொம்ப முக்கியம் எக்காரணத்தைக் கொண்டும பழக்கதோஷத்துல அண்ணன் கூப்பிடாத அக்கான்னு கூப்பிடு என்று சொல்லி அனுப்பினார். இந்த ஒரு பண்பாட்டு சாரலில் இருந்து நான் வளர்க்கப்பட்டவன் என்பதால் சக மனிதர்களுடைய மதிப்பும் மரியாதையும் புரிந்துகொண்டு வளர்ந்தவன் என்பதால இந்தப் புத்தகத்தில் உள் நுழைவதற்கு மிகச் சரியாக இருக்கிறது.

2000வாக்கில் எல்லாம் ஜெயமோகன் சென்னை வரும்போதெல்லாம் சூரியா சென்னைக்கு வந்துட்டேன் வாங்கக் கொஞ்ச நேரம் பேசலாம் அப்படின்னு கூப்பிடுவார். மணிக்கணக்கில் பேசுவோம் அவரும்

நானும் அப்போது அவர் சொன்ன ஒரு சின்னக் கருத்து இங்கு இப்போது சரியாக இருக்கும் என்று நம்பறேன்.

“என்ன சூர்யா எழுதுறவங்க எல்லாத்தையும் போராட்டத்துக்கு வா போராட்டத்துக்கு வா கூப்பிடறாங்களே, எழுதறவனெல்லாமா போராட்டத்துக்கு வர முடியும். எழுத்தே ஒரு போராட்டம் தான அதுவே ஒரு செயல்பாடுதான, அங்க வந்து தான் நம்ம நாம நிரூபிக்கணுமா? ஒரு விஞ்ஞானி தனி அறையில யாரோடையும் தொடர்பு இல்லாம ஆய்வு பண்ணிட்டு இருக்கான் யார்கிட்டயும் பேசாம, அவன் சமூகத்திற்கு எதிரானவனா? சமூகத்திற்கும் சேர்த்துத் தான் அந்த வேலைச் செஞ்சுட்டு இருக்கான், ஏன் இது புரிய மாட்டேங்குது. எழுத்துதானே செயல்பாடு” என்று அவர் குறிப்பிட்ட தருணம் ஞாபகத்திற்கு வருகிறது.

எழுத்து தானே செயல்பாடு ஆனால் எங்கள் நண்பர் தமிழ்வாணன் செயல்பாட்டையே ஒரு எழுத்தாக மாற்றி இருக்கிறார். இதில் குமரேசன் அவர்கள் மூத்த பத்திரிக்கையாளர் பின்னட்டையில் மிகத் தெளிவாகச் சொல்லியிருக்கிறார் சட்டச் சொற்களையும், நீதிமன்றப் பதக்கங்களையும் மொழிபெயர்ப்பது பெரும் சவால் அந்தச் சவாலை வெற்றிகரமாகச் சந்தித்து வந்துள்ள இந்தப் புத்தகம் இந்த மண்ணின் தமிழ் மண்ணில் மாறுபால் இனத்தவர்களுக்கு மட்டுமல்லாமல் அனைத்து வகை மனித உரிமைகளுக்கும் போராடுபவர்களுக்கு ஒரு ஆயுதமாகக் கேடயமாகக் கிடைத்துள்ளது என்று குறிப்பிட்டுள்ளார் மிகச் சரியான வார்த்தை எடுத்துப் பின்னட்டையில் பதிவு செய்திருக்கிறார்கள்.

நண்பர்களே அனைவருக்குமான அந்தச் சொல் மிக முக்கியமானது. ஒரு கவிஞர் இருக்கிறார் யவனிகா ஸ்ரீராம் என்று ஒரு கவிஞர். இப்போது தடம் பத்திரிக்கையில் அவருடைய நேர்காணல் வந்தது அவரைப் பற்றி ஒரு செய்தி திண்டுக்கல் போயிருந்தபோது ஒரு கூட்டத்தில் சொன்னார்கள். திண்டுக்கல்லில் வெற்றி மொழி வெளியிட்டகம் தொடர்ந்து மாதாந்திரக் கூட்டம் நடத்திவருகிறது. ஏம்பா எப்ப பார்த்தாலும் யவனிகா ஸ்ரீராமையே கூப்பிடுறீங்க ஏப்பா ஆளுங்களை எல்லாம் புதுசு புதுசா மாத்து? என்றேன்.அதற்கு இல்லனா அவரு கூப்பிடுற ஒரு அர்த்தம் இருக்கு. அப்படின்னு அந்த நிறுவனத்தின் திண்டுக்கல் தமிழ்பித்தன் சொக்க மேளா இருவரும் சொன்னார்கள்.ஒரு சம்பவத்தை..

ஒருமுறை ரோட்ல வந்துட்டு இருந்தபோது ஒரு சின்னப் பொண்ணு தட்டில் பிச்சை எடுத்துட்டு இருந்தா நாங்கல்லாம் வந்துட்டோம் இவர் பேண்ட் சட்டை ஜிப்பா போட்டுன்னு இருப்பார் .அந்த

அசத்தலான கெட்டப்பிலேயே வந்து அந்தத் தட்டு புடுங்கி, அந்தத் தெரு முழுக்கப் பிச்சை எடுத்துட்டு அந்தப் பொண்ணு கிட்டக் கொடுத்துட்டு, இந்தா இதுல எங்களுக்கும் பங்கு இருக்குது இதுக்கு நானும் தான் பொறுப்பு இந்தா புடி என்று அந்தத் தட்டை கொடுத்துவிட்டுப் போனார். நீ பிச்சை எடுப்பதில் எங்களுக்கும் பங்கு இருக்கிறது நீ பிச்சை எடுப்பதற்கான காரணங்களில் நாங்களும் ஒருவன் என்று சொல்லக் கூடிய பண்பு இருக்கிறதே அதுதான் ஒரு கவிஞனுக்கான பண்பு. அதுக்கு தான் தொடர்ந்து கூப்பிடுறோம் என்றனர்.

அப்படி என்றால் ஒரு திருநங்கைக்கு ஏற்படக்கூடிய பாதிப்பு அவமானம் இது எல்லாம் இது எல்லாவற்றிற்கும் நாமும் பொறுப்பாளராக இருக்கிறோம் எனவே அதற்கு நாமும் பொறுப்பேற்றுக் கொள்ள வேண்டும் அந்தப் பொறுப்பில் இருந்து தட்டிக்கழிக்க முடியாது அந்தப் பொறுப்பைத் தமிழ்மணவாளன் தன் எழுத்தின் வழியாக மிகச் சரியாகச் செய்திருக்கிறார்.

நண்பர்களே சில நண்பர்கள் கேட்டார்கள் இத்தனை வருஷமா இந்தக் கவிதைகளை எழுதி இருக்கிறார் இந்த மனுஷன் ஒரு ஒழுங்காகத் தலைப்பு வைக்கத் தெரியுதா பார்த்தியா?, நீளும் கைகள் அந்தக் காலத்துப் பெருசுங்க மாதிரி தலைப்பு வச்சிருக்கான். இது ஒரு புனைவு நூலாக இருந்தால், சொந்த நூலாக இருந்தால் தலைப்பை எப்படி வேண்டுமானாலும் வைத்திருக்கலாம். திருநங்கைகளின் விடியல், திமிறி முளைத்த சட்ட வெளிச்சம், தரையைத் தொட இருக்கும் நீதி விழுது, என்ன வேணும்னாலும் வைக்கலாம் ஆனால் அப்படி வைக்க முடியாது வைக்கக்கூடாது இவர் நீளும் கைகள் என்பதை இவராக வைக்கவில்லை இந்தப் புத்தகத்தில் வருகிற தீர்ப்பில்.. உள்ளே 84 வது பக்கத்தில் உரிமைகளும் செயல்களும் கைகளாக மாறி நீள வேண்டும் என்று தீர்ப்பில் வருகிறது கைகளாமாறி நீள வேண்டும். கைகள் நீள வேண்டும், நீளும் கைகள்.

ஆக எதையும் அவர் மொழிபெயர்ப்பு என்ற பெயரில் அத்துமீறவில்லை அதைவிட மிக முக்கியம் இந்த ஓவியம் எங்கள் நண்பர் மணிவண்ணன் அர்த்தநாரீஸ்வரர் ஓவியத்தையும் இந்த நவீன நங்கை, திருநங்கை இன்றைய காலத்துத் தன்மையையும் மெர்ஜ், இணைத்து இயக்கி இந்த ஓவியத்தை மிக அற்புதமாக வடிவமைத்திருக்கிறார். இதில் முழுவதுமாக வாசித்ததில் நான் சொல்ல விரும்புவது இது வெறும் தீர்ப்பின் மொழிபெயர்ப்பு மட்டுமல்ல திருநங்கைகளுக்கான வரலாற்று ஆவணம்- கல்வெட்டு.

காரணம் நீங்க படிக்கிறப்போ அட ஒரு ஜட்ஜ்மெண்ட் மொழிபெயர்த்திருக்கிறார் இதைப் படிக்கும்போது போரடிக்கும் இபிகோ அது இதுன்னு போட்டுப் படிப்பதற்குப் போர் அடிக்கும்னு வாங்கி வச்சுடாதிங்க, நான் ஒரு ரெண்டு நாள் வாங்கி வச்சிட்டு தமிழ் கூப்பிட்டு 'படிச்சிட்டியா சூர்யா படிச்சிட்டியா சூர்யா?' படிக்கலாம் தமிழ் ஒரே சட்டம் தானே அத என்னத்த படிக்கறது, ஏதாவது ஒரு பாய்ண்டு சொல்லுங்க உள்ள சட்டத்திலிருந்து நான் எடுத்துப் பேசுறேன். இல்ல இல்ல இத நீங்க முழுக்கப் படிங்க சட்டப் புக் மாதிரி இருக்காதுஎன்றார் நான் புல்லா படிச்சேன் நண்பர்களே.

தென்னாபிரிக்க பாராளுமன்றத்தில் திருநங்கைகள் குறித்து என்ன பேசினார்கள் என்பது இந்தப் புத்தகத்தில் இருக்கிறது அர்ஜெண்டினாவில் என்ன விவாதித்தார்கள் இந்த நூலில் இருக்கிறது ஜெர்மனியின் சட்ட வரையறையின் சரத்து என்ன இந்த நூலில் இருக்கிறது ஜெர்மனியும் சட்ட வரையறையில் ஒரு ஆண் பெண்ணைக் குறிப்பதற்கு எம் போடணுமா, எப் போடணுமா என்கிறபோது திருநங்கைகளுக்கு எக்ஸ் என்று குறிப்பிடலாம் என்ற சட்ட வரையறை ஜெர்மனியிலிருந்ததாக இதில் குறிப்பிடப்பட்டுள்ளது. மலேசியாவில் அவர்கள் எப்படி ஒடுக்குமுறை செய்தார்கள் என்றெல்லாம் வெவ்வேறு நாட்டுச் செய்திகள் எல்லாம் இந்த நூலில் தொகுக்கப்பட்டுள்ளது. ஆச்சரியமாக இருக்கு. ஒரு தீர்ப்பு சொல்லும்போது ஒரு ஜட்ஜிக்கு இவ்ளோ விஷயம் தெரியனுமா அப்படின்னு தெரியல, இதனால் அறிவிப்பது யாதெனில்னு விட்டுப் போகாம ஊர்ல இருக்கிற எல்லாத்தையும் நோட் பண்ணி அதைக் குறிப்பிட்டு இப்படி ஒரு தீர்ப்பு இப்ப தான் நான் முதல் முறையா பார்க்கிறேன்.

நிறையப் பேர் வந்து குற்றப்பத்திரிக்கை தாக்கல் செய்யப்பட்டது. ஜட்ஜ்மெண்ட் சொல்லும்போது 1254 பக்கத்தில் தீர்ப்பு வழங்கப்பட்டது என்று சொல்வான் யோசிப்போம். என்னடா அவ்வளவு பெரிய பக்கமாடா தீர்ப்பு அவன் தப்பு பண்ணான், செஞ்சான், கரெக்டாகீது போபான்னு சொல்லாம அதுக்கு எதுக்கு 1204 பக்கம் என்னடா உக்காந்து எழுதுவீங்கன்னு, ஆனால் அதனுடைய அருமை இந்தத் தீர்ப்பின் வழியாகத் தெரிந்திருக்கிறது.

நண்பர்களே மற்ற நாடுகள் என்றால் அறிவு வேண்டும் வாதம் வேண்டும் விஞ்ஞான மேற்கொள்கள் வேண்டும், ஆனால் அதையெல்லாம் பல இடங்களில் இரண்டு நீதியரசர்கள் சுட்டி காட்டுகிற பொழுது வெவ்வேறு நாட்டப் பத்தி சொல்லிட்டே

வராங்க ஜெர்மன்ல நடந்தது அங்கு நடந்தது சொல்லும்போது இந்தியச் சூழல் என்று வருகிற பொழுது மிகத்தெளிவாக இவர்கள் கையாளுகிற ஒரு விஷயம் ராமாயண மகாபாரதக் கதைகளை இந்த நீதிபதிகள் உள்ளே இணைக்கிறார்கள்.

என்ன எப்படி இணைக்கிறார்கள் ராமர் காட்டுக்குப் போகும் போது எல்லாரும் பக்தி பரவசத்தில் அவருடைய ரசிகர்களாக மக்களே திரண்டு வருகிறபோது ராமர் காட்டுக்குள் நுழைகிற போது சொல்றார் 'ஆண்களும் பெண்களும் என்னைப் பின் தொடர வேண்டாம் அவர்ரவர் வேலையைப் பார்த்துட்டு போங்க எனக்கு இடையூறாக இருக்கும்னு அவர் கெஞ்சறாரு. அவருடைய பேச்சுக்கு மதிப்பு கொடுத்து ஆண்களும் பெண்களும் காட்டைவிட்டு வெளியே போய்விடுகிறார்கள் அப்படி எல்லோரும் போய்விட்ட பிறகு ஒருசிலர் மட்டும் போகாமல் நிற்கிறார்கள் ஏன் நீங்க மட்டும் போகலையா என்று கேட்கும்போது நாங்கள் ஆணும் அல்லப் பெண்ணும் அல்ல நீங்கள் ஆணுக்கும் பெண்ணுக்கும் தானே போகச் சொன்னீர்கள் நாங்கள் எப்படிப் போவது என்று நிற்கிறார்கள் அந்த அன்பிலே மயங்கி, ராமபிரான்இனி ஒவ்வொரு சுபநிகழ்ச்சிகள் நடக்கும்போதும் உங்களை அவர்கள் அழைப்பார்கள் நீங்கள் இல்லாமல் அந்த நிகழ்ச்சி நடக்காது நீங்கள் அவர்களை ஆசீர்வதிக்கலாம் என்கிற வரத்தைக் கொடுத்ததாக, ராமாயணத்தில் அந்தக் காட்சி இருந்ததாக இந்தப் புத்தகத்தில் நீதிபதி குறிப்பிடுகிறார்.

ஏண்டா மத்த நாடுகளுக்கெல்லாம் அறிவு வைக்கிற, வாதத்தை வைக்கிற, விஞ்ஞானக்கருத்தை கூற வைக்கிற நீதிபதிகள் இந்தியச் சூழல் வரும்போது இதை ஏன் வைக்கிற, இவனுங்களுக்கு இது சொன்னாதான் ஒத்துபாங்க என்ற அடிப்படையில் இந்த நீதிபதிகள் மிகத்தெளிவாக ராமர் சொல்கிறார்பா தங்கங்களா, நான் சொல்லல ராமரே சொல்லியிருக்காரு இப்பவாது ஒத்துக்குங்கடா என்று உளவியல்ரீதியாகச் சில வரிகளையும் அவர்கள் போட்டிருக்கிறார்கள்

ஒரு இலக்கியவாதியாக எழுத்தாளனாகக் கண்ணுல டக் டக்குன்னு பட்டச் சில வரிகள், தமிழ்மணவாளனைதான் கேட்கனும் பாரதி கிருஷ்ணகுமார் ஜி மூலப்பிரதியை படிச்சிட்டாரு, ஆங்கிலத்தில் படிச்சிட்டு அப்புறம் தமிழ்ல படிக்கிறார் ஆகையால் அவருக்குத் தெரியும். இந்த விவகாரம் என்னன்னு நாம நேரடியா தமிழுக்கு வரோம் இல்லைங்களா, 46வது பக்கத்துல ஒரு வரி இருக்கும் பாருங்க, ஆண் உடம்பில் சிக்கிக்கொண்ட பெண் திருநங்கை என்று எழுதுகிறார் இந்த நீதியரசர்.

36 ஆவது பக்கத்தில் ஆண் பெண் என்ற இரு பாலினப் பிரிவில் பெண்மீதான மனச் சாய்வு கொண்டவர் எழுதுகிறா். அவங்க யாராம் ஆண் பெண் என்று வருகிறபோது பெண் என்கின்ற பிரிவின் மீது மனச் சாய்வு கொண்டவர், அந்த மனச்சாய்வு என்ற சொல்லாடல் ரொம்ப அருமையா இருந்தது

இனக்னொன்று 50 பக்கத்தில் இருபாலனத்துக்குள்ள இனம் காணாமை என்று வருகிறது. அவனா? அவளா? என்று தெரியாமல் ஒரு குழப்ப நிலையில் இருக்கிறான் அதை இனம் காணாமை. என்ன மச்சான் செட் ஆயிடுச்சா, இல்லை மச்சான் ஃபெயிலியர் ஆயிடுச்சு, ஏன்? அது நமக்குச் செட்டாகாது. செட்டாகாது ஒரே குழப்பமா இருக்குது இனம் காண முடியல வேணாம். இரு பாலினத்திற்கும் இனம் காணாமை. இது தீர்பாணையமா, கவி ஆணையமா என்று நம்மைப் புன்னகைக்கும் படி இதனுடைய வரிகள் எல்லாம் உள்ளே மிகச் சுவாரசியமாகக் கவித்துவமான வரிகள் இந்த நீதியரசர்கள் இருவரும் கவித்துவமான இந்த வரிகளைப் போட்டார்களா தமிழ்மணவாளன் போட்டாரா ஐயம் வந்தவுடனே, இல்லப்பா ஒரிஜினல் பிரதிகளில் இருக்குப்பா அந்தப் பிரதியைக் காட்டினார் அதெல்லாம் நமக்குத் தேவை இல்லை.

நண்பர்களே இதுமட்டுமல்லாது வெளிநாட்டில் பால் சிக்கலுக்கு உள்ளான திருநங்கை சுனைனாவின் அறுவை சிகிச்சை அனுபவம் 1967இல் அறுவைசிகிச்சை செய்துகொண்ட பெல்லிங்கர் தன்னைப் பெண்ணாக அங்கீகரிக்க வேண்டுமென்று எப்படிப் போராடினார் என்ற வரலாறு இப்ப இல்ல 67ல் பெண்ணாக மாறிய அவர் தன்னைப் பெண்ணாக அங்கீகரிக்க வேண்டும் என்று போராடியவர் அந்தப் போராட்டம் என்று எல்லாவற்றிலும் எல்லா விதமான தகவல்களையும் ஆவணங்களையும் கதைகளையும் அனுபவங்களையும் ஒரு புனைவு பிரதி போல இந்தத் தீர்ப்பாணையம் இந்தத் தீர்ப்பு தன்னகத்தே கொண்டிருக்கிறது. பக்கம் 74வது பக்கத்திலே இந்த அறுவை சிகிச்சை ஆண் பெண்ணாக மாறுகிற அறுவை சிகிச்சை குறித்தான வழிகாட்டுதல்கள் பிரதியில் இருக்கிறது

75வது பக்கத்திலே ஒரு வரி வரும் பாலினப்பண்புக்கு இசைவாக அவரின் பாலை மாற்றிக்கொண்டால் அது மருத்துவ அறமாக இருக்கும் பட்சத்தில் சட்டத் தடை ஏதுமில்லை என்று சொல்கிறது. வரி ரொம்பக் காத்திரமான வரி இப்படியாக இந்தத் தீர்ப்பு.

14இல் வந்த தீர்ப்பை இப்பொழுதுதான் தமிழ் வடிவம் பெற்றிருக்கிறது அதுவும் கவிதைகள் பேச்சு சதா ஓடிக்கொண்டிருக்கும் நண்பன் தமிழ்மணவாளன் மெனக்கெட்டு இதை ஒரு சமூகச்

செயல்பாடாகக் கருதி எந்தவிதப் பிரதிபலனையும் பார்க்காமல் இதைச் சொந்தமாக அச்சிட்டு தமிழகத்தில் உள்ள எல்லாத் திருநங்கைகளுக்கும் இலவசமாகக் கொடுக்க முடியும் என்ன வழி இருக்குச் சூரியா, ஏதாவது அறக்கட்டளை பார்க்க முடியுமா என்று கேட்கிற அளவிற்கு அவர் ஆத்மார்த்தமாக இந்த மொழிபெயர்ப்பைச் செய்திருக்கிறார் இது மாறு பாலினத்தின் கல்வெட்டாக ஆவணமாக ஆதார நூலாக நாம் எல்லோரும் கடக்கவேண்டும் கடத்த வேண்டும். பரவ வேண்டும். அந்தப் பணியில் நமக்கும் பங்கு இருக்கிறது என்று கூறி விடைபெறுகிறேன் நன்றி வணக்கம்.

எந்திரத் தும்பி – டெல்லி பாபு

இந்த விழாவிற்கு வருகை தந்திருக்கும் சிறப்பு விருந்திருனர்களுக்கும், விழாவிற்கு எதிரே அமர்ந்திருக்கும் மாணவச் செல்வங்களுக்கும் வளமான வணக்கங்கள் அல்லது இப்படிக் கூடச் சொல்லலாம் விழாவிற்கு வந்திருக்கும் பெண் சிங்கங்களே ஆண் மயில்களே உங்கள் அனைவருக்கும் வளமான வணக்கங்கள்.

நான் ஒரு பத்திரிகையாளனா, எழுத்தாளனா, ஒரு பேச்சாளனா எவ்வளவோ மேடைகளைப் பார்த்திருக்கிறேன் அதை விட முக்கியமான ஒரு விஷயம் நான் ஒரு கல்கி வார இதழுனுடைய தலைமை உதவி ஆசிரியராகவும் எழுத்தாளராகவும் பேச்சாளராகவும் இருந்தாலும் நான் பிறந்து வளர்ந்த இடம் எது தெரியுமா பின்னாடி இருக்குப் பாருங்க வியாசர்பாடி பி கல்யாணபுரம் அது தான் பிறந்து வளர்ந்த இடம். ஆகையால நான் உங்கள்ள ஒருத்தன்.

நான் எத்தனையோ கூட்டங்களுக்குப் போயிருக்கேன், பார்த்திருக்கேன், பேசியிருக்கேன் ஆனால் இந்தக் கூட்டம் எனக்கே ரொம்பப் புதுசா இருக்கு ஏன்னா நண்பன் விஞ்ஞானி டெல்லி பாபுவின் பிறந்தநாளில் ஒரு புத்தகத்தைப் பிரசவிப்பது என்பது ஒரு ஆச்சரியமான விஷயம். தன்னுடைய பிறந்த நாளில் தன்னுடைய நூலை வெளியிடுவது என்பது ரொம்ப ஆச்சரியமான விசயம், அது கூடப் பெரிய விஷயம் இல்லை இந்த விழாவில் தன்னுடைய அப்பா அம்மா கால்ல விழுந்து ஆசிர்வாதம் வாங்கி, தனக்குப் பாடம் கற்றுக்கொடுத்த அறிவியல் ஆசிரியர்களை வரவச்சி அவர்களுடைய காலில் விழுந்து ஆசிர்வாதம் வாங்கி அதற்குப்பிறகு இந்த நூலை வெளியிடுன்றது என்பது எனக்குப் புதிய அனுபவமாக இருக்குது. இந்த மாதிரியான ஒரு விழா நிகழ்ச்சி நான் எங்கேயுமே பார்த்ததில்ல, ரொம்பப் பெருமிதமாய் இருக்கு இதைப் பார்க்கிறபோது, என்ன ஒன்னுனா அடடா நாம ஒரு அஞ்சு புக்கு

போட்டு இருக்கோம் இப்படி ஒரு ஐடியா நமக்குத் தோனவே இல்லையே, அப்படினா அது தோனனும்னு இல்ல அது புத்தியிலே இருந்தா தானே வர்றதுக்கு.

நண்பர்களே செல்வங்களே இது ஒரு ரொம்ப இறுக்கமா ஃபார்முலா இந்தக் கூட்டம் போகக்கூடாதுன்றதுக்காக நான் கொஞ்சம் இலகுவா என்னுடைய பேச்சை நான் மாத்திக்கிறேன்.

ஒரு கதையில் இருந்து ஆரம்பிக்கலாம், மகாபாரதத்தில் ஒரு கதை உண்டு. மகாபாரதக் கதையில ஒரு பகுதி, பஞ்சபாண்டவர்கள் தாயம் ஆடி சூதாடி எல்லாத்தையும் இழந்துட்டு காட்டுக்கு வந்துடுவாங்க, அந்தக் காலகட்டத்துல அந்த அஞ்சு பேரு காட்டில் இருக்கும்போது ஒரு மாயமான் அங்குமிங்கும் ஓடுது அப்படி ஓடும்போது அந்தமானைத் துரத்தி ஓடறாங்க, மாயமான் என்பதால் அது யார் கண்ணுக்கும் அகபடாமல், யாருக்கும் பிடிக்கொடுக்காமல் ஓடிக்கிட்டே இருக்கு. அவங்க களைத்துத் தாகத்தால் களைத்துப் போகுமளவிற்கு ஓடுது. பிடிக்கவே முடியல, ஒரு கட்டத்துல அஞ்சு பேருமே டயர்டாயிடுடறாங்க. தண்ணி குடிச்சா தான் நகர முடியும் என்கின்ற சூழல். அப்போ கடைசியா இருக்கக்கூடிய தம்பி நகுலன் நான் போயி தேடிட்டு வரேன் அப்படின்னு சொல்லி ஒரு சுனைக்கு வரான், பொய்கை மாதிரி ஒரு தண்ணி சுரக்கிற இடத்தைப் பார்க்கிறான் அடடா தண்ணி தாகமா இருக்குதே அப்படின்னு குடிக்கப் போகும்போது ஒரு குரல் கேட்குது ‘அதைக் குடிக்காத அது என்னுடைய குளம் நீ தொடக்கூடாது’ன்னு, அவன் அந்தப் பேச்சை மறுத்துத் தண்ணி தாகத்துல நீ என்ன சொல்றது அப்படின்னு அந்தத் தண்ணிய குடிப்பான் மயங்கி விழுந்துடுவான், என்னடா தம்பிக்காரன் போனான் இன்னும் வரவேயில்லையேன்னு ஒவ்வொரு தம்பிகளாக வருவார்கள் ஒவ்வொருவர் தம்பி வந்து தண்ணி குடிக்கும் போதும் ஒரு குரல் கேட்கும் அது என் குளம் எனக்குப் பதில் சொல்லிட்டுதான் நீ தண்ணீ குடிக்கணும் அப்படின்னு சொல்லும் போது யாருமே இருக்க மாட்டாங்க கிட்டத்தட்ட நாலு பேரு தண்ணிய குடிச்சு மயங்கி விழுந்துடுவாங்க, கடைசியாகத் தருமர் தேடிக் கொண்டு வருவார். தருமர் தேடிக் கொண்டு வரும்போது இதே மாதிரி அசரிரீ ... என்னுடைய கேள்விகளுக்கு நீ பதில் சொன்ன பிறகுதான் இந்தக் குளத்தில் இருக்கக்கூடிய நீரை அருந்த முடியும்னு சொல்லும். அப்படின்னா சரி கேளு என்பார்.. அசிரீரி ஒரு ஆறு ஏழு கேள்விகளைக் கேட்கும் அந்தக் கேள்விக்கு எல்லாவற்றிற்கும் பிரமாதமாக அறிவாகப் பதில் சொல்லிவிடுவார் அந்த அசீரிரிக்கும் ரொம்பச் சந்தோசம் ஆயிடும். நீ அறிவாளி தான் நான் கேட்ட எல்லாக் கேள்விகளுக்கும் நீ பதில் சொல்லிட்ட சரி மயங்கிக் கிடக்கும் உன்

அண்ணன் தம்பி நாலு பேரில் யாராவது ஒருத்தரைத் தான் நான் உயிராக்கித் தரமுடியும் அந்த ஒருத்தர் யார் வேணும்னு சொல்லு கடைசியா ஒரு நிபந்தனை விதிக்கும், அப்போது தருமர் யோசிப்பார் நான் என்னுடைய அம்மாவுக்கு ஒரு புள்ள உயிராய் இருக்கேன், என் சித்தி பையன் என்னுடைய சின்னம்மானுடைய மகன் மயங்கி இருக்கான் எல்லாரையும் விட்டுட்டு மத்தவங்கள உயிர்யாக்கிட்டா அது தப்பா போய்டும் அதனால என் சித்தி மகனான நகுலனை மட்டும் உயிராக்கிக் கொடு அதுதான் தர்மம் என்று அவர் சொல்கிறார் உடனே அடடா சொந்த அண்ணன் தம்பிகளையெல்லாம் விட்டுட்டு சித்தி மகனை உயிராக்கித் தரச் சொல்றானே எனசொல்லிட்டு நாலு பேரையும் அந்த அசரீரி உயிராக்கித் தருவதாக ஒரு காட்சி ஒரு கதை.

இது வெறும் கதைதான் இல்லீங்களா?! இதுல உங்களுக்கு என்ன பெரிய பிரமாதமான அறிவு வந்தறபோது இந்தக் கதையில, இல்லப் படிக்கிற நமக்குத் தான் என்ன வந்திடபோகுது இந்தக் கதையில, அப்படி ஒன்னும் விசேஷமான ஒரு விஷயமில்லை இந்தக் கதையில

ஆனால் இந்தச் சாதாரணக் கதை எப்படி ஒரு அறிவியல் கதையாக மாறி உங்களுக்குப் பயன்படும் என்று மாற்றுவதில் தான் ஒரு எழுத்தாளனின் சாமார்த்தியம் இருக்கிறது. இது சாதாரண நீங்கள் கேட்ட அல்லது கேள்வி படாத ஒரு மகாபாரதக் கதை. சுஜாதா இந்தக் கதையை வேறுவிதமாக எழுதிப் பார்க்கிறார் அதற்குப் பெயர் அந்தக் கதையுனுடைய பெயர் நச்சுப் பொய்கை இதே மாதிரி அந்தக் கதையை எழுதிக்கிட்டே வருவார் கடைசியா என்ன முடிப்பார்னா, இதே கதைதான் புதுசா எதுவும் எழுதல இதே கதையை எழுதிட்டு வந்து, தருமர் கிட்ட அசீரிரி கேட்கும் எல்லாத்தையும் பதில் சொல்லிடுவாரு, இது சுஜாதா கதை, எல்லாத்தையும் சொல்லிட்ட பிறகு யாராவது ஒருத்தரைத் தான் நான் உயிராகித் தருவேன் யார் வேணும்னு நீ சொல்லு அப்படின்னு சொல்லும்போது தருமர் சொல்லுவாரு உன் வேலையைப் பாத்துக்கிட்டு நீ போ. நாலு பேரையும் உயிராக்கிறதுக்கு எனக்குத் தெரியும்பார். அது எப்படி உன்னால முடியும் அந்த அசீரிரி கேட்கும். எல்லாம் மயங்கி இருக்காங்களே, மயக்கத்தில் இருக்கும் உன் அண்ணன் தம்பிகளை எழுப்ப முடியாது என்று சொல்லும்போது தருமர் சொல்வதாக ஒரு ஃபேரா வரும் அதை நான் வாசிக்கிறேன் பாருங்க

சுனை அருகே கார்பன் மோனாக்சைடு இருக்கிறது அது லேசான மயக்கத்தைத் தரும் என்று எனக்குத் தெரியும் யாரு தருமர் பேசுறாரு, நீரில் லேசாகத் தயோமென்டன் என்ற வேதிப்பொருள் இருப்பதால் கொஞ்சம் மயக்கமாக இருக்கும் சுத்தமான காற்றைச் சுவாசித்தால்

என் தம்பிகளுக்கு மயக்கம் தெளிந்துவிடும். எழுந்த பிறகு அவர்களுக்கு டெக்ட்ரோஸ் உள்ள பழங்களைக் கொடுத்தாள் சுறுசுறுப்பாகி விடுவார்கள் எனவே உன் தயவு தேவை இல்லை என் தம்பிகளை நான் காப்பாற்றிக் கொள்வேன் என்று அந்தக் கதை முடியும்.

நண்பர்களே இதுதான்.. இப்ப கைத்தட்டினிங்கயில்ல இதுதான் நமக்குத் தேவையான கதை. இதுதான் அறிவியல் கதை. இது சாதாரண மகாபாரதக் கதையைச் சுஜாதா அறிவியல் கதையாக அறிவியல் புனைகதையாக மாற்றுகிறார் இப்படித்தான்.

ஆனால் அறிவியல் புனைகதைகளில் புனைவு என்பது அறிவியல் போல வேஷம் போட்டு நடிக்கும் ஒருபோதும் அந்த அறிவியல் புனைகதைகளில் அறிவியல் இருக்காது ஆனால் நம்முடைய டெல்லி பாபு அவர்கள் வெளியிட்டு இருக்கக்கூடிய இந்தப் புத்தகம் முழுக்க முழுக்க அறிவியலைத் தெரிந்து கொள்வதற்கு, இந்தஅறிவியலை தெரிந்து கொண்டால் சுஜாதாவைப் போல் நீங்கள் ஆயிரம் கதைகளை எழுத முடியும். இது 100% முழுக்க முழுக்க நிறையத் தகவல்களையும் ஞானங்களையும் அறிவியலையும் உள்ளடக்கிய நூல்.

இந்த ஹெலிகாப்டர் விமானம் இதெல்லாம் இப்ப வந்தது இல்லைங்க நம்முடைய பாரம்பரியத்திலிருந்தே இருக்குத் திருஞானசம்பந்தர் விண்ணியல் விமானம் விரும்பிய பெருமான் ‘வெங்குரு மேவியுள் வீற்றிருந் தாரே’ என்று எழுதுவார் விண்ணில் விமானம் என்று அந்தக் காலத்திலேயே திருஞானசம்பந்தர் எழுதி இருக்கிறார். நம்முடைய புறநானூற்றிலே வளவன் ஏவா வானூர்தி என்று ஒரு சொல் வரும் வளவன் என்றால் விமானி, விமானத்தை ஓட்டுபவன் வளவன், ஏவா வானூர்தி ஆளில்லாத விமானம் வளவன் ஏவா வானூர்தி என்ற சொல்லாடல் புறநானூற்றிலே இருந்திருக்கிறது. இது கதையா?, கப்ஸாவா? அல்லது உண்மையா நடந்திருக்குமா தெரியாது ஆனால் அந்தக் காலத்திலேயே தமிழர்கள் விமானத்தைப் பற்றியும் வானத்தில் போகக்கூடிய வாகனத்தைப் பற்றியும் அவர்கள் கருத்து கொண்டிருந்தார்கள் என்பதற்கான ஒரு உதாரணத்துடன் சொன்னேன்.

விஞ்ஞானி டெல்லி பாபு அப்படியான விஞ்ஞானப் பாதையில் இருக்கக்கூடிய விமானம் மாயமான ஹெலிகாப்டர் நம் தமிழுக்கு மட்டுமல்ல நம் பாரம்பரியத்தில் இருந்து ஆரம்பித்து அந்த ஹெலிகாப்டர் குறித்தான முழுத் தகவல்களை இந்த நூலிலே உறுத்தல் இல்லாத தமிழில் அதுதான் ரொம்ப முக்கியம் உறுத்தல் இல்லாம ரொம்ப டைட்டா படிக்கிறப்போ ரொம்பக் கடினமான

வார்த்தைகளாக இல்லாமல் ரொம்ப அழகா எளிமையா சொல்லி இருக்கார் சில பேர் தமிழ் படுத்துறேன் சொல்லிட்டு ரொம்பக் கொல்லுவானுங்க அந்த மாதிரியெல்லாம் இல்ல இந்தப் புக்ல, தமிழ் படுத்துற ன்னு சொல்லிட்டு சிலர் கொடுமைபடுத்துவாங்க.. ஹெலிகாப்டர வந்து என்னென்ன பெயரெல்லாம் சொல்லலாம் தெரியுங்களா? மயில்பொறி, வானூர்தி, திருகூர்தி இப்படி எல்லாம் சொல்லலாம், ஆனால் அப்படி எல்லாம் அவர் உள்ள தன்னுடைய ஹெலிகாப்டருக்குப் பெயர்யெல்லாம் கொடுத்து உங்கள கொடுமைப்படுத்துல ஹெலிகாப்டர்னே எழுதியிருக்கார். நீங்க படிக்கும்போது ஹெலிகாப்டர்னே இருக்கும். தமிழ்புக்ன்றதுக்காக தமிழ்ல மாத்தி கொல்லுவாங்களே அந்த மாதிரியெல்லாம் இல்ல அழகா ஹெலிகாப்டர்னே சொல்லப்பட்டு அறிவியலை அழகாகக் கடத்தியிருக்கிறார்.

ஆனால் அதே நேரத்தில் தமிழை எங்குச் சமரசம் செய்ய வேண்டும், சமரசம் செய்யாமல் அந்தத் தலைப்பை நீங்கள் பார்க்கலாம் எந்திரத் தும்பி. ஹெலிகாப்டருக்கு அவர் வச்சிருக்கிற பேரு எந்திரத் தும்பி, நீங்க தும்பிய பாக்கறப்பல்லாம் ஹெலிகாப்டர் ஞாபகத்துக்கு வரும் ஹெலிகாப்டரைப் பார்க்கிறப்பல்லாம் உங்களுக்குத் தும்பியுடைய ஞாபகம் வரும். அவ்வளவு அழகா அதைத் தமிழ் படுத்தி இருக்கார். சரியாகத் தமிழ்ச் சொல்லை எந்த இடத்துல பயன்படுத்த வேண்டுமோ அதை அழகாகப் பயன்படுத்தியிருக்கிறார். தும்பிக்கு நாலு அறிவுதான் என்று தொல்காப்பியம் கூறுகிறது. ஆனால் எங்கள் எழுத்தாளர் நெல்லைச் சு முத்து அவர்கள் தங்களுடைய அணிந்துரையில் ஆறு அறிவு தும்பி என்று எழுதியிருக்கிறார் ஹெலிகாப்டரை அவர் ஆறு அறிவு தும்பி என்று எழுதி இருக்கிறார். இப்படி இந்தத் தொகுப்புல நிறைய விஷயங்கள் சுவாரஸ்யமான விஷயங்கள் எல்லாம் இருக்கு

டெல்லி பாபு தமிழை எங்கெங்கெல்லாம் அழகாக வடிவமைத்திருக்கிறார் என்று பார்த்தால் தும்பி பறந்த பாதை, தும்பி போற ரூட்டு, அதாவது தும்பி பறந்த பாதை என்று எழுதுயிருக்கிறார். ஹெலிகாப்டர் எங்கெல்லாம் நிக்கும் எந்த இடத்துல அதைப் பாதுகாத்து வச்சிருப்பாங்க அப்படின்னு இருக்கக்கூடிய இடங்களைப் பத்தி எழுதும்போது அவர் தும்பியின் தோட்டங்கள் என்று எழுதுகிறார். ஆளில்லாத ஹெலிகாப்டர் இருக்கு ஆளே இருக்க மாட்டாங்க அது வேவுபார்க்கும் அந்த மாதிரியான ஒரு ஹெலிகாப்டர் இருக்கு. அந்த ஆளில்லாத ஹெலிகாப்டருக்குப் பேரு டிரோன். டிரோன் என்றால் ஆண் தேனீ என்று அர்த்தம் ஆண் தேனீ இவர் அதைத் தமிழ் படுத்தும்போது ஆண் தேனீ என்று குறிப்பிடவில்லை, அப்படியான ஹெலிகாப்டருக்கு இவர் சூட்டக் கூடிய தமிழ் பெயர்

என்னவா இருக்கும்னா தேனான் .தேன் ஆண், தேனான், என்பதாக அவர் மொழியில் கூடத் தமிழை எங்கும் விட்டுக் கொடுக்கக் கூடாது எங்கு அறிவியலைக் கடத்த வேண்டும் என்பதை மிக அழகாகத் தெள்ள தெளிவாக இந்த நூலிலே குறிப்பிட்டிருக்கிறார்.

சரி இது அறிவியல் நூல் தானே முழுக்க முழுக்க விஞ்ஞானமான நூல் தானே இது என்ன மாதிரி ஒரு இலக்கியவாதிகளுக்கு ஒரு எழுத்தாளனுக்கு என்ன யூஸ்? வாட் யூஸ்? என்ன இது திருப்திபடுத்தும் என்று பார்த்தால் எங்களைத் திருப்தி படுத்த கூடிய சில விஷயங்களை மட்டும் சொல்லிவிட்டு விடைபெறுகிறேன்.

பச்ச மண்ண நமக்கு விருப்பப்பட்ட மாதிரி என்ன வேணும்னாலும் செய்யலாம் அப்படி விருப்பப்பட்ட மாதிரி வடிவமைக்கக் கூடிய ஹெலிகாப்டரை இவர் பச்சை எலிகாப்டர் என்று குறிப்பிடுகிறார். பச்ச மண்ணு மாதிரி அத நம்ம இஷ்டத்துக்கு டிசைன் பண்ணிக்கலாம் அதைப் பச்சை எலிகாப்டர் என்று சொல்கிறார். நீங்க கிரிக்கெட் ஆடறவங்க யாராவது இருந்தீங்கன்னா கிரிக்கெட் மட்டையை ரெண்டு சுத்து இப்படிச் சுத்திட்டு அடிக்கிற ஷாட்டுக்குப் பேரு ஹெலிகாப்டர் ஷாட் என்று எப்படி அதற்கு அந்தப் பெயர் எப்படி வந்தது என்று இதிலே குறிப்பிட்டிருக்கிறார். இன்னொரு புத்தகத்திலேயே ஒரு பெரிய கட்டுரை, அந்தக் கட்டுரைக்கு ஒரு கார்ட்டூன் வரைஞ்சு இருக்காங்க அந்தக் கார்டூன் என்னென்ன ஒரு நாற்காலி அந்த நாற்காலி மேலே அந்த ஹெலிகாப்டர் விசிறியை வச்சு பறக்கும் நாற்காலி மாதிரி ஓவியர் கேசவ் வரைந்திருக்கிறார் ஒரு கட்டுரைக்கு அந்தக் கட்டுரைனுடைய அர்த்தம் என்னன்னா, பதவி உயர்வுக்கு இடம் ஒதுக்கீடு செய்கிறார்கள் என்பதைக் கிண்டலடித்து விமர்சித்து எழுதப்பட்ட கட்டுரை அது பதவி உயர்வு பெறுவதற்கு இவர்கள் ஜாதிகளை இட ஒதுக்கீடைப் பயன் படுத்துகிறார்கள் என்று சொல்லப்பட்ட அந்தக் கட்டுரைக்குக் கேசவ் வரைந்து இருக்கக்கூடிய ஓவியம் என்பது பறக்கும் நாற்காலி இது எனக்கு இதுவரைக்கும் அந்தக் கட்டுரை எங்க வந்தது எப்படி வந்தது நம்ம ஒரு பத்திரிக்கைகாரனத இருந்து எனக்குத் தெரியாம போச்சு ஆனால் அந்த நூலைப் படிக்கிறபோது அதில் உள்ள அரசியலையும் அவர் நாசுக்காகச் சொல்லிவைக்கிறார். ஹெலிகாப்டர் கீழே இறங்கிவிட்டது என்று இந்திரா பார்த்தசாரதி எழுதிய ஒரு சிறுகதையைத் துணுக்குத் தோரணம் ஆகச் சொல்லிவிட்டுப் போகிறார்

நண்பர்களே இதில் ஒரு செய்தி இருக்கும் 70 வயதில் ஒருவர் ஹெலிகாப்டர்கான பயிற்சியை எடுத்து முடித்திருக்கிறார் எழுபதாவது

வயதில் இவ்வளவு காலமாக இருந்துட்டு எழுபதாவது வயதில் ஹெலிகாப்டர் பயிற்சி எடுத்து முடித்திருக்கிறார். அவரைப்பற்றியான குறிப்பு இருக்கிறது. இன்னொரு இடத்தில் நாமத் தெரிஞ்சதெல்லாம் காளிதாசன் எழுதிய மேகதூது தெரியும் இப்ப பிரச்சினைக்குரிய அணைக்கட்டு மேகதூது அணைக்கட்டு தெரியும். ஆனால் ரொம்பக் காலமாக வேலைச் செஞ்சிட்டு போதும் நீ வீட்டுக்குப் போலாம் அப்படின்னு மிலிட்ரில இருக்கிறவங்களுக்குயில்ல உள்ள ஹெலிகாப்டர்கே சொல்வாங்களாம் போதும்பா நீ ரொம்பப் பறந்துட்ட ரொம்ப வேலைச் செஞ்சுட்டு அப்படின்னு ஹெலிகாப்டர வழியனுப்பி வைப்பாங்களாம். அப்படி வழிக்கூட்டி அனுப்பக் கூடிய விழாவிற்கு என்ன பெயர்னா ஆப்ரேஷன் மேகதூது இது புதுத் தகவல் எங்களுக்கு.

மேகதூதம் பத்தி நாங்க இப்படி எல்லாம் படிச்சிருக்கோம். ஆப்ரேஷன் மேகதூது. மேகதூதுனா என்ன நல்லா பொழிஞ்ச இடம் விட்டு இடம் போய்கிட்டே இரு என்று சொல்லக்கூடிய அந்த விழாவிற்கு ஆப்பரேஷன் மேகதூது என்ற தகவல்கள் புதுத் தகவலாக இருக்கிறது நமக்கு.

அக்கா தங்கச்சி ரெண்டு பேரு பிரபஞ்ச அழகி யாரு லாரா தத்தா. தங்கச்சி லாரா தத்தா அழகுல ஜொலிக்கறாங்க, இன்னொருத்தர் அவங்க அக்கா தத்தா மிஸ்ரா அவங்க ஆகாயத்தில் ஜொலிக்கிறாங்க ஆக ஒரு பெண் நினைத்தால் அழகிலும் ஜொலிக்க முடியும் அறிவிலும் ஜொலிக்க முடியும் என்பதை நாசுக்காக இந்த டில்லிபாபு எழுதி இருக்கக்கூடிய எந்திரத் தும்பி என்கின்ற நூலில் குறிப்பிடப்பட்டுள்ளது எனவே இந்தச் சுவாரஸ்யமான சம்பவங்கள் எல்லாம் எங்களைபோன்ற இலக்கியவாதிகளுக்கு மிகுந்த மகிழ்ச்சியாகவும் அடப் பரவால்லப்பா ஒரு இலக்கிய அந்தஸ்து காண இலக்கிய அந்தஸ்தை நோக்கிப் போகக்கூடிய ஒரு புத்தகத்தைப் படித்த திருப்தியும் இருக்கிறது.

அன்புச் செல்வங்களே இந்தப் புத்தகம் உங்களுக்கு மிகுந்த பயனுள்ள புத்தகமாக இருக்கும் என்று நம்பி நண்பன் விஞ்ஞானி டெல்லி பாபு அவர்களை வாழ்த்தி விடைபெறுகிறேன் நன்றி.

■

வெற்றிடம் – நிஜந்தன்

வணக்கம் மிகச் சரியாகப் பத்து நிமிடங்கள் அளிக்கப்பட்டிருக்கிறது. எழுதி வைச்சிருந்ததில் எத்தனை பேப்பரை உருவருதுன்னு தெரியல, நான் எப்பவுமே ஒரு வழக்கறிஞர் மாதிரி பேப்பர் கட்டு எடுத்துட்டு வருவேன். இது ஒரு சவாலான கூட்டம்.

அன்பு நண்பர்களுக்கு வளமான வணக்கம் எழுதப் படிக்கத் தெரியாத வை.மு.கோதைநாயகி அம்மாள் பக்கத்து வீட்டுத் தோழி பட்டம்மாளிடம் சொல்லச் சொல்லத் தோழி எழுதி 1942 இல் வெளிவந்தது தான் இந்திர மோகனா என்ற படைப்பு. எழுதப்படிக்கத் தெரியாத ஒரு பெண் ஏன் ஒரு படைப்பை எழுதத் துடித்தார் சமூக அக்கறை, மாற்றம் மீது விருப்பம், தனிமனித மேம்பாடு, உயர்வு இப்படிப் இப்படி பல காரணங்கள். அந்தக் காரணத்தினாலயே எழுத்து ஜாம்பவான்கள் அந்த எழுத்து இலக்கியப் பயணத்தில் நூற்றுக்கணக்கானவர்கள் பல யுக்தியில், பல மொழிதல் முறையில், பல கோட்பாட்டுகளில் எழுதிக்கொண்டே பயணிக்கிறார்கள். அந்த ஒரு எழுத்து முறைதான் மெட்டாஃபிக்சன், அப்படியான ஒரு பயணி தான் நம் நண்பன் நிஜந்தன்.

நீ புனைவு என்கின்ற அல்லது புனைவுக்குள் புனைவு என்கின்ற மெட்டாஃபிக்சனுக்கு நமது அசோகமித்திரனுடைய ஒற்றன், தமிழவன் எழுதிய ஏற்கனவே சொல்லப்பட்ட மனிதர்கள், இப்படியான பயணத்தில் நிஜந்தனுடைய வெற்றிடம் என்ற நாவலும் இயல்பாக வந்து குந்திக் கொள்கிறது.

வெற்றிடம் உங்களிடம் இல்லை, அது வெளியே இருக்கிறது. உள்ளே இருக்கும் வெற்றிடத்தை மெதுவாகச் சொந்த ஆற்றலால் நிரப்பிக் கொள்ளுங்கள் என்று யாழ்மொழி கீதவர்மன் பேச ஆரம்பிக்கிறார். அவர்தான் இந்த நாவலின் கதாநாயகி, அப்படிப் பேச ஆரம்பித்தாலே தமிழக மக்கள் மயங்குவார்கள் அப்படிச்

செல்வாக்குமிக்க ஒரு சொற்பொழிவாளர். அவர் முதல் பக்கத்திலேயே கொலை செய்யப்படுகிறார், நாவலின் முதல் பக்கத்திலேயே. அந்தக் கொலைக்குக் காரணம் யார் என்று தொடங்குகிறது நாவல்.

மனைவியின் வளர்ச்சியைப் பிடிக்காத கணவனா? அம்மா மீது ஆசைப்படும் மகனா? அவளை அடைய நினைத்த அமைச்சரா? அவள் இறப்பாள் என்று முன்கூட்டியே நாவல் எழுதிய எழுத்தாளனா? அவளுடைய வாழ்க்கையைத் திரைப்படமாக உருவாக்கிய அவளை அடைய நினைத்த நடிகனா? அவள் எனக்குப் பிறந்தவள் என்று சொல்லிக்கொண்டு பின்னாலேயே சுற்றுகிற கிழ ராணுவ வீரனா? அல்லது அவளுடைய காதலன் மாலுமியா? என்று ஏழு பேரிடம் விசாரணை நகர்கிறது. அதில் ஆறு பேரைப் பிடித்துச் சிறையில் போடுகிறது காவல்துறை. சிறையில் எழுத்தாளனை விட மிகச் சாதுர்யமாகக் காவல்துறை ஒரு புனைவை உருவாக்குகிறது அப்படி உருவாக்குகிற புனைவு எது என்பதுதான் நாவலின் விஸ்தாரமான பகுதி.

காவல்துறை உருவாக்கும் புனைவு எது, அப்படியான புனைவில் அந்த ஆறு குற்றவாளிகளும், குற்றவாளி என்று கருதப்படுபவர்களும் பேசுவதுதான் இந்த நாவலின் மையச் சரடு. கொல்லப்பட்டு விட்டதாகச் சொல்லிவிட்டுப் பின்பு ஏன் கொல்லப்பட வேண்டும், யார் கொன்றிருக்கக்கூடும் என்று விவாதத்தைக் காட்டுகிறது நாவல். பிறகு அவள் கொல்லப்படவேயில்லை என்று புனைவு செய்கிறது. கடைசியில் நாவல் அவளைக் கொல்வதா? வேண்டாமா? என்பதை வாசகர் வசமே விடுகிறது. இதுதான் நாவலுடைய கட்டுமானம்.

ஒரு பெண், ஆண்களுக்கு அவன் எந்தத் துறையாக இருந்தாலும் பெண்ணினுடைய உடல் அவனுக்குப் புதையல், அந்தப் புதையலை அடைவதற்கு வசப்படுத்துவதற்கு அவன் அனைத்து விதமான முயற்சிகளையும் செய்கிறான். அதற்கு அவன் பயன்படுத்துகிற அஸ்திரங்கள் கலை, பதவி, அதிகாரம், எழுத்து, குடும்பம். இவையெல்லாவற்றையும் பயன்படுத்தி அவளை அடைய நினைப்பதும் அது நிறைவேறாத போது அவளை அழிக்க நினைப்பதும் தான் ஒட்டுமொத்தமாக இருக்கிறது என்பதை உளவியல் ரீதியாக இந்த நாவலில் சொல்லப்படுகிறது .அது எந்தத் துறையாக இருந்தாலும்.

நண்பர்களே நம்மளுடைய கோணங்கி ஒரு இருவது வரி முற்றுப்புள்ளி இல்லாமல் எழுதுவார். ஆரம்பிச்சார்னா இருபது வரிக்குப் பிறகுதான் ஒரு முற்றுப்புள்ளி வைப்பார். ஆனால் அந்த இருபது வரியிலயும் ஒவ்வொரு வரிலயும், ஒவ்வொரு காட்சியாக

வரும். ஒவ்வொரு கவிதைக்குரிய தன்மையோடு இருக்கும் ஒவ்வொருவரியும். நண்பர் 111வது பக்கத்திலேயே 38 வரிக்குப் பிறகு தான் ஒரு புள்ளி வைக்கிறார். ஒரு சின்னக் கோணங்கியைப் போலச் செய்து பார்த்திருக்கிறாரா என்று இந்த நாவலில் ஒரு ஐயம் ஏற்பட்டது. 38 வருகைக்குப் பிறகுதான் ஒரு முற்றுப்புள்ளியை வைத்திருக்கிறார் அப்படியான ஒரு பகுதி இதில் இருக்கிறது.

வாசகன் ஒரு முடிவுக்கு வரும்போது சட்டென்று அதுயில்ல என்று மாற்றி விடுகிறார்கள், இதுவாக இருக்குமா என்று இருக்கும்போது அந்த முடிவும் தலைகீழாக மாறிவிடுகிறது. இம்மாதிரியான ஒரு அடிச்சு அடிச்சு தெளிய வைக்கிற அந்தத் தன்மை.

நான் இரா.நடராஜன் எழுதிய பாலீதீன் பைகள் என்ற நாவல்ல 2008 என்று நினைக்கிறேன் அப்போ வாசிச்ச அனுபவம் இருக்கு. கதை படிச்சிகிட்டே வரும்போது கதாபாத்திரங்கள் அந்த ஆசிரியனோடு சண்டை போட ஆரம்பிக்கும். நான் நினைக்காதத நீ ஏன் என்கிட்ட திணிக்கிற, இது நான் சொல்ல மாட்டேன் இந்த டயலாக்க அப்படின்னு நாவலிலே வரும். இல்லக் இல்ல கதை இப்படித்தான் வருது இந்த டயலாக்கை நீ பேசித்தான் ஆகணும் அப்படிம்பார் எழுத்தாளர். கதாபாத்திரங்களும் எழுத்தாளரும் சண்டை போட்டுக்கும் பிரதிக்குள்ள, கடைசியில அந்தப் பிரதியை விட்டு உன் பேச்சுக்கெல்லாம் நான் ஆட மாட்டேன் என்று சொல்லிட்டு அந்தக் கதாபாத்திரங்கள் அந்தப் பிரதியை விட்டு ஓடிப் போய்விடும், இதுதான் அந்தப் பாலித்தீன் பைனுடைய கட்டுமானம். இங்குப் படிக்கும் போதும் கிட்டத்தட்ட அப்படியொரு எண்ணம் அப்படி வந்துகொண்டே இருக்கு, அந்த வாசக ருசி, இந்த நாவலிலும் வந்து கொண்டே இருந்தது.

நண்பர்களே நீங்கள் மெத்தப் படித்தவர்களாக இருந்தால் உங்களுக்குத் தெரியும் மூரியல்ஸ்பார்க் என்னும் ஆங்கில எழுத்தாளர் ஒரு நாவல் எழுதி இருப்பார். அதில் சிறுவன் கொல்லப்பட்டதாக ஆரம்பிக்கும், ஆனால் கொல்லப்படுவான் அவன் கொல்லப்பட வேண்டும் என்று நம்மளை நம்ம வைப்பார், அவன் கொல்லப்பட வேண்டும்தான் என்று நம்ப வைத்த பிறகு அவனைக் கொள்ளலாமா? வேணாமா? என்று முடிவு எடுக்க வைத்துக் கடைசியில் சிறுவன் கொல்லப்படுவான் இப்படியான ஒரு கட்டுமானம் மூரியல் ஸ்பார்க் அவர் எழுதியிருப்பார் நாட் டு டிஸ்டர்ப் என்ற நாவலில்.

அப்படித்தான் இந்த நாவலிலும் யாழ்மொழி வெற்றிடத்தில் கொல்லப்பட்டாலா? இல்லையா? என்பது வெற்றிடமாகவே கடைசியில் முடிக்கப்பட்டு இருக்கிறது. யாழ்மொழி கீதவர்மன்

என்ற பெயரே மிகச் சுவாரஸ்யமான பெயர். எப்பவுமே ஒரு நாவல் படிச்சம்னா, அதுல வர்ற கதாபாத்திரங்கள வேற யாராவது நம்ம சர்கள்ல, நம்ம இலக்கியவாதிகள் பயன்படுத்தி இருக்காங்களான்னு கொஞ்சம் ஆராய்ச்சி பண்ணிப் பார்ப்பேன் நெட்ல கிட்லயெல்லாம் போட்டு, இந்தக் கதாபாத்திரத்தின் பெயர் வேற எங்கனா இருக்கான்னு முழுக்க முழுக்க நெட்டில் தேடிப் பார்த்தேன் அந்த யாழ்மொழி கீத வர்மன் என்கின்ற பெயர் இதுவரை யாரும் எந்தப் படைப்பிலும் பயன்படுத்தவே இல்லை அப்படியான ஒரு சொல்லே பதிவாகவில்லை.

நண்பர்களே இந்த நாவலில் மக்கள் செல்வாக்கு உள்ள அந்தப் பெண் மணி இறக்கிறாள். எப்படி இறக்கிறாள் என்றால் கழுத்திலே குத்துவிளக்கு குத்தப்பட்டு இறக்கிறாள் என்று இந்த நாவலில் வருகிறது. கழுத்திலே குத்துவிளக்கைக் குத்தப்பட்டு இறக்கிறாள் என்பது குத்துவிளக்கு என்பது இந்திய இந்துக் கலாச்சாரத்தின் குறியீடா அல்லது அது தொடர்ந்து பெண்களைக் காவு வாங்குகிறதாஎன்கின்ற கேள்வியை மறைமுகமாகச் சொல்கிறாரோ என்று நம்ப வைக்கிறது.

ஓரிடத்தில் வாகனம் நீலப் புகையைக் கக்கிக் கொண்டு செல்கிறது என்று எழுதுகிறார். கரும்புகையைதானே கக்கும் வாகனம் எப்படி நீலப் புகையைக் கக்கும் ஒருவேளை நீலம் என்பது விஷத்தின் குறியீடா அல்லது மதத்தின் குறியீடா அல்லது ஒரு ஜாதி அமைப்பின் குறியீடா என்கின்ற ஐயத்தை அந்த வரி உங்களுக்கு வேள்வியாக உருவாக்கிச் செல்லும். ஏனென்றால் இந்த அமைச்சர் கொலைக்குற்றம் சாட்டப்பட்ட ஒரு அமைச்சருடைய பெயர் நீலரகுராஜ் என்று இருக்கிறது. அங்கும் ஒரு நீலம் இருக்கிறது.

இறந்த பெண்மணி பச்சை புடவையை அணிந்து கொண்டு மக்களை நோக்கிக் கையசைக்கிறாள் கூட்டம் ஓ என்று கத்துகிறது. ஒருவேளை இது தமிழகத்தின் அரசியல் குறியீடா என்று நம்மை யோசிக்க வைக்கிறது.

இரண்டு குழுக்கள் சிறைச்சாலைக்குள் மோதிக்கொள்கிறார்கள். அவர்கள் எல்லோரும் ரவுடிகள் இரண்டு குழுக்கள் சிறைச்சாலையில் மோதிக்கொள்கிறார்கள் யாழ்மொழி எனக்கு வேண்டுமென்று சிறைச்சாலையில் மோதிக்கொள்கிறார்கள் அந்த இரண்டு ரவுடிகளும் யாழ்மொழியால் உருவாக்கப்பட்ட ரவுடிகள். நீங்கள் தமிழக அரசியலோடு அதை ஒப்பிட்டுப் பார்த்துக்கொள்ளலாம்.

நண்பர்களே இப்படியான நிறையக் குறியீடுகளையும், புனைவுகளையும் தன் இடத்தில் தக்க வைத்துக் கொண்டிருக்கிற

இந்த வெற்றிடம் என்ற நாவல் படிப்பதற்கு மிகுந்த சுவாரஸ்யத்தையும், நீங்கள் பக்கத்துக்குப் பக்கம் கணிக்க முடியாத யூகிக்க முடியாதபடி ஒவ்வொரு இரண்டு பக்கத்திற்கும் உங்களை மடைமாற்றிக் கொண்டே செல்லும், உங்களை இதுதான் முடிவாக இருக்கும் என்று உங்களை ஒருபோதும் தீர்மானிக்க விடாதபடி அந்த நாவல் மிகச் மிக சுவாரஸ்யமாகச் செல்கிறது. இந்த நாவல் நீங்கள் இதுவரை படித்த நாவலிலிருந்து முற்றிலும் மாறுபட்டது இந்த மெடாஃபிக்சன் என்கின்ற புனைவு அல்லது புனைவுக்குள் புனைவு என்கின்ற ருசியை நீங்கள் ரசிக்க வேண்டுமென்றால் நண்பன் ஊடகவியலாளர் நிஜந்தன் எழுதிய இந்தப் புத்தகத்தைத் திருப்திகரமாக வாசிக்கலாம் நன்றி மகிழ்ச்சி.

தொகுப்பாசிரியர் எஸ். தேவி கோகிலன்

விரல்களில் சிக்காத காற்றாய் நெஞ்சமெல்லாம் நிறைந்தாய் – மனோஹரி

அரங்கத்திற்கு வருகை தந்திருக்கும் அனைத்து அன்பர்களுக்கும் வளமான வணக்கங்கள். மிகக் காத்திரமான கூட்டம் இது.

எனக்குத் தெரிஞ்ச முகநூல்ல லதா மேடம், ஆச்சி, ஏற்கனவே நர்மதா, நேசமணி எல்லாருமே தெரிந்த முகங்கள் தம்பி நாகராஜ் ஏற்கனவே அறிமுகமான முகங்கள் மற்றும் பல புதிய முகங்கள்.

நண்பர்களே மனோகரியை எனக்கு அதிகம் பரிச்சயம் கிடையாது. சமீபகாலமாகத்தான் நர்மதா அவர்களுடைய நூல் வெளியீட்டு விழாவில்தான் அவரைச் சந்தித்தது அதிகம் பரிச்சயம் கிடையாது. அவர் சாட்ல வந்து கேட்டாங்க 'சார் புத்தகம் வந்து ரெடியா இருக்கு நீங்க வந்து பேச முடியுமா?' அவங்க கிட்டப் பேசினதே இல்லச் சாட்ல, ஓ தாராளமா வரனே, எந்தத் தேதி? அனேகமா இந்தத் தேதியா இருக்கும் ஞாயிறு. அவங்க நம்பவே இல்ல, 'வருவீங்களா?' ஏம்மா.நீ கேட்ட.. வரன்னு சொல்றேன்.. திரும்ப வருவீங்களான்னு கேட்கறீங்க, இல்ல நம்பவே முடியல நீங்க கூப்பிட்ட உடனே வரவீங்கன்னு தெரியாது, கூப்பிட்டா வர போறம்மா அந்த நேரத்துல சரியான நேரம் இருந்தா வரப் போறோம் அதுல என்ன ஒரு ஒளிவட்டத்தை வைச்சுகிட்டு, சிம்மாசனத்தை வச்சுட்டு நாம என்ன பண்ணப் போறோம். சராசரி சகஜமான வாழ்விற்குச் சக மனிதர்களோடு கைகுலுக்காத எந்த அறிவும் அபத்தமான அறிவு தானே.. உடனே ஒத்துகிட்டேன்.. வரமா நானுன்னு.

நிறைய நண்பர்கள் என் மீது ஒரு குறை சொல்வார்கள். ஒரு கவிதை எழுதி 'சார் இந்தக் கவிதை நல்லா இருக்குதா'ன்னு அமிர்தம் சூர்யா கிட்டக் கேட்டா போதும், அடுத்த வருஷத்துல கவிதை தொகுப்பு போட வச்சுட்டு அந்தக் கூட்டத்துக்குப் போய்ப் பேசிட்டு இருப்பாரு, அது கிண்டலாக இருந்தாலும் சரி, அதுதான் உண்மையாக

இருந்தாலும் சரி அப்படியான விமர்சனம் எனக்குப் பெருமைக்குரியதுதான். ஏனென்றால் ஆண்களைவிடப் பெண்கள் அதிகம் எழுத வேண்டும் என்றும் அவர்கள் எழுதுவதற்கு ஏதேனும் ஒருவகையில் நான் உத்வேகமாக இருக்கலாம் என்று என்னுடைய வாழ்வினுடைய பாணி, ருசி எனவே நான் அப்படியானவன்தான்.

ஏன் பெண்கள் எழுதறதற்கு அவ்வளவு முக்கியத்துவம் தர வேண்டும், ஏன் அவங்களை அப்படிப் போற்றவேண்டும், போற்ற வேண்டிய அவசியம் என்ன? பெண் எழுத்தைப் பெண் எழுதுவதை ஏன் போற்ற வேண்டும், ரெண்டு மூணு விஷயத்தைச் சொல்லிட்டு இந்தத் தொகுப்புக்கு வரேன்

ஏன்னா, ஏற்கனவே நிறைய எடுத்துட்டு வந்த குறிப்பெல்லாம் திலகவதியும், நர்மதாவும் எடுத்துக் காலி பண்ணிட்டாங்க, காக்காவைப் பத்தி ஒரு பெண்மணி பேசினாங்க பெருக்கல் குறி போட்டாச்சு, சிக்கி முக்கினு எடுத்து வைச்சிருந்தேன் குளோஸ் பண்ணிடாங்க, அதனால கவிதைகள் குறித்துப் போவதற்கு முன்பாகச் சில விஷயங்களைப் பேசுவது ஆரோக்கியமாக இருக்கும் என்று நம்புகிறேன்.

அமெரிக்காவில் ஒரு பெண்மணி. அவள் சற்று மனநலம், மனப் பதட்டத்திற்கு, மனக்குழப்பத்திற்கு உள்ளாகி இருக்கிறாள். அவளை மருத்துவமனையில் சேர்க்கிறார்கள். மருத்துவமனை நிர்வாகம் ஒரு புதிய முடிவு எடுக்கிறது. அவள் அவ்வப்போது எழுதுவாள் எனவே மருந்துகளைக் கொடுக்காமல் ஒரு அழகான அறையை, சூரிய வெளிச்சமும் காற்றும் போகக்கூடிய ஒரு அழகான அறையைத் தேர்வு செய்து அந்த அறையில் ரோஜா செடிகளையெல்லாம் வைத்து, ஒரு ஸ்கொயர் பேப்பரையும், பேனாவையும், தண்ணீரையும் வைத்து, அவளை அமைதியாக அந்த அறையில் தங்க விடுகிறார்கள். வேற எந்த ட்ரீட்மென்ட்டும் இல்ல, பேப்பரையும் பேனாவையும் அந்த ரோஜாக்கள் சூழ்ந்து இருக்கிற அறையையும், சூரிய வெளிச்சமும் காற்றும் அவளை ஏதோ செய்கிறது. எழுத ஆரம்பிக்கிறாள். முதலில் கிறுக்குகிறாள், பேப்பரைக் கிழித்துப் போடுகிறாள். அப்புறம் திரும்பப் பேப்பர் எடுத்துட்டு வந்து வைக்கிறாங்க, திரும்பவும் அவள் எழுத ஆரம்பிக்கிறாள். கிட்டத்தட்ட ஒரு கட்டத்தில் மிகத் தீவிரமாக அவள் தன்னை அந்தக் காகிதத்தில் ஒப்படைக்கிறாள். அப்படித் தொடர்ந்து எழுதி எழுதி எழுதி அவள் அவளுடைய மன நலப் பாதிப்பிலிருந்து விடுபடுகிறாள். எனவே முதல்முறையாக எழுத்து, கவிதை ஒரு பெண்ணினுடைய குழப்பத்தை மனநலப் பாதிப்பை மீட்கும் என்று அமெரிக்காவில் அப்போதுதான் கண்டுபிடிக்கிறார்கள் அவள் பெயர் ஆன்ஸ்செக்சன்ட்.

அமெரிக்கப் பெண் கவிஞரான ஆன்ஸ்செக்சன்ட். அவள் எழுதிய ஒரே கவிதை அந்த அறையில் அவள் மனநலம் பாதிக்கப்பட்ட போது எழுதிய கவிதையின் ஒரு வரிகளைப் பாருங்கள், ‘கோதுமை வயல் அன்பாய் இல்லாததால் கிழவனின் பொய்களைப் போலப் பறந்து விடுகிறது காகங்கள்’ என்று ஆன்ஸ்செக்சன்ட் எழுதுகிறார்.

பெண்கள் தொடர்ந்து தம்மை மேம்படுத்திக் கொள்வதற்கும் தமக்கு ஏற்படுகின்ற மன அழுத்தத்திலிருந்து விடுபடுவதற்கும் எழுத்து அவசியம் என்பதாலேயே நான் ஆன்ஸ்செக்சனை போல அதிலிருந்து நீங்கள் மீள வேண்டும் என்பதற்காகத்தான் பெண்கள் எழுதுவதைத் தொடர்ந்து நான் வலியுறுத்துகிறேன் அதற்கு உற்சாகப்படுத்துகிறேன்.

நண்பர்களே இந்த மனோஹரினுடைய தொகுப்பு முழுக்கக் காதல் கவிதைகளாக இருக்கிறது. மனோஹரி ஒரு ராகத்தினுடைய பெயர். நீங்க நெட்ல போயி மனோகரி ராகத்தினுடைய குணாதிசயம் என்னவென்று பார்த்தால் மனப் பதற்றத்தையும் மனக் குழப்பத்தையும் நீக்கி அமைதியை உண்டாக்கும் ராகம் என்று குறிப்பிடப்பட்டிருக்கும். மனக் குழப்பத்தையும் பதற்றத்தையும் நீக்கி அமைதியை எது தரும். காதல் மட்டும்தான் தரும். அதனால் தான் அந்த அம்மா முழுக்கக் முழுக்க காதல் கவிதையா எழுதி இருக்காங்களோ. மனோஹரி கிட்டத்தட்ட அது அந்தஏழுநாட்கள் ‘கவிதை அரங்கேறும் நேரம்’, அது மனோகரி ராகம் தான். இப்ப அந்தக் கவிதை அரங்கேறும் ராகத்தை நீங்க பாடலைக் கேட்டுக் கொண்டே நீங்கள் இந்த மனோஹரியை பாருங்கள் லேசா உங்களுக்கும் காதல் வரும்.

நண்பர்களே இந்தத் தொகுப்பு முழுக்கக் காதல் கவிதைகள். இதுல ரெண்டு விதம் இருக்கு, காதல் வயப்படுதல் என்பது வேறு, காதல் மயமாதல் என்பது வேறு. ஒரு இரும்பையும் ஒரு காந்தத்தையும் வைத்தால் சட்டென்று ஒட்டிக் கொள்கிறதே அது வயப்படுதல். ஆனால் நீங்கள் காந்தத்தைப் பேரிச்சம்பழத்தில் எடுத்து வைத்தாள் பழம் ஒட்டாது ஆனால் பேரீச்சம்பழம் முழுக்க இரும்பு சத்து தான். அது காதல் மயமாதல். எப்படிப் பேரிச்சம்பழம் முழுக்க இரும்புச்சத்து தான் இருக்கிறது ஆனால் அது காந்தத்தில் ஒட்டாது. அது பயனுள்ள இரும்புச்சத்து, தேவையான இரும்புச்சத்து, அதுபோல இந்தக் கவிதை முழுக்க இருப்பதெல்லாம் வாழ்க்கைக்குத் தேவையான வெவ்வேறு கோணங்களில் காதலை அந்தப் பெண்மணி சொல்லிக் கொண்டு செல்கிறார்.

இங்கே ஏற்கனவே நர்மதா அவர்கள் ஒரு கவிதையைக் குறிப்பிட்டார்கள். மிக மிக முக்கியமான கவிதை என்று. சிக்கிமுக்கி

கல் கூழாங்கலாக மாறுகிறது. அது பளபளப்பாக மாறுகிறதா சுயம் இழக்கிறதா என்று குறிப்பிட்டார்கள். காதல் கவிதையில இங்க ஏன் சிக்கிமுக்கி கல் வருது, சிக்கிமுக்கி கல்லுக்குள்ள இருக்கிற நெருப்பு அதுதான் காதல். ஒருவேளை அந்தச் சிக்கிமுக்கி கல் ஒரு ஆற்றுப்படுகையில் விழுந்துவிடுகிறது தொடர்ந்து ஆறு அடித்துத் அடித்து அடித்து தன்னுடைய உருவத்தை மறைத்துக் கொள்கிறது அல்லது மழுங்கிப் போகிறது கல்லு பளபளபா ஆகிறது. ஒருவேளை இப்படிக் கூட அதை எடுத்துக் கொள்ளலாம் அவருடைய குணாதிசயங்கள் எல்லாம் காதல் எல்லாம் நெருப்பாக இருக்கக்கூடிய சிக்கிமுக்கி கல்லுக்குள் நெருப்பாக இருக்கிறது. மதன் ஆறாக மாறி அடித்து அடித்து அடித்து அவரைக் கூழாங்கள்ளாக மாற்றிவிட்டார். இப்போது அவர் மாறிவிட்டாரா சுயம் இழந்துவிட்டாரா என்று கேட்கலாம். ஒருபோதும் உள்ளே இருக்கக்கூடிய நெருப்பு வடிவத்தால் ஒருபோதும் அணைந்து விடப் போவது கிடையாது அது சுயமும் இழக்கவில்லை வடிவம்தான் மாறி இருக்கிறதே தவிர ஒரு போதும் அதனுடைய குணாதிசயம் மாறிவிடாது.

ஒரு பெண்ணுக்குள் இருக்கின்ற அடிப்படை நெருப்பு என்பது ஒருபோதும் புறத்தோற்றத்தில் மாறிவிடாது என்றுநம்புகிறேன்.

ஒருவேளை மாறியதாக உங்களுக்குத் தோற்றம் காட்டினாலும் தேவையான சந்தர்ப்பத்தில் தன்னை அது வெளிப்படுத்திக் கொள்ளும் என்று நான் நம்புகிறேன்.

நண்பர்களே நிறைய இடத்தில் காதலனைப் பற்றி, காதல் காதல்னு எங்க பார்த்தாலும் காதலாவா இருக்கும் இந்த அம்மாவுக்கு, வேற எதுவுமே இருக்காதா? எதை எடுத்தாலும் கொஞ்சம் காதலைச் சேர்த்துதான் சொல்லக் கூடிய வழக்கத்தில்தான் இருக்காங்க. ஒரு கவிதை ஒன்னு இருந்தது 57வது பக்கத்துல சித்தத்தைத் திருடியவன்னு, சாமி கவிதைன்னு நினைச்சு படிச்சேன், சாமி கவிதைதான் பரமேஸ்வரனுக்காக ஒரு கவிதை எழுதி இருக்காங்க, சிவனுக்கு எழுதின கவிதையும் காதல் கவிதைதான். அதுல பாருங்க பரமசிவா, பிரகதீஸ்வரா, ஈசனே அப்படின்னு வருது, ஓ இது சாமிக்கு எழுதின கவிதை அப்படின்னு பார்த்தா இல்ல, இவங்க காதலனைக் கடவுளாக்கி இருக்கலாம் அல்லது கடவுளையே காதலிக்கக் கூடிய பெண்ணாக மாறி இருக்கலாம் ஆண்டாளைப் போல அல்லது அந்தப் பேர்ல யார்னா காதலனா இருக்கிறானோன்னு ஒரு சந்தேகம் வந்துடுச்சு, என்னடா அது பரமேஸ்வரா, பிரகதீஸ்வரா என்று அவர் கூப்பிட்டு இந்தக் கவிதையை எழுதிக் கொண்டு வருகிற போது, நான் இப்படித்தான் எடுத்துக்கிட்டேன் மூன்றுவிதமான எடுத்துக்கிட்டேன், ஒன்னு காதலனையே அவர்கள் கடவுளாகப்

பார்க்கிறார்கள் அல்லது கடவுளைக் காதலிக்கும் தன்மைக்கு வந்திருக்கிறார்கள் என்று பார்த்தேன் கடவுளையே காதலிக்கும் தன்மைக்கு வந்திருக்கிறார்கள், கடவுளைக் காதலிப்பது கூடத் தவறில்லை, ஆண்டாளைப் போலக் கடவுளைக் காதலிப்பது கூடத் தவறில்லை என்று நினைக்கிறேன். இங்கே இவனுங்களை காதலிக்கறதை விட அது எவ்வளவோ பெட்டர்னு நினைக்கிறேன் நான்.

காதுகள் எம் வி வெங்கட்ராமன் சாகித்ய அகாடமி விருது பெற்ற காதுகள் வெங்கட்ராமன், அவருடைய நாவல் ஒன்னுல சரஸ்வதியைக் காதலிப்பதாக வரும். பக்கத்துவீட்டு சரஸ்வதியை இல்ல, ஒரிஜினல் சாமி சரஸ்வதியைக் காதலிப்பதாக அவர் எழுதி இருக்கிறார். இம்மாதிரியான நிறைய நமக்குச் சந்தர்ப்பங்கள் ஆதாரங்கள் காதல் குறித்தான ஆதாரங்கள் நிறைய இருப்பதால் மனோஹரி ஒன்றும் அப்படிப் பெரும் தவறு செய்யவில்லை எல்லாவற்றையும் அதுனுடைய. போகிற போக்கில் இயல்பாகவே அவர் சொல்லிச் செல்கிறார்.

84வது பக்கத்தில் ‘உன் பரிகாசம் ஒருபோதும் என்னைப் பாதகம் செய்வதில்லையடா என்னைச் சீண்டி உசுப்பேற்றிச் சாதிக்கத் தூண்டுகிறதே தோழா’ என்று எழுதுகிறார். இப்ப என்ன விஷயம்னா டா போடறப்ப கொஞ்சம் டவுட் வரும் நமக்கு, ஓ ரொம்ப உரிமையோட டா போடறாங்களோ காதல் வயப்பட்டுனு, சடார்னு ஒரு கிரேட் எஸ்கேப்பிசம் ‘தோழா’ அப்படினுடுவாங்க. ஓ இவன் தோழனா, இது லவ்வர் இல்லையோ அப்படின்னு ஒரு சந்தேகத்தை உங்களுக்குள்ள ஊசலாட்டத்தை வச்சுடுவாங்க.

இந்த ‘டா’ போடுவது ஒரு பெரிய கிக்கு தாங்க, எனக்கு இருக்கக்கூடிய பெரும்பான்மையான தோழிகள் எல்லாம் என்னை டா போட்டுத் தான் கூப்பிடுவாங்க, நான் ‘டி’ போட்டுத் தான் கூப்பிடுவேன் அது மாமா மச்சான் மாதிரி, ‘நண்பா’ அப்படின்னு கூப்பிடறதுக்கும் ‘மாமே, மச்சான்’னு கூப்பிடறதுக்கும் ஒரு வித்தியாசம் இருக்கும் இல்ல, ஒரு நெருக்கம் வந்துடும் இல்லைங்களா அந்தமாதிரி இந்த டா, டி போடுறதுல ஒரு நெருக்கம் வந்துடும். ஆனால் என்ன.. தோழிகள் டா போட்டா நல்லா இருக்கு, ஆனா கட்டின பொண்டாட்டி டா போட்டாதான் கொஞ்சம் கஷ்டமா இருக்கு, அப்படியே உர்ர்ர்ர்னு ஏறுது, அப்பத் தெரியுது நமக்கு அந்த டாவுக்கும் இந்த டாவும் ஏதோ ஒரு வித்தியாசம் இருக்குதுனு. கோவத்துல இவங்க ட போட்டாங்கன்னா அந்த நக்கல் திமிரு தெரிகிற மாதிரி தோணுது, ஆனால் தோழிகள் டா போடறப்ப அந்த ஆணவமோ திமிரோ தெரியிறதில்ல, இவங்க நிறைய இடத்துல

அந்த டாவ போட்டேதான் பயன்படுத்தி இருக்காங்க. பல கதைகள் ஏனடா மயக்குகிறாயடா, பரிகாசம் செய்யாதடா என்று நிறைய டா.. கள் இந்தத் தொகுப்பு முழுக்க நடந்தேறுகிறது .

காதலனை அல்லது காதலியை எனக்குத் தெரிஞ்சி இப்படி ரசிச்சி எழுதின ஆளை நான் பாக்கலைங்க,

நண்பர்களே இந்தக் காதல் தொகுப்பை வந்து நீங்கள் கேட்கலாம் அவ்வளவு பிரமாதமான தொகுப்பா அப்படி, சிலாகிக்ககூடிய தொகுப்பா? எல்லாருக்கும் முதல் தொகுப்பில் சில குறைகள் கோளாறுகள் பலவீனங்கள் இருக்கும் அடுத்துத் அடுத்து அடுத்து தொகுப்புகளில் அவர்கள் மாறிவிடுவார்கள். குறையும் நிறையும் இல்லாமல் எதுங்க இருக்குது.

சரி இந்த மனோஹரி காதலைக் காதலனை எப்படியெல்லாம் சிலாகித்து எழுதியிருக்கிறார்ன்றத நான் அப்படியே ஒரு பட்டியல் போடுறேன் பாருங்க, போகும்போது நீங்களே ஒரு காதலனா காதலியா போவீங்க அல்லது தேட ஆரம்பிச்சுப்பீங்க நமக்கு ஒரு காதலி கிடைப்பாளானு அந்த மாதிரிதான் இவருடைய வரி இருக்கும்.

நான் வரிசையா வாசிக்கிறேன் பாருங்க, இவங்க காதலை எப்படிச் சிலாகிக்கிறாங்கன்னு 'பீட்ரூட்டின் வண்ணமெனக் கலந்தவன்' நீங்க எந்தக் காய்கறியை எடுத்துப் பாருங்க, பூசணிக்காயை எடுங்க மேல் தோலை நல்லா சீவுங்கனிங்கனா உள்ள வெள்ளையா இருப்பான், உடனே கலர் மாறிடும், நீங்க கத்திரிக்காய கூட எடுங்க மேல நல்லா சீவும் போது பாருங்க அந்த வயலட் கலர் போயிடுவான் ஆனால் நீங்கள் எத்தனை துண்டுதுண்டாகப் போட்டாலும் தன்னுடைய நிறத்தை மாறாமல் வைத்துக் கொள்கிற ஒரே காய் எதுன்னு பார்த்தால் பீட்ரூட் தான் ஃபுல்லா அந்தக் கலர் அந்தக் காயயோட மெர்ஜ் ஆகி இருக்கும், ஐக்கியமாகி இருக்கும் அந்தக் கலர். இவங்க சொல்றாங்க பீட்ரூட்டின் வண்ணம் எனக் கலந்தவன் என்னோடு. நான் பீட்ரூட், நீ வண்ணம் என்னோடு எப்படிக் கலந்து இருக்கிறாய் பீட்ரூட்டின் வண்ணமெனக் கலந்தவன் நீ,

அவன் காற்று நான் வெள்ளிக்கிண்ணம். பட்டு பட்டு கருத்து போகிறேன். யாம்மா! பட்டு பட்டு கருத்து போகிறேன்.

எறும்பு எப்போதும் சுறுசுறுப்பாகத் தான் இருக்கும் ஆனால் இவர் சொல்கிறார் 'சிவனேன்னு இருக்கும் சிற்றெறும்பு என் கனவில் வந்து காதில் நுழைகிறான்' என்று எழுதுகிறார்.

சாயம் போன தாள்களுக்கு வண்ணம் தந்தவன்,

மனக் குதிரையைத் திருடியவன்,

இலையில் கைக்கு எட்டாத தொலைவில் வைத்த உப்பு,

(ரொம்ப எடுத்துக்க முடியாது அவனைச் சும்மா லேசா தான் எடுத்துக்க முடியும் உன்னைப் போட்டுப் பெசிஞ்சிக்க முடியாது, நீ உப்பு மாதிரி,) பெரிய தலை வாழை இலையில் ஓரத்துல வைச்ச உப்பு மாதிரி நீ, யாரு? காதலன். உன்னை நான் ரொம்ப எடுத்துக்க முடியாதுடா தேவைப்பட்டாதான் எடுத்துக்குவேன் என்பது மாதிரி இலையில் கைக்கு எட்டாத தொலைவில் வைத்த உப்பு.

இசைக்குழுவில் நீ ஒரு வாத்தியம்
சேமித்து வைத்த திமிர்

இப்படி எல்லாம் சிலாகித்துச் சிலாகித்து இவர் எழுதிச் செல்கிறார்.

ஒரிடத்தில் ஒரு சொல் வரும் 'அவன் எனக்கு நிலா அபிஷேகம் செய்கிறான்' என்று ஒரு சொல் வரும். நிலா அபிஷேகம் செய்கிறான் எப்படிச் செய்ய முடியும் 'அந்த நிலாவத்தான் நான் கையில புடிச்சேன் என் ராசாவுக்காக' என்று ஒரு பாட்டு வரும் பாரதிராஜா படத்துல, தண்ணியில நிலா தெரியும் அவ மொல்லுவா கையில காட்டுற மாதிரி ஒரு சீன் வரும். எம்ஜிஆர் படத்துல வரும் 'ஆயிரம் நிலவே வா' அப்படின்னு, இப்ப அய்யா சொன்னார் இல்லைங்களா சினிமா பாட்டு எழுதறதுக்கு இவங்களுக்கு நிறைய வாய்ப்பு இருக்குன்னு, அதற்கான கற்பனைவளம் எல்லாம் இவங்க கிட்ட இருக்குது.

இவங்க ஒரு இடத்தில சொல்லுவாங்க நூறு குடம் நீரில் நிலா பிம்பம் பிடித்து அவன் எனக்கு நிலா அபிஷேகம் செய்கிறான். நூறு குடத்தை வைச்சுடனுமாம், நூறு கூடத்துல நிலா தெரியனுமாம் அந்த நூறு குடத்தை எடுத்து இந்த அம்மா மேல ஊத்தணுமாம், அவன் எனக்கு நிலா அபிஷேகம் செய்கிறான் என்று அந்தச் சிலாகிக்கிற ஒரு தன்மை.

உன்னுடைய ஒரு 'ம்' போதும், என்னில் 'ர்' என்று றக்கை முளைக்கிறது. நீங்கள் நல்லா யோசனை பண்ணிப் பாருங்க உன்னுடைய ஒரு ம் போதும், என்னில் ர்ர்ர் என்று றக்கை முளைக்கிறது. அந்த ர்ன்னு றக்கை எங்க முளைக்குது எப்படி முளைக்குது அந்த ம்.... அப்படின்னு சொன்னா அந்த ம் எதுவா இருக்கும் அப்படின்னு பார்த்தா, கொஞ்சம் உங்களுக்குக் காதல் நீங்கள் வயப்பட்டு இருந்தால் மட்டும்தான் நீங்கள் அதை ரசிக்க முடியும். அந்த ம்மையும் ர்யையும் நீங்கள் ரசிக்க முடியும்.

நண்பர்களே இப்படி முழுக்க முழுக்க அவர்கள் எதைச் சொன்னாலும் அதைக் காதலோடு பொருத்திப் பொருத்திச் சொல்கிறார். 'உன் காதலால் நான் கிணற்றுக் கல்லாகக் கிடந்தேன்'

உன் காதல் நினைவுகள் அதிகமாகி அது கல்லு மாதிரி கிணற்றிலே அசையாம என்னைக் அசையவிடாமல் இருக்குது ..உன் நினைவுகள் என்னை கிணற்றுக் கல்லாக்கி மாற்றி இருக்கிறது, நீயோ வானில் எறிந்த கல் போல் திரும்பி வந்து கொண்டே இருக்கிறாய் என்று ஒரு இடத்தில்.

இப்படித் தொடர்ந்து அவர் எல்லா இடங்களிலும் எந்தப் பிரச்சனையைத் தொட்டு எழுதினாலும் அதில் காதலைக் கொஞ்சம் பூசிப் பூசி, தன்னுடைய எந்தப் பகுதியை எடுத்தாலும் அதில் பெண் பிரச்சினையை எடுத்தாலும் சரி, தன்னுடைய மனதைப் பற்றி எழுதவேண்டும் என்று சொன்னாலும் சரி எல்லாவற்றையும் காதலோடு சேர்த்துச் சொல்லக்கூடிய கைத்திறன் மனோஹரிக்கு வந்திருக்கிறது.

ஒரு இடத்தில் ஒரு மரத்தைப் பாக்குறாங்க, பறவை இருக்கு. அந்தப் பறவையும் மரமும் பேசிக் கொள்ளக் கூடிய ஒரு இடம் காட்றாங்க இது ஒரு இயல்பான ஒரு சாதாரணக் காட்சி என்று நீங்கள் நினைத்து விடலாம். எஸ்ரா ஒரு கதை எழுதி இருப்பாரு, கதையில ரொம்ப நாளா உங்கள மாதிரி எனக்கும் ஒரு டவுட்டு இருக்குது, இந்த மரங்கள் ஏன் பறவைகளைச் சுமக்கிறது பறவைகளுக்குக் கூடு கொடுப்பதற்கு ஏன் அனுமதிக்கிறது அதுக்கு ஏன் இந்தப் பான்டிங் எப்படி வந்திருக்கும். பறவை மரம் இந்தப் பாண்டிங், எல்லா மரத்திலும் பறவைகள் கூடு கட்டுது. இது எப்படி இந்த அக்ரிமெண்ட் எப்படி பறவைக்கும் மரத்துக்கும் வந்திருக்கும் என்று எஸ்ராமகிருஷ்ணன் ஒரு கதை எழுதி இருப்பார். முதன்முதலில் பறவைக்கும் மரத்திற்கும் எந்தத் தொடர்பும் இல்லாமல்தான் இருந்ததாம். ஒருமுறை ஒரு பழத்தை உண்டு விட்டுப் பறவை விழுங்க முடியாமல் வாயில் வைத்த படியே பறக்க ஆரம்பித்திருக்கிறது. அந்தப் பறவையின் வாயிலிருந்த பழம் சாரு உள்ளே போனபிறகு விதை மட்டும் வாயிலேயே இருக்கிறது விதையைத் துப்ப முடியாமல், பெருத்த விதையாக இருப்பதால் அது பறந்து போய்க்கிட்டே இருக்கு, வானத்தில் பறந்து போய்க் கொண்டே இருக்கும் போது அந்த முற்றிய விதை வாயில் நீர் பட்டு முளைக்க ஆரம்பித்து விடுகிறது. எனவே அளகிலேயே அந்த விதை முளைத்து விடுகிறது. இப்ப பறவ மேலப் பறந்துகிட்டே இருக்கு அதனுடைய அலகிலே விதை முளைத்து இரண்டு மூன்று இலைகளோடு பறவை ஓர் இடம் விட்டு ஒரு இடம் மிக நீண்ட தூரம் போய்க் கொண்டே இருக்கிறது. ஒருகட்டத்தில் மழை பெய்கிறது வாயில் இருக்கக்கூடிய செடி வளர்கிறது பறவை பறந்து கொண்டே இருக்கிறது. ஒரு கட்டத்தில் அதனால் பறக்க முடியல.., அந்தக் காட்சியை நீங்கள் பார்க்கணும்.

ஒரு பறவை, பறவையினுடைய வாயிலிருந்து செடி முளைச்சிருக்கு பறவை வானத்தில் பறந்து கொண்டே இருக்கிறது அந்த வித்தியாசமான காட்சியை எல்லோரும் பார்த்துக் கொண்டே இருக்கிறார்கள். ஒரு கட்டத்தில் பறவையால் பறக்க முடியாமல் போய் எடை தாங்காமல் தரையில் விழுந்து விடுகிறது .விழுந்த உடனேயே சட்டென்று அலகிலிருந்து நீட்டிக்கொண்டிருந்த வேர்கள் பூமியைக் கவ்வி பிடித்துக் கொள்கிறது. கவ்வி பிடித்தவுடன் அந்தப் அழகோடு அந்த பறவை மரத்தினுடைய பாதத்திலேயே இறந்துவிடுகிறது. எனவேதான் பறவைக்கு, அந்தப் பான்டிங் அப்பத் தான் வருது ,எனவேதான் அந்த மரம் எல்லாப் பறவைகளுக்கும் புகலிடமாக மாறுகிறது. அன்றிலிருந்துதான்... மரம்-பறவை என்கின்ற பாண்டிங் வருது என்று ஒரு கதை எஸ் ராமகிருஷ்ணன் எழுதி இருப்பார்.

இப்போ இவங்களும் ஒரு விஷயத்தைச் சொல்றாங்க. ‘பறவையின் எச்சத்தில் முளைத்த மரம், பறவை தங்கக் கிளை கொடுக்கிறது’ இந்த எஸ்ரா கதைனுடைய தாக்கத்தால் இது வந்திருக்குமா அல்லது இவர்களுக்கே ஒரே மாதிரி சிந்தனை வந்திருக்குமா?, பறவை எச்சத்தில் முளைத்ததால் அதனுடைய நன்றிக்கடனாக மரம் பறவையைத் தங்க அனுமதிக்கிறது என்று எழுதி இருக்கிறார்.

இதில் கூட இவர் காதலில்தான் சேத்து இருக்கிறார். பறவையின் எச்சமாகத் தன்னையும் மரமாகக் காதலையும் மாற்றித்தான் இந்தக் கவிதையை இவர் எழுதி இருக்கிறார். இந்தக் கவிதை முழுக்க எந்தப் பக்கத்தில் நீங்கள் வாசித்தாலும் ஏதாவது ஒரு கவிதை நமக்கு எழுதப்பட்டதாக இருக்குமோ அல்லது நம்முடைய காதலோடு பொருந்திப் போகுமோ என்று ஒரு பாவனையை உங்களுக்குத் தந்துவிடும்.

இதுல எனக்கு ரொம்பப் பிடிச்சது ‘இரவுகளை அவன் உஜாலாவாக்குகிறான்’ என்று ஒரு கவிதை. உஜாலான்றது அழுக்கா இருக்கிறத வெள்ளையாக்கற ஒரு பொருள். இரவை அவன் உஜாலாவாக்குகிறான். என்னுடைய இரவை அவன் பகலாக மாற்றுகிறான் என்று அந்த மாதிரியான சிலாகிக்கக் கூடிய விஷயங்களை எல்லாம் இந்தத் தொகுப்பில் இருக்கிறது.

இப்போ பார்த்தீங்கன்னா 53 வது பக்கத்தில் ஒரு கவிதை வரும். நான் சொன்னேன் இல்லைங்களா, எந்தக் கவிதையை இந்தத் தொகுப்பு முழுக்க நீங்கள் படித்தால் அது உங்களுக்கு ஒரு கவிதையாகவே தோன்றும். கவிதையை வாசிப்பதற்கு முன் இன்னொரு விஷயம், பின்னோக்கி, பறவை ஒருபோதும் பறக்காது

என்று ஒரு வரி நீங்கள் குறிப்பிட்டு இருக்கிறீர்கள் அம்மணி அது ஒரு சின்னத் தகவல் பிழை, ஹம்மிங் பறவை பின்னால பறக்கும், இதுல ஒரு இடத்துல காதலைச் சொல்லும்போது நீ எப்படிப்பட்டவன் தெரியுமா என்று வர்ணிக்கும்போது 'பறவை மாதிரி நீ, நீ ஒருபோதும் முன்னத்தான் போய்க்கிட்டு இருப்பியே தவிரப் பின்னோக்கி வரமாட்ட' என்று காதலனைப் பார்த்துச் சொல்வதாக வரும். ஆனால் ஹம்மிங்பறவை பின்னோக்கிப் பறக்கும். சரி இந்தத் தொகுப்பை நீங்கள் படித்து முடிகிறபோது நீங்கள் ஒரு காதல் கவிதையை எழுதி விடுவீர்கள் அதுதான் இந்தத் தொகுப்பினுடைய ஒரு பிளஸ்.

ஏதாவது ஒரு கவிதையைப் படித்தால் உங்களுக்கு நமக்கு எழுதி இருப்பார்களோ அல்லது நமக்கு யாராவது எழுதி இருப்பார்களோ என்கின்ற உங்கள் பழைய நினைவுகளை உங்களுக்கு அது மீட்டெடுத்துக் கொடுத்துவிடும்.

இப்போது இதைப் படிக்கிறபோது ஒரு கவிதை 53வது பக்கத்தில் படித்த உடனே எனக்கு எழுதின மாதிரி தோனுச்சு, நீங்க யாரு படிச்சாலும் ஏதாவது ஒரு கவிதை உங்களுக்கு எழுதின மாதிரி இருக்கும் 'சொல்லாடலில் அழகன்' என்று ஒரு தலைப்பு. மாங்கனியும் மாதுளையோ தேன்பலாவோ, செவ்வாழையோ நச்சென்று அப்படிச் சுவைப்பது இல்லையடா உன் நகைச்சுவையைப் போல,தேவர் அருந்திய அமிர்தமோ, பனை தரும் பதநீரோ, திராட்சை தரும் மதுரசமோ, 'கிர்' என்று அத்தனை போதை ஏற்றுவதில்லை நீ சொல்லும் பொய்யான புகழுரை போல், நீயோ சொல்லாடலின் அழகனடா, டா டா வந்துடுச்சு பாத்தீங்களா, நமக்கான ஒரு சொல்லும் இங்க வந்ததால, எப்படி நீங்க வேண்டுமானாலும் ஒரு கவிதையை எடுத்து வாசிச்சு பாருங்களேன். ஏதாவது ஒரு கவிதை உங்களுக்கு எழுதப்பட்டது போல அல்லது உங்கள் உங்கள் வாழ்க்கையில் யாரோ ஒரு பெண்மணி உங்களுக்கு எழுதியதைப் போல ஒரு பாவனையை இந்தக் கவிதை தந்துவிடும்.

தோழி இது முழுக்கக் முழுக்க காதல் கவிதைகள் தவறு ஒன்றுமில்லை முதல் கவிதை தொகுப்பு ஒரு முயற்சிதான், இந்த முயற்சி அடுத்தடுத்த உங்களுக்கு எழுதத் தெரியுது மொழியைக் கைப்பற்றி இருக்கீங்க, உங்களுடைய உணர்வுகளைப் பிரதிபலிக்கிறது மொழி உங்களுக்குச் சாஸ்வதம் ஆகியிருக்கு, இப்போதைக்கு நீங்கள் இந்தத் தொகுப்பு முழுக்கக் காதல் கவிதையை எழுதி இருக்கிறீர்கள், இது ஒரு தொடக்கம் அடுத்தடுத்த கட்டங்களில் நீங்கள் நகர வேண்டும் என்றால் இன்னும் நீங்கள் இலக்கிய உலகத்தில் உங்களை மறுதலிக்க முடியாத ஒரு இடத்திற்கு வர வேண்டுமென்றால் நீங்கள்

இன்னும் கொஞ்சம் தீவிரப் படவேண்டும் பெண்ணினுடைய பிரச்சினைகளைச் சமூகத்தில் பெண்கள் எதிர்கொள்ளும் சிக்கல்களை எல்லாவற்றையும் நீங்கள் உங்கள் படைப்புகளின் உங்கள் மொழியிலன் வாயிலாக அதைப் பதிவு செய்ய வேண்டும் . என்னுடைய அபிப்ராயம் சின்னஅபிப்பிராயம்.

இந்த ஒரு தொகுப்பு காதல் போதும். அடுத்தடுத்த கட்டங்களில் நீங்கள் எழுத வரும்போது திட்டமிட்டு இன்னும் நிறையத் தோழிகள் நிறையக் கவிதைகள் எழுதி நம்முடைய இலக்கிய வெளியில் அதிகமான கவிதாயினிகள் இருக்கிறார்கள். உங்கள் பிரச்சினைகள் உங்கள் பிரச்சினை என்றால் நீங்கள் வசதியாகவோ, அமைதியாகவோ, சாந்தமான குடும்பமகவோ இருந்தாலும் கூட உங்கள் பிரச்சினை என்பது உங்கள் பிரச்சினைனு சொல்லவில்லை, உங்களை ஒத்த பெண்களின் பிரச்சினைகள், ஏனென்றால் எழுத்தாளனுக்கு மட்டும் தான் கூடுவிட்டுக் கூடுபாய கூடிய அவர்களுடைய கஷ்டத்தைத் தன் கஷ்டமாகப் பாவிக்கக் கூடிய அவர்களுக்கு வரக்கூடிய துயரத்தைத் தன்னுடைய துயரமாகப் பாவித்து ஏற்றுச் செயல்படக் கூடிய எழுதக் கூடிய தன்மை உண்டு.

எனவே உங்களுடைய, ஒரு ஆண் எழுதாம உங்களுடைய உங்களுடையன்னு சொல்றியே நீ எழுத மாட்டியா?, ஒரு பெண் எழுதக்கூடிய எழுத்துதான் அவளுடைய பிரச்சினைதான் அவளுடைய எண்ணங்கள்தான் அவளும் கடந்து வரவேண்டிய சோதனைகளை அவள் எழுதுவதுதான் நூறுசதவீதம் உண்மையானதாகவும் நேர்மையானதாகவும் இருக்கும். அடுத்த கட்டத்திற்கு நீங்கள் வருகிறபோது, அம்மாதிரியான பிரச்சினைகளைச் சிக்கல்களை யெல்லாம் கவனத்தில் கொண்டு உங்களுடைய இலக்கை நகர்த்த வேண்டும். இது தவறொன்னுமில்லை, உனக்கு எழுதத் தெரியும் எனக்கு மொழி கைப்பற்றி இருக்கிறேன், என்னுடை சிந்தனை இதுவாக இருக்கிறது என்று நீங்கள் பதிவு செய்திருக்கிறீர்கள். இந்த முதல் பதிவு ஆரோக்கியமானது பாராட்டுக்குரியது. நீங்கள் அடுத்த கட்டத்திற்கு மிகக் காத்திரமாக நகர வேண்டும் இல்லாவிட்டால் வெகு சுலபமாக உங்களைப் புறக்கணித்து விடுவார்கள் அடுத்த தொகுப்பில் காத்திரமான பெண்களுடைய சிக்கல்களைப் பிரச்சினைகளைச் சமூக நடவடிக்கைகளை எல்லாம் நீங்கள் குரல் எழுப்புகிற அல்லது உங்கள் கோணத்தில் நீங்கள் பதிவு செய்யக் கூடிய நூலாக வரவேண்டும் அதற்கும் நான் அந்தக் கூட்டத்துக்கு நான் பேச வரவேண்டும் என்று கூறி விடைபெறுகிறேன் நன்றி வணக்கம்.

▪

மிஷன் காம்பவுண்ட் – கணேசகுமாரன்

கவிஞர், எழுத்தாளர் என்று அடைமொழியைப் போட்டதால் நான் சொல்லவந்த ஏற்கனவே சொல்லவேண்டும் என்று நினைத்திருந்த விஷயம் விடுபட்டுப் போனது. ஏனென்னா மாப்பிள அழைப்பிதழ்ல 'ஊடகவியலாளர் அமிர்தம் சூர்யா' என்று போட்டு இருந்தார். அவருடைய பேஸ்புக்ல போயி நானும் கோபமா நாலுவரி போட்டுட்டு வந்தேன். 'ரெண்டு கவிதைத்தொகுப்பு ரெண்டு கட்டுரைத்தொகுப்பு ஒரு சிறுகதைத் தொகுப்பு போட்டு இருக்கேன். கல்கி தலைமை உதவி ஆசிரியர்னு பதவியில் இருந்தா ஊடகவியலாளர்னு என்ன பொதுத்தன்மைல வைக்கிறதா?. இதுதான் இவருன்னு குறிப்பிட்டுச் சொல்ல வேண்டியது தானே, அதுல என்னடா மாப்பிள உனக்கு, ஊடகவியலாளர்னா அதுல டிவில வர்றவனா, ரேடியோவுல வர்றவனா என்ன கணக்கு அது ஊடகவியலாளர். படைப்பாளி என்கிற முத்திரை தான் வேண்டுமே தவிர ஊடகவியலாளர் வேணாம். பொதுப்பிரிவே வேணாம். ஒன்னு வன்னியன்னு சொல்லு, இல்லத் தலித்துனு சொல்லு இந்தப் பொதுப் பிரிவுக்கே நாமச் செட்டாக மாட்டோம்' என்று அவருடைய பக்கத்தில் போட்டுட்டு வந்தேன்.

எனவே ஒரு கவிஞனாக எழுத்தாளனாக வேண்டுமானால் ஒரு பத்திரிகையாளனாக என்னை நீங்கள் அவதானித்துக் கொள்ளலாம். என் புத்தி என்ன பண்றதுன்னு தெரியல எப்ப எந்தப் புத்தகம் அது சின்னவனா இருக்கட்டும் பெரியவனா இருக்கட்டும் புதுசா போடறவாங்களா இருந்தாலும் ஃபுல்லா படிச்சிட்டு, அது ஒரு போஸ்ட் மாடம் மாதிரி பண்றது தான் நம்ம வேலையாகிப் போச்சு. அப்பதான் அதற்கான மரியாதையை ஒரு புத்தகத்திற்கான மரியாதை என்றது அதுதான. இதுவும் அப்படித்தான் இருக்கு.

ஆட்கள் குறைவாக இருக்கிற காரணத்தினால் (மாப்பிள்ளை கொஞ்சம் எடுத்துக்கலாம்ல?) டைம்எடுத்துக்கலாம்னு நினைக்கிறேன்.

நண்பர்களே கதை பரப்பிலிருந்து கதையை வெளியேற்றிவிட வேண்டும் என்று சொன்னவர் சா .கந்தசாமி. ஆனால் அவர் எழுதியது, வெற்றி பெற்றது, விருது பெற்றது எல்லாம் வெளியேறாத கதைகளால்தான். அவர் சொன்னதுக்கும் எழுத்துக்கும் உடன்பாடே இல்லை. முரண்பாடான விஷயங்கள் ஆனால் கணேசகுமாரன் அப்படி அல்ல அவர் என்ன ஸ்டேட்மென்ட் முன்னுரையில் சொல்றாரோ அதுதான் அவர் தொகுப்பு முழுக்கப் பரவி இருக்கிறது. அந்த இடைவெளி இல்லாத தன்மை தான் கணேசகுமாரன். அவருடைய முன்னுரையில் ஒரு இடத்தில் சொல்கிறார் 'இருள் என்பது குறைந்த ஒளி கொஞ்சம் இருள் போதும் என் கதைகளுக்கு' இதுதான் அவருடைய ஒத்த வரி. கதை முழுக்க வெவ்வேறுவிதமான இருள்களை அவர் சுழன்று சுழன்று எழுதிப் எழுதி பார்க்கிறார். அந்த இருள்தான் அவருடைய கதையின் கலனாக இருக்கிறது. அந்த இருள் கொஞ்சமான வெளிச்சம், அந்த வெளிச்சம் போதும் ஒரு தேர்ந்த வாசகனுக்கு வேற எந்த அகலும் தேவையில்லை டார்ச்சும் தேவையில்லை.

இப்படியான கணேசகுமாரன் கதையை என் கல்கி அலுவலகத்தில் மெத்தப் படித்த ஒருவரிடம் கொடுத்து, இதைப் படிச்சு பாருங்க, உங்க அபிப்பிராயத்தைச் சொல்லுங்க, ஏன்னா அதுல இருந்து நாம எதுனா கருத்தை உருவரத்துக்கு வசதியா இருக்கும் என்று ஒருவரிடம் படிக்கக் கொடுத்தேன். அவர் கொஞ்சம் முற்போக்கு கூடாரத்தைச் சார்ந்தவர் முழுக்கப் படிச்சிட்டு மாப்பிள இதுல வந்து 'சமூகத்துக்கான விஷயமில்லன்னு அவர் சொன்னாரு' சமூகத்திற்கான விஷயமில்ல எழுதவேண்டிய எவ்வளவோ விஷயங்கள் இருக்கு, அதெல்லாம் எதுவும் எழுதாம தேவையில்லாத விஷயத்தைதான் இவர் எழுதி இருக்காரு உள்ள, மக்கள் மீது நிறைய லிஸ்டே போட்டாரு என்னென்னயெல்லாம் இவரு விடுபட்டார்ன்னு, 'இதெல்லாம் இவர் எழுதாம விட்டு இருக்காரு, இதெல்லாம் எழுதி இருக்கலாம்ல' என்று அவர் சார்பாக இந்த மாதிரியான கேள்விகளுக்கு நான் சொல்வது ஒரே ஒரு பதில்தான்.

கடற்கரையிலேயே வாழ்ந்து மரித்த மலையாள மகாகவி குமாராசான், ஒரு இடத்தில்கூடக் கடற்கரையைப் பற்றி பதிவு செய்யவே இல்லை. கதகளிக்குப் புத்துயிர் கொடுத்த கவிஞர் வள்ளத்தோள் கதகளி என்ற சொல்லை எந்த இடத்திலும் பயன்படுத்தவில்லை, அவரெல்லாம் வேணாம் மலையாளமே வேணாம். புதுமைப்பித்தன் சுதந்திரக் காலத்திலிருந்து அதனுடைய

பிரஞ்சசையோடு இருந்த புதுமைப்பித்தன் எந்தக் இடத்திலும் எந்த கதையிலும் சுதந்திரப் போராட்டத்தைப் பதிவு செய்யவில்லை. ஆக எதைப் பதிவு செய்ய வேண்டும் எதை எழுத வேண்டும் எதை எழுதக் கூடாது என்ற ஒரு எழுத்தாளனை நிர்ப்பந்திபதை விட ஒரு அயோக்கியத்தனம் வேறு ஏதும் இருக்க முடியாது.

அவர் என்ன எழுதுகிறாரோ அதில் சமூகத்துக்கான சாரம்சம் இருக்கிறதா என்பதைப் பார்க்கவேண்டுமே தவிர இதை ஏன் இவர் எழுதவில்லை என்று கேட்பது மகா அயோக்கியத்தனமானது. ஒருவேளை இதில் உள்ள இருக்கக்கூடிய அம்சங்களைச் சமூகத்திற்குச் சார்ந்த அம்சம் என்று அவதானிக்கக்கூடிய தகுதி அவருக்கு இல்லாமல் இருக்கலாம் இந்தக் கேள்வி எழுப்பும் எவருக்கும் இது பொருத்தமானது.

மௌனி தன்னுடைய கதைகளில் மரணத்துக்கு முன் வாழ்வு எதிர்கொள்ளும் அர்த்தம் என்ன என்பதைத்தான் எழுதி எழுதிப் பார்த்தார். கணேசகுமாரன் அதனுடைய நீட்சியாக 'அன்புக்கும் உண்டோ அடைக்கும் தாள்' என்று ஒரு வரி வரும் அல்லவா அதை எடுத்துக்கொண்டு 'அன்புதான் மரணத்தை வாழ்வின் குப்பியில் அடைக்கிறது' என்று எல்லா இடங்களிலும் சொல்லாமல் சொல்லிச் செல்கிறார். நாம் பார்க்கத் தவறிய அன்பினுடைய அகோரமான முகங்களை வேற வேற ரூபங்களில் இந்தக் கதைகளில் எழுதிப் பார்ப்பதாகதான் எனக்குப் படுகிறது

எல்லாக் கதைகளிலும் இவர் எழுத்தாளன் முகமூடி போட்டுக் கொண்டோஅல்லதுபெண்வேடமிட்டோஅல்லதுஅஃறிணையாகவோ அவன் கதைகளில் திரிந்து கொண்டே தான் இருப்பான். பாரதிராஜாவினுடைய ஒரு படத்துல, பழைய படத்துல, கடைசியா முடியறப்ப ஒரு ஆட்டு மந்தையை மேய்ச்சுக்கிட்டு ஒரு ஆள் போய்கிட்டு இருக்கிற மாதிரி ஒரு சீன் வரும், அப்போது பாரதிராஜா 'இந்தக் கோலிவுட்டையே நான்தான் மேய்த்துக் கொண்டிருக்கிறேன் என்பதனுடைய குறியீடாகத்தான் அந்தக் காட்சியை வைத்தேன்' என்று சொல்லி அது ஒரு பெரிய சர்ச்சையை அல்லது விவாதம் வந்தது.

எப்படியாவது தன்னைத் தன்னுடைய முகத்தை ஒரு வகையில் ஏதாவது ஒரு ரூபத்தில் காட்டி விட்டுச் செல்வான் படைப்பாளி. அப்படியாக இவர் பெரும்பான்மையான இடங்களில் கணேசகுமாரன் வந்து வந்து வந்து போகிறார்.

கணேசகுமாரனுடைய ஒரு கதை 'தனி' என்று ஆரம்பிக்கிற கதை, தனி என்று அவர் அறிவித்தாலும் அவர் எந்த இடத்திலும்

தனியனகவே இல்லை, எல்லாவற்றையும் சொல்லிச் சொல்லி நான் இந்த ரகத்தைச் சேர்ந்தவனில்லை, இந்த வழி என்னுடையதல்ல என்று ஒவ்வொரு விஷயத்தைச் சொல்லிச் சொல்லிப் போனாலும் கடைசியில் தனித்தனி என்று சொல்லிக் கொண்டாலும் அவர் ஒரு போதும் தனியனாகவேயில்லை. வேண்டுமானால் தனித்துவமானவனாக இருக்கிறாரே தவிரத் தனிமையில் இல்லை. இதுதான் அந்தக் கதையினுடைய, அவர் எங்கு ஊடாடிப் போகிறார் என்பது.

தனி என்ற ஒரு சொல்லே அபத்தமான சொல்லுதான். நடுநிலைமை என்பதைப் போன்ற ஒரு அபத்தம் அது. நான் நடுநிலைமையான எழுத்தாளன், நாங்கள் எழுதுவது நடுநிலைமையான தலையங்கம் என்று சொல்கிறார்களே அது மாதிரியான ஒரு அபத்தம் தனி என்பதும். யாரும் தனியாக இருக்க முடியாது.

நண்பர்களே ஓவியர் சந்துரு ஆனந்த விகடனில் மகுடேஸ்வரன்னு நினைக்கிறேன் அவருடைய கவிதைக்கு ஓவியர் சந்துரு ஒரு படம் வரைந்திருந்தார். அந்தக் கவிதை எப்படி இருக்கும்னா வானத்துல ஒரு பறவை பறந்துட்டே இருக்கு அது தனிமையில் அவதி படுகிறது என்கிற தோரணையில் அந்தக் கவிதை இருக்கும். தனியா ஒரு பறவை வானத்துல சுத்திட்டு இருக்கும் துணையில்லாம, அது பறவையின் தனிமை என்று எழுதி ஒரு கவிதை. அதுக்குச் சந்துரு போட்ட ஓவியம் என்ன தெரியுமா? ஒரு இலை பூச்சி பச்சை பசேலென ஒரு இலை அதுல ஒரு இலை பூச்சி இலை இருக்குதா? பூச்சி இருக்குதான்னு தெரியாத மாதிரி ஒரு காட்சி இது எனக்கு ஒன்னும் விளங்கல, அவரு தனியா பறவை வானத்துல பறக்குது அவரு எழுதினாரு இவரு எதுக்கு எலையை வரைஞ்சுட்டு அதுக்குள்ள இலை பூச்சியை வைச்சுயிருக்காரு, எப்பவுமே எதிர்வினை புரியறதுல சந்துரு மாஸ்டர் இருப்பாரு. நான் நேரா வீட்டுக்குப் போய்க் கேட்டேன். இது என்ன மாஸ்டர் புரியவேயில்லன்னு, அந்தக் கவிதையே தப்புடா? வானத்துல இருக்கும் போது பறவை தனிமையில இருக்குதுன்னு எப்படிடா சொல்ல முடியும். அதுக்கு எல்லாமே அதுதான். வானம்தான் பறவைக்கானது ஒத்தையில இருக்கிறதால அது தனிமையில இருக்குதுன்னு முடிவு பண்ணிடுவியா? உன்னுடைய தனிமையைப் பறவையின் மீது ஏத்திப் பாக்கற, ஒரு இலை பூச்சி தனியா இலையில இருந்தா அது தனிமையா? இலையோடதான் இலை பூச்சி இருக்கனும். வாழ்வாதாரம், இருப்பு எல்லாம் அங்கதான் இருக்கு. அது தனிமையில இருக்குதுன்னு எப்படிச் சொல்ல முடியும். உன்னுடைய தனிமையை அதனுடைய தனிமையாக ஏற்றிப் பார்க்கக்

கூடாது. என்று திட்டுவதற்காகதான் அந்தப் படத்தை வரைஞ்சேன் என்று சொன்னார்.

அந்த வகையில்தான் கணேசகுமாரன் தனிமையில் இல்லை தனித்துவமாகத் தான் இருக்கிறார். அந்தத் தனி என்கின்ற கதையிலே கவித்துவமான காட்சி ரொம்பப் பிரமாதமான காட்சி எல்லாம். ஒரு கவிஞன் வஞ்சனை இல்லாதவனா இருந்தா நல்லா ரசிப்பான். படிக்கறவன் ஒரு வஞ்சனை இல்லாத வாசகனால, கவிஞனா இருந்தா அந்த வரிகளை ரொம்ப ரசிப்பான் . அதுல ஒரு இடம் வரும் 'ஐஸ் பெட்டியில் அனாதை பிணம் ஒன்றின் கண்ணின்ஓரம் உறைந்த கண்ணீர்' என்று வரும். அனாதைப் பிணம் ஐஸ் பெட்டியில் இருக்கு அதை இழுத்தா கண்ணு ஓரத்தில ஒரு கண்ணீர் அது ஐஸ் கட்டி ஆகி அது அப்படியே திடமாய் இருக்குது.கண்ணின் ஓரம் இருக்கக்கூடிய கண்ணீர் அனாதை பிணத்தினுடைய கண்ணீர் என்று வரும். அதைப் பார்த்துவிட்டுப் பிணங்களைப் பாதுகாக்கக்கூடிய அந்தக் காவலாளி மது புட்டியைத் திறந்து அந்தப் பிணங்களுக்குப் பாதுகாப்பா இருக்கிறவன் அண்ணாந்து அந்த மது புட்டியை வாயில் ஊற்றிக் கொண்டு 'தூளியில் தூங்கிக் கொண்டிருக்கும் தன் குழந்தையை நினைத்துக்கொள்வான்' என்று வரும்.

இருக்கிற இடம் பிணங்கள் சூழ்ந்திருக்ககூடிய இடம். அவன் நினைப்பது தூளியில் தூங்கிக் கொண்டிருக்கும் குழந்தையை, எந்த எண்டுக்கு, எந்த எண்ட முடிச்சு போட்டுச் சொல்லக் கூடிய அந்த விஷ்வல் இருக்குப் பாத்தீங்களா? மிகப் பிரமாண்டமான கேன்வாஸில் வரையக் கூடியதை நாலு வரிக்குள் கொண்டு வந்து, அதைச் சிலாகிக்ககூடிய கவிஞனால் மட்டும்தான் முடியும். கணேசகுமாரன் கவிஞன் என்பதால் கதைகளில் பல இடங்களில் அந்தக் கவித்துவம் துள்ளலோடு ஓடி வருகிறது.

நண்பர்களே எனக்குப் பிடித்த கதை என்றால் பெரும்பாலும் எல்லோருக்கும் பிடித்த வேற வேற கதை இருக்கும். எனக்குப் பிடித்த மூன்று கதைகள் குறித்துப் பேச விரும்புகிறேன்.

பக்கம் 13ல் 'ஜிகே எனும் கனவின்மரணம்' என்று ஒரு கதை வரும் கணேசகுமாரன் தான் ஜிகே வா,? தன்னையே ஷூட் பண்ணி ஜி கே வா உள்ள போட்டிருக்காரோ என்ற ஆவல்லயே அந்தக் கதையைப் படிச்சேன். ஒரு பதற்றம் ஒரு பயமும் 'மாப்பிள்ளை இப்படித்தானோ இந்த ரகத்தைச் சேர்ந்தவன் தானோ, ட்ரீட்மென்ட்டுக்கு போறவனோ இவன், வெளியே பாத்தா அப்படித் தெரியலையே உள்ள அப்படித்தான் இருக்கானோ' என்று யோசிக்கக் கூடிய அளவில் பதட்டப்படக் கூடிய அளவுக்கு அந்தக் கதை, அந்தப்

பெயராலேயே, அந்த வாசிப்பே தவறான வாசிப்பு தான். அப்படி எழுதக்கூடிய படைப்பில் இருக்கக்கூடிய கதாபாத்திரங்களைப் படைப்பாளியாக இருப்பானோ என்று யூகித்து அதன்மீது பயணப்படுவது அபத்தமான வாசிப்பு. ஆனால் தவிர்க்க முடியவில்லை 'ஜிகே' என்று அந்தப் பெயர் போட்டதால்.

நான் கொஞ்சம் பிற்போக்குவாதி தான். செத்ததா கனவு கண்டால் நல்லது நடக்கும் என்று சொல்லுவாங்க இல்ல, நம்ம பாட்டிங்கயெல்லாம் சொல்லுவாங்க, நாய் துரத்துச்சுனா ஆபத்து, கடிச்சுச்சுனா ஒன்னுமில்ல, நாய் துரத்துச்சுனா சனி புடிக்க போகுதுன்னு அர்த்தம், கடிச்சா ஒன்னும் பிரச்சனை இல்ல, இது கனவுக்குப் பெரியவங்க சொல்றது.

எனவே கணேசகுமாரன் அந்தக் கதாபாத்திரம் தற்கொலை செய்துக்கொள்கிறது. மாடியிலிருந்து ஜிகே என்கின்ற கதாபாத்திரம் எழுத்தாளனா அவனை யாரும் மதிக்க மாட்டேன்றாங்க, அவனுக்குச் சரியான அங்கீகாரம் கிடையாது. தனிமை, வாழ்வினுடைய இறுக்கம். எல்லாம் சேர்ந்து மொட்டை மாடியில் இருந்து கீழே குப்புற விழுந்து தற்கொலை செய்து கொள்கிறான் ஜிகே என்கின்ற இந்தக் கதாபாத்திரம்.

இதை எழுதி விட்டதாலேயே நாய் கடிச்சுச்சுனா ஆபத்து இல்லைன்னு சொல்லுவாங்கயில்ல அதனால மாப்பிள்ளைக்கு ஒன்னும் வராதுடா அப்படிங்கிற மாதிரி....

அப்படி நான் தான் சொன்னேனே பிற்போக்கு, பெரியாரிஸ்ட் கிண்டல் பண்ணக் கூடாது நானே என்னைச் சொல்லிக் கிட்டேன். ஏம்மா நான் பிற்போக்குவாதி தான். பெரியாரிஸ்ட் முன்னாடி.

இதில் எனக்குக் கவர்ந்தஒரு இடம் உண்டு நண்பர்களே. பக்கம் 19லே, இந்த ஜிகே ஒரு நண்பர் கிட்டப் போய்ச் சொல்லிக்கிட்டு இருப்பான், நண்பர் வந்து ஜிகே க்கு வந்து அறிவுரை சொல்லினு இருப்பான். 'மரணத்தைப் பத்தியெல்லாம் ஒன்னும் கவலைப்படாதடா அது எல்லாம் ஒரு கனவு மாதிரி ஒரு சின்னக் கனவு அந்தக் கனவும் முடிஞ்சிடுச்சு அது வாழ்க்கைனுடைய கனவு, வாழ்க்கை உன்னைக் கனவு காண்கிறது வாழ்க்கைக்குக் கனவு காண்பது முடிந்துவிட்டால் உன் வாழ்க்கை முடிஞ்சு போச்சு அதுதான் அதனுடைய எத்திக்ஸே. வாழ்க்கை உன்னைக் கனவு கண்டு கொண்டிருக்கிறது என்று சொல்லிவிட்டு, பீஷ்மருக்கு ஒரு கனவு இருந்தது என்று மகாபாரதக் காட்சியை உள்ளே நுழைகிறார்.

பீஷ்மர் பிச்சை எடுப்பதான ஒரு கனவு பீஷ்மருக்கு வருகிறது என்றும், அதை ரிஷிபத்திய முனிவரோடு விவாதிப்பதாகவும் ஒரு

காட்சி இந்தக் கதையின் உள்ளே வருகிறது. எனக்குத் தெரிஞ்ச வாசிப்பு பிரகாரம் பார்த்துப் பீஷ்மர் பிச்சை எடுக்கிற மாதிரி எந்த இடத்திலும் இல்லை, எங்களுக்கு ஆன்மிகப் பத்திரிக்கை இருக்கு இல்லையா நமக்கு நிறையப் பத்திரிக்கை கல்கி குழுமத்தில் இருக்கு இல்லையா அதுல தாக்கி நீலகண்டன் ஒருத்தர் ஆன்மீகக் கட்டுரையா எழுதுவாரு ஒவ்வொரு தீபாவளி மலருக்கும்.

அவருக்குப் போன் பண்ணி, 'ஜி பீஷ்மர் பிச்சை எடுக்கிற மாதிரி நீங்க பார்த்த மகாபாரதத்துல எங்காவது இருக்கா?' 'சத்தியமா எங்கேயுமே இல்லச் சூர்யா இது ஒரிஜினல் மகாபாரதம் இல்ல எவனோ அல்டாப் பண்ணித் தான் போட்டிருப்பான் அத வாசி பார்க்கலாம்னார்.'

போன்லயே, ஆபீஸ்ல அதை வாசிச்சு காமிச்சேன், 'பீஷ்மர் வர இந்த ஏரியாவைப் பாருங்க' 'சத்தியமா இது கிடையவே கிடையாது' ன்னாரு. அப்போ மகாபாரதம் நிறையக் கிளை கதைகள் இருக்கிறது ,நிறையச் சொல்லாடல்கள் இருக்கு வெவ்வேறுவிதமான பாரதம் மக்களால் பேசப்பட்டு எழுதப்பட்டு வந்திருக்கிறது. எவனோ ஒருத்தன் பீஷ்மரைப் பிச்சைஎடுக்கணும்னு கங்கணம் கட்டிக்கொண்டு ஒருத்தன் எழுதின இடைச்செருகலாகதான் இது இருக்குமோ என்று தோன்றியது. ஏனென்றால் பழைய ஸ்லோகத்தில் பார்த்தாள் 'பவதி பிக்சாம் தேஹி' அம்மா வந்து இருக்கிறேன் எனக்குப் பிச்சை போடுமா, அந்தப் பிட்சா என்பதில் தான் பிச்சைனு வந்தது. அந்தப் பிட்சா என்ற சொல் வந்து உணவைத்தான் குறிக்குமே தவிரக் காசைக் குறிப்பதில்லை. அம்மா உணவு போடு என்பதுதான் பவதி பிக்சாம்தேஹி என்றால் உணவு கொடு என்றுதான் அர்த்தம். பிட்சா என்றால் உணவுதான் ஆனால் கதையிலேயே பீஷ்மர் பிச்சை எடுக்கிறார் பொற்காசுகள் நிரம்புகிறது. இந்தக் காசு போடற பழக்கம் எல்லாம் அப்பக் கிடையாது, இப்பதான் காசு போடுற பழக்கம் இப்ப வந்த பழக்கம் எனவே இது அந்த மகாபாரதம் அல்ல ஆக ஏதோ ஒரு இடைச்செருகல். பரவாயில்லை பீஷ்மரைப் பிச்சை எடுக்க வைச்சது ஓகே திருப்திதான். எவனா இருந்தா என்ன எடுக்கணும்னா எடுத்துத் தான் ஆகணும் ரைட்டு.

ஆனா இது இன்னுமொரு விசேஷமான அம்சம் இருக்குது மாப்பிள தெரிஞ்சு பண்ணானா, தெரியாம பண்ணானா, இது ஸ்பெல்லிங் மிஸ்டேக்கா அச்சி பிழையா, எடிட்டிங்கல வந்த கோளாறா தெரியாது. ஆனால் மிகப் பிரமாதமான ஒரு இடம், இந்த இடம் தான். பீஷ்மர் 'இப்படி ஒரு பிச்சை எடுக்கிறேனே' அப்படின்னு பதற்றத்தில் சொல்றாரு, அதை ரிஷி பத்திய முனிவர் சொல்றாரு 'அதெல்லாம் ஒரு பெரிய விஷயமில்ல டா பிச்சை எடுக்கறதெல்லாம்

கனவு முடியப் போகுதுனா வாழ்க்கை முடிஞ்சு போகுது ஆகையால' அதைப் பெரிய வியாக்கியானமா சொல்லிட்டு வராரு. நல்லாத்தான் போகுது. இந்த ரிஷி பத்திய முனிவர் பீஷ்மரிடம் சொல்றாரு பாருங்க அறிவுரை சொல்றாரு அப்போ 'பீஷ்மா வாழ்க்கை என்பது சாதாரண விஷயம்தான், வாழ்க்கை உன்னைக் கனவு காண்கிறது கனவு முடிகிறபோது நீ இறந்து விடுவாய் இது ஒரு பெரிய விஷயமே இல்லை' என்று அறிவுரை சொல்கிறார் நல்ல அறிவுரை தான். ஆனால் அந்த ரிஷி பத்திய முனிவர் சொல்கிற இரண்டாவது மூன்றாவது வரிதான் மிக அசாத்தியமானது. பீஷ்மா நமது ஆதவன் தற்கொலை செய்து கொண்டது தண்ணீரில்தான், ஆத்மாநாம் செய்து கொண்டதும் தற்கொலைதான், ஆக ஆத்மாநாம் ஆதவனயெல்லாம் செத்து இருக்கிறார்களே என்று ரிஷி பத்திய முனிவர் பீஷ்மருக்குச் சொல்கிறார். எந்தப் பீஷ்மருக்கு மகாபாரதப் பீஷ்மருக்கு ஆக அச்சி பிழையா அல்லது எடிட்டிங் கோளாரா எதுவாக இருக்கட்டும் இருக்கிற ஒரு பீஷ்மர் என்கின்ற ஒரு உன்னதமான கேரக்டர பிச்சை எடுக்க வைச்சு, அவனுக்கு ஏற்கனவே எங்க ஆளுங்கயெல்லாம் வந்து, எவ்வளவு உன்னதமான ஆள் எல்லாம் செத்து போய் இருக்கிறான் தற்கொலை பண்ணிக்கிறான் அதை எல்லாம் பெரிய விஷயம் இல்ல என்று ஆதவனையும் ஆத்மாநாமையும் பீஷ்மரிடம் அறிமுகப்படுத்துகிறார் ரிஷிபத்திய முனிவர் என்பதுதான் இந்த நவீன கதையாடலின் மிக உச்சபட்சமான அம்சம் என்று நம்புகிறேன் இது தெரிந்து செய்தாரா இல்லை அதை இயல்பாகவே வந்துவிட்டதா தெரியாது ஆனால் இதுதான் நவீன கதையினுடைய முக்கியமான ஒரு சாராம்சம்.

அதே மாதிரி இன்னொரு விஷயம் அண்ணாச்சி சொன்ன மாதிரி இந்தக் கிருபாகரன் டைரி என்பது, கிருபாகரன் என்கின்ற ஒரு கதாபாத்திரத்துக்கு ஒரு டைரி கிடைக்குது அந்த டைரி பார்த்தா அவனும் அந்தக் கிருபாகரனுடைய டைரி அதைப் படிச்சுக்கிட்டே இருக்கும்போது அவனுடைய டைரியில் இருக்கக்கூடிய குறிப்புகளும் நம்மளுடைய வாழ்க்கையும் ஒன்னு இருக்குதேன்னு நினைக்கிறான். எல்லாமே அப்படியே ஒத்துப் போகுது, திரும்பவும் இன்னொரு டைரி கிடைக்குது அதுவும் கிருபாகரன் அவனுக்குப் போன் பண்ணி 'அப்பா உன் டைரி வந்துக்குது வந்து வாங்கின போப்பா'. மூன்றுவிதமான பிரபாகரனை இந்தக் கதையிலே நடமாட விடுகிறார். இந்தப் பெயர் அழித்துக் கருதுகோள்களை ஒன்றாக மாற்றிக் காட்டுவது என்பது தான் இந்தக் கதையுனுடைய ஒரு முக்கியமான விசேஷம்.

இதே மாதிரியான உத்தியை நிஜந்தன் செய்திருக்கிறார். 'என் பெயர் நிஜந்தன்' என்று நிஜந்தன் எழுதிய நாவலில் குழந்தை நிஜந்தன்

வரும் கிழவன் நிஜந்தன் வருவான், வயசான நிஜந்தன் வருவான் இந்த நிஜந்தனுக்கு நடுவுல கதாசிரியர் நிஜந்தனும் உள்ள வந்து கேள்வி கேட்டுட்டு பேசிட்டு இருப்பார். பல்வேறு விதமான நிஜந்தன்களை என் பெயர்நிஜந்தனில் கட்டமைத்திருப்பார். அதே மாதிரியான கிருபாகரனை வெவ்வேறுவிதமான கிருபாகரனை இந்தக் கதையில் வைத்துக் கிருபாகரன் என்கின்ற கதாபாத்திரங்களை அழித்து அந்தக் குணாதிசயங்களின் மீது இந்தச் சிறுகதை கட்டமைக்கப்பட்டிருக்கிறது.

அதில் சில வரிகள் வரும் ஒரு பாட்டை கேட்டுக்கொண்டே அவர் ரோடு கிராஸ் பண்ணுவாரு அந்த இடத்துல 'குரலின் விரல் பிடித்துச் சாலையில் நடந்தேன்' என்று வரி வரும். ரொம்ப அழகான வரி அது. குரலுக்கு எப்பறா விரல் இருக்கும், அதைப் புடிச்சுகிட்டு நடக்கிறது. நடக்கலாம் புடிக்க தெரிஞ்சவங்களால புடிச்சுக்க முடியும் குரலின் விரலை.

'காமம் தன் கால்களை விரித்தது' என்று போகிற போக்கில் காமத்தை மிக அழகாக அவர் விவரித்துச் செல்வார்.

மிக முக்கியமான கதையாடலாக விவாதத்துக்குரிய கதையாடலாகக் கற்பனைக்குத் தள்ளக்கூடிய கதையாடலாக இருப்பது என்று பார்த்தாள் கோணங்கினுடைய சாயலில் எழுதப்பட்ட ஒரு கதைதான். ஒரு பேரா, ரெண்டு பேர நிக்கவெச்சு வாசிக்கிறேன் பாருங்க.

கோணங்கியினுடைய இருள்ள மௌதிகம் என்கின்ற நாவலில் ஒரு இடத்துல வரும் அதை இப்போ வாசிக்கிறேன் பாருங்க.

'கல் குளம்பின் தீ நாவுகளைக் கொண்ட தவளையின் ஒலி நாவுகள் அறுவத்திநாளையும் உள்ளோசையாக கொண்டிருந்த காரிகுறிச்சு நாயன் நுரையீரல் மரத்தின் மண்சாம்பல் இலைகளின் மூச்சு காற்றலில் துளைகளாக்கித் தலைகீழாக நிறுத்திச் சுழல் வீதியில் ஈரல் சுறுங்க செங்குத்து பாறைகள் நெருங்கிய கபாலக் குகைக்குள்ளிலிருந்து வெளிவந்த பிரச்சத்தனமான கோடுகள் சினந்த குளிர் திமிரி நாயனமாக உரு கொள்ளும்'

இன்னும் முற்று புள்ளி வரல, இன்னும் நாலு வரி இருக்குப் பின்னாடி இதுதான் ஓப்பனிங் அவருடைய கதையில. சில பேர் கேக்கலாம் இந்தக் கோணங்கி மாதிரி எழுதறது அவசியம்தானா? மக்களுக்கு என்ன பிரயோஜனம் இதுக்கு ஒரு கோனார் போடணுமா? அதெல்லாம் விடுங்க, ஆனா கோணங்கி கட்டமைக்கிற சொல்லிருக்கு இல்லீங்களா, அது வாசிக்கிற ஒருவனுக்கு வாசிப்பு வலையில் விழுந்துவிட்டால் அதிலிருந்து அவன் பயணப்படுகிறது அல்லவா அதுதான் கோணங்கி எழுத்தின் வீச்சு, வீரியம், பயன்பாடு.

அவருடைய ஒரு கதையில, கோணங்கியினுடைய கதையில போற போக்குல ஒரு இடத்துல 'அம்மா பொம்மை'ன்னு ஒருவரி வந்துட்டு போகும். இதே மாதிரி வந்துட்டே இருக்கும் இதுல ஒரு வரி வந்தது பார்த்தீர்களா? 'நுரையீரல் மரம்' என்று வரும். 'மண் சாம்பல் இலை' அவர் உருவாக்கியது 'மண் சாம்பல் இலை நுரையீரல் மரம்', இந்த நுரையீரல் மரம் மாதிரி போற போக்குல அம்மா பொம்மை என்று ஒரு சொல் வந்து போயிருக்கும். அம்மா என்பது ரொம்ப உன்னதமான உயிருள்ள ஒன்று, பொம்மை என்பது உயிரற்ற ஒரு அஃறிணை. ரெண்டுத்தையும் கோக்ற விதம் இருக்கு இல்லீங்களா. அம்மா பொம்மைன்னு இப்ப இந்த ஒரு சொல்லை வைத்து நான் ஒரு பத்து வரி கவிதை எழுதுவேன், அது உருவாக்குகிற அதிர்வு இருக்கு அல்லவா, கிருஷ்ணா பொம்மை, ராதை பொம்மை மாதிரி அம்மா பொம்மை. ஒரு கோணம் அம்மா விளையாடிய பொம்மை அம்மா பொம்மை, ரெண்டு அப்பாவினுடைய அலமாரியில் அம்மா ஒரு பொம்மை, மூன்று இப்படி அம்மா பொம்மையை விதவிதமாக நீங்கள் வடிவமைத்துக் கொண்டே போகலாம் அம்மா பொம்மை அவ்வளவு அடர்த்தியான ஒரு சொல் சேர்க்கை அம்மாதிரியான விஷயங்கள் கோணங்கி உதவுவார்.

அதே சாயலில் முழுக்கக் முழுக்க கோணங்கியினுடைய பிரதி எடுத்தார் போலவே நான்கு பக்கத்திற்கு 'கோவின் மைக்கண் வேஷ்டி வெயிலில் கிடக்கிறது' என்ற கதையைக் கணேசகுமாரன் எழுதி இருக்கிறார். கோணங்கியை விமர்சிக்கிறாரா? அல்லது என்னால் இப்படி எழுத முடியும் என்று நிரூபிக்கிறாரா? அல்லது எதார்த்தமான ஒரு கதையாடலுக்கு நடுவே கோணங்கி மாதிரி ஒரு கதை எழுதி இதெல்லாம் கதைதானா என்று அவர் விமர்சனம் செய்கிறாரா? என்று எப்படி வேண்டுமானாலும் நாம் இந்த ஒரு கதைக்கு மட்டும் எடுத்துக்கொள்ளலாம். பதிலை அவர் தான் சொல்ல வேண்டும். இவரும் அதே சாயலில் தான் எழுதுகிறார் அவர் எழுதின ஒரு பத்து வரி பாருங்க.

ஊர்சுற்றி தோள் ஒன்றில் கடலையும் மறுதோளில் காட்டையும் சுமந்து அலையும் நிழல் வனத்தினைக் கடக்கையில் அழுக்கு நகங்களினாள் தீட்டி எழுதும் கோட்டி கதைகள் கேட்ககூடும் நீலிகள் சுற்றி எப்போதும் நடனும் நிகழும் நிலா தனுஸ்கோடி பைத்தியக் கடலின் கண்களைச் சாபமென வாங்கிப் பொருத்தி அலையும் இவன் முககளிறு.

அதேதான் அதே எழுத்துதான். அது அந்த டோன் தான் ஆனால் அதில் பிடிபடாத பல சொல்லாடல்கள் ,சூட்சுமங்கள்

கணேசகுமாரனுடைய இந்தக் கதையில் இருக்கிறது. அதில் ஒரு வரி வரும் பாருங்க 'சீன மொழியில் உறைந்திருந்த கந்தக ரத்தம்' என்று ஒரு வரி வரும் . இது எதைக் குறிக்கிறது வாசகன் அவன் பயணப்படலாம். சீனாவிலிருந்து பட்டாசு சிவகாசிக்கு வந்த அதைச் சொல்றானா, இன்னொன்று, 'மீனீன் கண்களில் துப்பாக்கி துளைத்திருந்தது' என்று வரி வரும். கடலில் நடக்கக்கூடிய அந்த எல்லையில் நடக்கிற விஷயத்தைச் சொல்றானா, 'மீன் வலையில் சிக்கிய தோட்டாக்கள்' என்று வரி வரும். மீன் வலையில் மீன்களுக்குப் பதிலாகத் தோட்டாக்கள் வருகிறது மீன் வலையில் சிக்கிய தோட்டாக்கள் என்று வரும். அப்போது இறந்து போன மீனவர்களைக் குறிக்கிறானா?.' மண்புழு மண்ணுளி பாம்பாக மாறிய வாழ்வைக் கரும்பூரானிடம் சொல்லிக்கொண்டிருந்தது' என்று வரும். மண்புழு எது மண்ணுளி பாம்பு எது மண்புழு திராவிடமோ, மண்ணுளிப்பாம்பு ஆரியமோ, திராவிடம் ஆரியம் ஆகிவிட்டதைச் சொல்றானோ, மண்புழு, மண்ணுளி பாம்பாக மாறிய விஷயத்தைக் கரும்பூரனிடம் சொல்லிக்கொண்டிருந்தது. இப்படியெல்லாம் வரும். இதெல்லாம் கற்பனைத்திறன் அபரிமிதமாக இருந்தால் அர்த்தங்களை நீங்கள் அடுத்து அடுத்து அடுத்து என்று வாசித்துக் கொண்டே செல்லக்கூடிய சாத்தியங்களையும் இந்தத் தொகுப்பிலே இவர் வைத்திருக்கிறார்.

நண்பர்களே இந்தத் தொகுப்பிலே, வெவ்வேறுவிதமான பரிசோதனை முயற்சிகள் இருக்கு, நிறையப் பரிசோதனை முயற்சிகள். கதாபாத்திரங்களை அழித்தல், டைரி குறிப்புகள், டைரிகளை மட்டும் வாசிக்கிற மாதிரி ஒரு மெத்தட், தானா ஒரே ஆளு தன்னத்தானே பேசிக்கிட்டு போறது, தனியா பௌாத்தற மாதிரி இப்படி வெவ்வேறு விதமான பரிசோதனை முயற்சிகள் வெவ்வேறு கதையாடல்கள், கதை மொழிகள் இருந்தாலும் இதனுடைய இந்த டெக்ஸ்ட்னுடைய இன்னர் டெக்ஸ்ட் அதனுடைய அடிநாதம் என்னவென்று பார்த்தாள், அன்பு மிகத் தொல்லைக்குரியதாக இருக்கிறது, அன்பு கொலை செய்கிறது, அன்பு தற்கொலைக்குத் தூண்டுகிறது, அன்பு இருத்தலைக் கேள்விக்குள்ளாக்குகிறது. நீங்கள் பார்க்கத் தவறிய அன்பினுடைய வெவ்வேறுமுகங்கள் இதில் வேறு வேறு விதங்களில் இவர் நமக்கு அறிமுகப்படுத்திக் கொண்டே செல்கிறார்.

ஓரினச் சேர்க்கையாளர்கள் தகராறில் மூனு கொலை நடக்கிறது ஒரு கதையில். தனக்கு ஈடாக யாரும் அன்பைப் பிரயோகிக்கக் கூடாது என்பதாலேயே அது நிகழ்கிறது. அந்த கொலையும் அன்புதான்.

மிஷின் காம்பவுண்டில் ஒரு கொலை நிகழ்கிறது, அதுவும் ஒரு அன்பு கொச்சைப்படுத்தப் படுகிற போதுதான் அந்தக் கொலை நிகழ்கிறது. ஒரு அம்மாவை, 'போயும் போயும் அவங்க எவ்வளவு தங்கமானவங்க அவங்கள போய் ஏண்டி சந்தேகப்படற' என்று கேட்டுத் தான் அவசரத்தில் அந்தக் கொலை நடக்கிறது. ஒரு அன்பு கொச்சைப்படுத்தப்படுகிற போது அந்தக் கொலை நடக்கிறது.

ஒரு எழுத்தாளன் தற்கொலை செய்து கொள்கிறான். அதுகூடச் சமூகம் நிகழ்த்தும் கொலைதான்.

'திலோத்தமா நீ ராட்சசி' என்கின்ற கதையில் உடல் கொலை ஆகவில்லை மனம் கொலை ஆகிறது.

தனி என்கின்ற கதையில் ஒரு பள்ளிக் குழந்தை சாலையில் அடிபட்டுக் கிடக்கிறது.

இப்படித் தொகுப்பு முழுக்கக் கொலைகளும் தற்கொலைகளும் நடந்தபடி இருந்தாலும், அவை எல்லாமே அன்பின் பெயரால் அன்பினுடைய பார்வையால் நடக்கிறது. அன்பு இப்படியான ஒரு காரியத்தையும் செய்ய வல்லதாக இருக்கிறது, என்பதைச் சொல்லாமல் சொல்லி இந்த அன்பிலிருந்து நம்மைத் தப்பித்துக் கொள்வதற்கான ஒரு முகாந்தரத்தையும் இந்த நூலில் கணேசகுமாரன் எழுதிச் செல்கிறான்.

வாசிப்பதற்கும் ரசிப்பதற்கும் விவாதிப்பதற்கும் ஏற்ற ஒரு நல்ல தொகுப்பை தான் கணேசகுமாரன் மாப்பிள இந்த முறை அளித்திருக்கிறான் என்ற பெருமையோடு விடைபெறுகிறேன் நன்றி வணக்கம்.

யூதாஸின் முத்தம் – ஜா.பிராங்க்ளின் குமார்

அறிவார்ந்த சபைக்கு வளமான வணக்கங்கள், உயிர்மை வெளியீட்டு விழா கூட்டத்தில் நான் பேசுவது இது இரண்டாவது முறை, குறிப்பாக எந்த ஆத்திகனும் தொடமுடியாத மகாபாரத்தின் உச்சங்களையெல்லாம் அளந்து கரைக் கண்ட எங்கள் நண்பர் பிரபஞ்சன் முன்னால் பேசுவதற்கு மிகுந்த உற்சாகத்தோடு இங்கு வந்திருக்கிறேன்.

நண்பர்களே வாழ்வினுடைய அர்த்தமே இருப்பும் தேடலும்தான். தேடல் என்பது எதுவாக வேண்டுமானாலும் இருக்கலாம். அன்பாக, காமமாக, ஆன்மிகமாக, அரசியலாக எது வேண்டுமானாலும் இருக்கலாம். தேடுவதற்காகச் சில கருவிகள் உண்டு, சில அறிதல் முறைகள் உண்டு, அந்த அறிதல் முறைகள் அறிவு என்பது ஒரு நான்கு என்ற வகையில் உண்டு. ஒன்று புலன்கள் மூலமாக அறிவது, தர்க்கத்தின் மூலமாக அறிவது, ஞானத்தின் மூலமாக அறிவது, மூதாதையரின் அனுபவத்தின் மூலமாக அறிவது, மரபின் மூலமாக வந்தடைவது.

அதே போல் இந்த உலகம் என்பது ஒரே உலகம் அல்ல ஒற்றை உலகம் அல்ல, அறிந்த உலகம், அறியாத உலகம் மூழ்கிக் கொண்டிருக்கும் உலகம், மூதாதையர் உலகம் எனப் பல்வேறு உலகங்களால் ஆனது.

நான் எனப்படுதும் ஒற்றை நான் அல்ல, அரசியல் நான், அழகியல் நான், ஆன்மிகம் நான் என பல நான்களால் கட்டமைக்கப்பட்டது நான்.

....

ஆக ஒரு நான், அறிந்த உலகத்திலிருந்து ஏதோ ஒரு உலகத்திற்கு, ஏதோ ஒரு அறிதல் முறையில் பார்க்கப்படுகின்ற போது கிடைக்கின்ற

ஒரு தரிசனம்தான் கலையாக, இலக்கியமாக நமக்கு வெளிப்படுகிறது. இதுதான் தேடுதல் முறை அல்லது ஒரு இலக்கியம் உருவாகுகிற முறை.

அப்படிப் பார்த்தால் நண்பர், கவிஞர் ப்ராங்களின் குமார் எந்த அறிதல் முறையைப் பயன்படுத்தி எங்கிலிருந்து எங்குப் பயணப்பட்டு இருப்பார் என்று பார்த்தால் தர்க்கமோ, தியானமோ மூதாதையரோ ஏதும் இல்லை. புலன்கள் வழியா தெரியும் காட்சிகளின் வழியின் மூலமாகதான் தன்னுடைய கவிதைகளை அவர் கண்டடைகிறார். நாம் பார்த்த காட்சிகளை, நாம் கேட்ட சம்பவங்கள் இதுதான் அவருக்கு அனுபவத் தரிசனமாக விரிகிறது. குறிப்பாக இப்படி எளிமையாகச் சொல்லலாம். நாம் பார்க்கத் தவறிய கற்றாழை- நமக்கே காஸ்ட்லி கற்றாழைசர்பத்தா வந்தடைகிறதோ அப்படிக் கவிதை வந்தடைகிறது.

நண்பர்களே... ஏற்கனவே சுகுமாரன் ஒரு கவிதையில் எழுதியிருப்பார் நம்முடைய முன்னோடி. ஆதியின் முத்தம் எச்சிலாக இருந்தது. யூதாஸின் வருகைக்குப் பிறகுதான் அது அரசியல் ஆனது என்று எழுதியிருக்கிறார். அப்படி அரசியல் ஆக்கப்பட்ட முத்தம், யூதாஸின் முத்தம் ப்ராங்களின் குமார் என்னவாகப் பார்க்கிறான் என்பதுதான் இந்தக் கவிதை தொகுப்பு.

யூதாசுக்காக வாதாட வந்திருக்கிறார் ப்ராங்கிளின் குமார். ஓரிடத்தில் அவர் எழுதியிருக்கிறார்.

யூதாஸ், வெள்ளிகாசு, அப்பம், மீன்கள், கூடவே விண்மீன், சிலுவை எல்லாம் தயார் ஆகி விட்டது, வேறு வழியேயில்லை ஏசு கிருஸ்து பிறந்துதான் ஆக வேண்டும். கவிதை அத்தோடு முடியவில்லை. இயல்பாகப் பிறக்கா விட்டாலும் சிசேரியனிலாவது பிறக்க வேண்டும் என்று எழுதுகிறார்

இந்தப் பிரதி முழுக்க மைதானம் என்றால், கடவுள் கால் பந்தாக மாறி எட்டி எட்டி உதைக்கப் படுகிறார் இந்தப் பிரதி முழுக்க. இதற்கு முன்பு கிமு, கிபி என்று சொல்வார்கள் அதற்குப் பிறகு காலகட்டம் மாறிப் பிறகு காமு, காபி காதலுக்குப் முன், காதலுக்கு பின் ஆனால் பிராங்க்ளின் குமார் சமு, சபி என இவரும் சுறுக்கி விட்டார். சந்திப்புக்குப் முன், சந்திப்புக்கு பின் இப்போது உலகம் அப்படியாகத்தான் சுருங்கி விட்டது. அவர் சொல்கிறார் சந்திப்பு முன் என்ன வார்த்தைகள் இருந்தது. சந்தித்த பின் நீ இருக்கிறாய் குவிந்து என்று எழுதுகிறார். அப்போதும் அவர் அங்கு இல்லை வார்த்தையாகத்தான் அவர் இருக்கிறார். வார்த்தையாகத்தான் அவள் இருக்கிறாள். அவரிடத்தில் அவள் இல்லையென்பதைதான்

குவியலாக இருக்கிறார் என்று எழுதுகிறார். நண்பரே தவறொன்றுமில்லை ஏன் என்றால் எப்பொழுதம் விவாகரத்து கோராத ஒரே பொருள் வார்த்தை மட்டும்தான். அது எப்போதும் நம்மிடத்தில் இருக்கும்.

பைபிளில் சொல்ல ஒன்று நமக்கு ஏற்கனவே நினைவில் இருக்கும். ஆதியிலயே வார்த்தை இருந்தது. எனவே அது நம்மோடு இருக்கட்டும். ஒரு கவிதையில் எனக்குப் பிடித்த கவிதை இது. அந்தக் கவிதையில் எழுதியிருக்கிறார். இரண்டு விதமாகச் சாரம்சங்களை கோர்த்து எழுதயிருக்கிறார். ஒன்று பெடரன்ஸ் ஒரு புத்தகத்தில் எழுதயிருப்பார். ஒய் ஐயம் நாட் கிருஸ்டின்- நான் ஏன் கிருஸ்துவன் அல்ல என்ற ஒரு புத்தகம் எழுதியிருப்பார். நீட்சே ஒரு புத்தகம் எழுதியிருப்பார் கடவுள் செத்துவிட்டார் என்று. இரண்டையும் சேர்த்துப் பிப்டி பிப்டி பிஸ்கட் மாதிரி ஒரு கலவையில் ஒரு கவிதை செய்திருக்கிறார். அந்தக் கவிதை, மிக முக்கியமானது என்னவென்றால் ப்ராங்களின் குமார் தான் கிருஸ்துவன் என்ற அடையாளத்தைத் துறந்து மனிதன் என்ற அடையாளத்துக்குள் அந்தக் கவிதை எழுதியிருக்கிறார். மிக மிக எளிமையான கவிதை அது.

மரித்த குழந்தையின் புதைத்த கல்லறைக்குக் கடைசியாக வந்த நின்ற கடவுளின் இடது கன்னத்தில் அறைந்தேன். பிரார்த்தனை கேவலாக மாறும் கணத்தில் இன்னொரு முறை அவர் தற்கொலை செய்து கொண்டார். அடிச்ச அடியில அவர் தற்கொலை பண்ணிக்கிட்டார். அந்த இடத்தில் கடவுள் என்பதற்குப் பதிலாக நம் கடவுள் என்று போட்டால் எல்லோருக்கும் பொதுவான கடவுள் தற்கொலை செய்து கொண்ட சந்தோசம் நமக்குக் கிடைக்கும்.

அவருடைய கவிதைகளில் ஒரு ஐந்து விசயங்களைக் குறிப்பிட்டுப் பேசலாம். (எம்மா...பத்து நிமிஸம் ஆனா பெல் அடிச்சிடும்மா சரியா?) படிவமாக, கலைத்துவமாக, எதார்த்தமாக, மௌனத்தின் இடைவெளியாக, குறியீடாக என்று சில சின்னசிறு விசயங்களை மட்டும் சொல்லி விட்டுச் செல்கிறேன்.

படிவமாக, தொடர் வண்டியில் யாசிப்பனுடைய பாடல் சக்கரங்களில் நைந்து வெளியேறுகிறது என்று எழுதுகிறார் படிவமாக.

கலைத்துவமாக ஒரு தாய் பூனை தன்னுடைய குட்டி பூனையை நக்கிக் கொண்டு இருக்கிறது குளிர் காலத்தில். இப்போது இவர் எழுதுகிறார். நாக்கின் வெப்பத்தால் தாய் பூனை பனி காலத்தை நக்கிக் கொண்டு இருக்கிறது என்று எழுதுகிறார்.

எதார்த்தமாக ஒரு விசயத்தை எழுதுகிறார் ஆடு மேய்ப்பவனி பிஸ்லரி பாட்டிலில் நிரம்பி இருக்கிறது நீராகாரம் என்று எழுதுகிறார். எதார்த்தத்தின் குறியீடு.

பிறகு மௌனம்தான் கவிதையில் மிக மிக முக்கியமானது. கவிதையில் எங்கு மௌனம் இருக்கிறதோ அந்தக் கவிதை அதிகமாகப் பேசப்பட்டு விடும். அந்த மௌனத்தை எங்கு வைத்திருக்கிறார் என்றால். ஒரு கவிதையில் வழங்கப் படாத ரொட்டி துண்டுகளுக்கு அருகே தான் வாலை விட்டுப் விட்டு போயிருக்கிறது என்று எழுதுகிறார். அது எதுவாக இருக்கும். நாய்தானா? மனிதனா? காலமா? எதுவாக வேண்டுமானாலும் இருக்கலாம். மௌனம்தான் மிக அழகாக அந்த இடத்தில் பதிவாகி இருக்கிறது. குறியீடாக ஒரு இடத்தில் கடலில் விடப் பட்டக் கண்ணாடி தொட்டில் கடலையே செவ்வகம்ஆக்கி விடுகிறது என்று எழுதுகிறார். ஆக படிவமாக, கலைத்துவமாக, எதார்த்தமாக மௌனத்தின் இடைவெளியாக, குறீயீடாக என்று இன்னும் இன்னும் சொல்லிக் கொண்டே போகலாம்.

குறிப்பாக எனக்குப் பிடித்த இரண்டு கவிதைகளைச் சொல்லிப் பத்து நிமிடத்திற்குள் முடித்து விடுகிறேன்.

ஒரு எழுத்தாளர் ஒரு கதை எழுதியிருந்தார். பேரு நினைவில் இல்லை. அந்தக் கதையில் ஒரு விசயத்தைக் குறிப்பிட்டு இருப்பார். பசித்த பிச்சைக்காரனும், சாப்பிடாமல் பசியில் இருக்கும் வேசியும் உட்கார்ந்து இருக்கும் ஒரு பகுதி. அந்தப் பகுதியிலேயே மிகப் பிரமாண்டமான சுவர் அதில் தெரு ஓவியம் ஒன்று வரைந்திருக்கும். அந்தக் கதையில் அவர் சொல்வார். சாப்பிடாமல் இருக்கும் பிச்சைகாரனும், பசித்த வேசியும் நிறைந்து இருந்தாலும் கூட அந்தத் தெருவிலிருந்து ஒரு சில்லறையைக் கூட எடுக்க மாட்டார்கள் என் மக்கள். போட்ட சில்லறைகள் அப்படியே இருக்கும் என்று ஒரு கதை எழுதயிருப்பார்.அது போல் அந்த தெருவில் வரையும் ஓவியத்தை வைத்து இவர் கவிதை ஒன்று செய்திருக்கிறார். அதில் அவன் வரைய நினைத்த சித்திரம் கடவுளின் முதுகைப் போல் வரையப் படாமல் இருந்தது என்று. குறிப்பாகக் கடவுள் என்றால் எந்தக் கடவுள் என்பது முகத்தில் தெரிந்து விடலாம் . கடவுளின் முதுக்கில் மட்டும்தான் எந்த அடையாளமும் தெரியாது. எனவே நான் வரைய விரும்புவது கடவுளின் முதுகைதான் என்று எழுதியிருக்கிறார்.

ஒரே ஒரு கவிதை நண்பர்களே. ஒரு சிலந்தி வலை பின்னுகிறது. அதற்கான இடத்தை அது தேடுகிறது. எந்த இடம் நமக்குச் சாதகமான இடம் எனச் சிலந்தி வலையைத் தேடுகிறது. அதற்கு ஒரு அடையாளம் வேண்டும். அந்த அடையாளம் எது என்றால் அசையாத பூட்டுகள் எங்கே இருக்குமோ அந்த வீடுதான் வலை பின்ன ஏற்ற இடம்.

யாரும் போக மாட்டான். அசையாத பூட்டுகள் இருக்கும் இடத்தைக் கண்டு பிடித்து விட்டது. இப்போது அது உள்ளே சென்று வலையைப் பின்னத் தொடங்கப் போகிறது. எப்போது பின்னப் போகிறது தெரியுமா? ஒரு மௌனமாகப் பகலிலே தனது வலையைக் கட்டத் தொடங்குகிறது. ஏன் மௌனமான பகல் என்றால், பகல் பரபரப்பானது, பரபரப்பான பகல் ஏன் மௌனமாகப் இருக்கிறது என்றால், மௌனமாக பகலில்தான் அந்தப் பெண்மணி அங்குத் தூக்கு மாட்டிக் கொண்டாள். எனவே மௌனம் கொடுமையானது. ஒரு பெண்மணி மௌனத்தில், தனிமையில், பகலில் தூக்கு மாட்டிக் கொண்டாள் என்றால் அந்தச் வீடு, அந்தப் சூழல், அந்த பெண்ணின் மனநிலை என்னவாக இருக்கும். அந்த இடத்தில்தான் மௌனம் பகலில்தான் அது வலை பின்னத் தொடங்குகிறது சிலந்தி பின்னும் வலை எதுவாக இருக்கும். சிலந்தி என்பது யார் செத்துபோனவளா? காலமா? நாம் நிகழ்த்திய வன்முறையா? எதுவாக வேண்டுமானாலும் இருக்கலாம். இப்படிப் பல்வேறு கேள்விகளுக்கு விடை போடக் கூறிய எல்லா விதமான பேசுவதுற்கு ஒரு மணி நேரம் கூட இந்தக் கவிதை தொகுப்பு குறித்துப் பேசுவதற்கு எல்லா அம்சமும் உள்ளது பிராங்க்ளின் குமாரின் இந்தக் கவிதை தொகுப்பு.

நண்பர்களே நிறைய இடத்தில் நம்முடைய நண்பர் கவிஆளுமை மனுஷ்யபுத்திரன் சொல்வது போல மௌனங்களாலேதான் இந்தச் சூழல் கட்டமைக்கப் பட்டு இருக்கிறது. அதை உடைக்க வேண்டும். அந்த மாதிரியான உடைக்கிற திறன் நாம்தான் நிகழ்த்த வேண்டும். ஒரு நண்பர் கேட்டார். என்னப்பா புதுசா வர்றவங்களையெல்லாம் நீ பாராட்டிட்டுப் போற. என்ன பாராட்டினா என்ன அவன் அவன் கும்பல் கும்பலா சேர்ந்துன்னு விருது கொடுத்துகிறான். கொடுத்தா என்ன. ஏண்டா சொந்தப் பங்காளி, மாமான்காரன் ஒன்னாச் சேர்ந்து ஒரு இடத்துல உட்கார மாட்டேன்றாங்க. தனித் தனி மூளையா இருக்கக் கூடிய, தனித் தனிச் சாம்ராஜ்யம் இருக்கக் கூடிய பத்து மூளை ஒன்னாச் சேர்றது பெரிய விசயம். ஒன்னாச் சேர்ந்து ஒருத்தனை அங்கிகரிக்கிறது பெரிய விசயம்.. கொடுக்கட்டுமே என்ன இப்போ, முடிஞ்சா நீ ஒரு பத்துப் பேர் சேர்த்து ஒன்னாக் கொடு, பத்துப் பேரைச் சேர்க்க முடியாதவனை ஒரு கவிஞனாகவே என்னால் ஏற்றுக் கொள்ள முடியாது. நண்பர்களே பிராங்க்ளின் குமார் இன்னும் ஒரு பத்துப் பேரைச் சேர்த்துக் கொண்டு அடுத்த கூட்டத்தை இதை விட விமர்சனக் கூட்டத்தை மிகப் பிரமாதமா நடத்த வேண்டும் என்று விடைப்பெறுகிறேன் நன்றி வணக்கம்.

▪

சாமானிய மனிதனின் எதிர்க் குரல் – விஜய் மகேந்திரன்

நண்பர்களே வளமான வணக்கங்கள், உண்மையிலேயே ரெண்டு நாளா உடம்பு சரியில்லாமதான் இருந்தேன். நேத்து புல்லா படுத்த படுக்கையாதான் இருந்தேன். இன்னைக்கும் வரச் சூழல் இல்லாமதான் இருந்தது. நண்பருக்குப் படுத்த படுக்கையா இருந்த போட்டோ அனுப்பினதுயெல்லாம் உண்மைதான். இந்த வசூல் ராஜா படத்துல ஒரு சீன் வரும் பார்த்தீங்களா? உடம்பு சரியில்லாம படுத்துட்டு இருப்பாரு, அவருக்குப் பிடிச்ச கேரம் போர்டு ஆட்டத்தை வச்சு, படுத்துட்டு இருக்கிறவரை எழுப்புவாங்க அந்த மாதிரிதான். பார்த்துக்கலாம் நண்பன்கிட்ட சொல்லியாச்சு இனிமே ஒரு பிரச்சனையுமில்ல அவன் தப்பா நினைக்க மாட்டான் அப்படின்னு நினைச்சாலும், அந்த அழைப்ப பார்த்தாலும் இவ்வளவு இயக்குனர் வராங்க அதுல நம்ம பேர் இருக்குப் போய்தான ஆகனும் போனா நல்லாயிருக்கும்ன்ற அந்தக் கேரம் போர்டு ஆட்டம் மாதிரி அந்த அழைப்பிதழ்ல இருக்கிற பேரும் நிகழ்ச்சியும் என்னையறியாமலேயே ஒரு உற்சாகத்தையும், புத்துணுர்ச்சியையும்தர கண்டிப்பா போய்ச் சேர்ந்துடலாம் எப்படியும் அப்படின்னு மாத்தூர் வடசென்னையோடு அந்த மூலையிலிருந்து கிளம்பி ஆட்டோ பிடிச்சு வந்துட்டேன். டூட்டிக்குப் போகலைன்னா கூட இந்தக் கூட்டத்திற்கு வரனும்ன்னு.

ஏற்கனவே நம்ம நண்பர் விஜய்மகேந்திரா போன்ல ஒரு முறை பேசும் போதே சொன்னார், ‘கண்டிப்பா வந்துடு நண்பா’ அப்படின்னு சொல்லும் போது ஒரு வரி போட்டிருந்தார். கரகாட்டம் படத்துல வரும் இல்லைங்களா... வெளி ஊரு ஆட்டகாரனை உள்ளூர் ஆட்டக் காரன் மதிக்கறதுதான் மாண்பு அப்படின்னு ஒரு டயலாக், அந்த மாதிரி வெளியூர் ஆட்டக்காரங்களை உள்ளூர் ஆட்காரன் வணங்கி வாழ்த்தி வரவேற்கிறேன்.

ரொம்ப மகிழ்வான தருணம் இது நண்பர்களே.

அன்பு நண்பர்களே இந்த நிகழ்வு வருகை தந்தும் அனைத்துப் படைப்பாளிக்கும், எழுத்தாளர்களுக்கும் வாசகர்களுக்கும் வளமான வணக்கங்கள். மேடையை அலங்கரித்துக்கொண்டிருக்கும் மாண்புமிகு சினிமா கலைஞர்களுக்கு மதிப்பு மிகு வணக்கங்கள்.

நண்பன் விஜய் மகேந்திரன் எழுதிய சாமானிய மனிதனின் எதிர்குரல் என்ற இந்த நூல் குறித்து என்னுடைய கருத்தைப் பகிர அழைத்ததற்கு மிக்க மகிழ்ச்சி

பெரியார்தாசன் மொழிப்பெயர்த்து புத்தர் எழுதிய தம்மபதம் என்ற நூலிலே ஒரு வரி வரும். புத்தர் சொல்வார். ஓழுகுகிற கூரை வீடு, பிரதிபலிக்காத மனம் ஒழுகுகிற கூரை வீட்டிற்கு ஒப்பானது. அதில் ஒரு போதும் குடியிருக்க முடியாது. என்று புத்தர் தம்ம பதத்தில் எழுதியிருப்பார். அப்படியென்றால் ஒரு மனித மனம் பிரதிபலிக்க வேண்டும். காதலாக இருந்தாலும் கோபமாக இருந்தாலும், சமூக அக்கறையாக இருந்தாலும் பிரதிபலிக்க வேண்டும். பிரதிபலிக்கற மனம்தான் குடியிருக்கத் தகுந்த வீடு. அப்படிப் பிரதிபலிக்காம சிவனேன்னு மண்ணு மாதிரி இருக்கிறவன் ஒழுகிக்கொண்டிருக்கிற கூரை வீட்டிற்கு ஒப்பானவன். என்பதாகத் தம்மபத்தில் புத்தர் கூறியிருப்பார். ஆக இந்த நூல் தம்மபதத்தில் இருக்கக் கூடிய அந்த வரியை நினைவு கூறதக்கதாக இருக்கிறது. ஏனென்றால் நண்பன் விஜய்மகேந்திரன் எல்லா விசயத்தைக் குறித்தும் இந்த நூலில் பிரதிபலித்திருக்கிறார். அவர் வசிப்பதற்கு ஏற்ற வீடாகதான் தன்னை மாற்றிக் கொண்டிருக்கிறார் என்பது மிகுந்த மகிழ்ச்சி அளிக்கிறது. பெரும்பாலும் இந்தப் புத்தகத்தில் இருக்கக் கூடிய குறிப்புகள் எல்லாம் கிட்டதட்ட பத்திகள், சின்னக் கட்டுரைகள் குறிப்புகள் அம்மாதிரியாகதான் வடிவமைக்கபட்டிருக்கிறது. இவையனைத்துமே முகநூலில் எழுதி அதைத் தொகுத்திருக்கிறார். அந்தந்தக் காலகட்டத்தில் , அந்தந்தச் சூழல், அந்தந்த மனநிலைக்கு ஏற்பத் தேர்ந்தெடுக்கப்பட் நபர்களும் மொழியும் மாறியிருக்கிறது. இவர் குறிப்பிட்டிருக்கக் கூடிய புத்தகங்கள், ஆளுமைகள், பிடிச்ச விசயங்கள் இதைப் படிச்சுட்டு நாம என்ன பேச முடியும். நல்லாயிருக்கு நண்பா இந்த வரி எனக்குப் புடிச்சு இருக்க நண்பா, இது எனக்குத் தெரியாம இருக்கு நண்பா, இது படிச்ச பிறகு இப்பதான் எனக்கு விசயம் தெரிஞ்சது நண்பா என்கிற தோரணையில் பேசலாம். அல்லது ஒட்டு மொத்தமாகச் சுவாரஸ்யமாக இருந்தது, ஒரு பயணத்தின் போது படிப்பதற்கு ஏற்ற புத்தகமாக இருந்தது என்று சொல்லிவிட்டு நகரலாம். அது இரண்டாவது வகைப்பாடு, மூன்றாவது இந்தப் புத்தகத்தை வாசிக்கிற போது புத்தகத்தோடு சம்பந்தப்பட்ட என்னுடைய வாழ்க்கையில் என்ன நடந்தது

என்பதைக் கம்பேர் பண்ணி அதுவும் இதுவுமாகச் சேர்ந்து வாசிக்கலாம். அப்படிச் செய்கிற போது இந்தப் புத்தகத்தில் இருக்கக் கூடிய விசயங்கள் மட்டுமல்லாது என்னுடைய அனுபவத்தையும் பகிர்ந்து கொள்வதன் மூலமாக இந்தப் புத்தகத்தை இன்னொரு கட்டத்திற்கு நகர்த்திச் செல்லலாம். ஆனா இங்க வந்திருப்பவர்கள் பெரும்பாலும் முதல் இரண்டு கேட்டகிரில்தான் கருத்தைச் சொல்லக் கூடும். இந்தப் புத்தகம் பிடிச்சுயிருக்கு, இதைப் படிக்கிறப்ப இது தோணுச்சு. ஆனால் நான் முழுக்க முழுக்க என் அனுபவத்தோடு சம்பந்தபடுத்தி சம்பந்தபடுத்தி சொல்வது இந்தப் புத்தகத்திற்கு வலு கூட்டும் என்று நம்புகிறேன்.

இதில் விஜய்மகேந்திரன் தொட்டுயிருக்கக் கூடிய விசயங்கள் நிறைய இருக்கு. அதில் ஐந்து விசயங்களை மட்டும் கவனத்தில் எடுத்துக்கொள்கிறேன். ஒன்று அவர் குறிப்பிட்டிருக்கக் கூடிய ஆளுமைகள். இரண்டாவது அவர் சொல்லியிருக்கிற உணவு சார்ந்த விசயங்கள், அவர் தொட்டுயிருக்கக் கூடிய அரசியல் அனுபவங்கள், நான்காவது அவர் குறிப்பிட்டிருக்கக் கூடிய புத்தகங்கள், ஐந்தாவது நன்றிக்காப்பியங்கள் என ஐந்து விசயங்களை இந்த நூலிலே இந்த ஐந்து விசயங்களை மட்டும் உங்களோடு மேற்கோள் காட்ட விரும்புகிறேன்.

முதலில் ஆளுமைகள் பற்றி நிறைய ஆளுமைகள் பற்றி இந்த நூலில் குறிப்பிட்டிருந்தாலும் கூட நூற்றிபத்தாவது பக்கத்தில் கவிஞர் எங்கள் அன்புக்குரிய குமரகுருபர் பற்றி குறிப்பிட்டிருக்கிறார் இந்த நூலிலே ஆளுமைகள் அடிப்படையில்.

இது தனியா பிரிச்சிக்கிட்டேன். அஞ்சு வகையா பிரிச்சிக்கிட்டேன். ஆளுமைகள், உணவுகள், அவருக்குப் பிடித்த புத்தகங்கள், அவர் நன்றிக்காக எழுதப்பட்ட பத்திகள் இப்படியாக ஒரு ஐந்து பகுதியாக நான் பிரித்துக் கொண்டு ஐந்திலிருந்து சில சில அம்சங்களை உங்களோடு பேசிச் செல்ல விரும்புகிறேன்.

தனக்கும் குமரகுருபருக்குமான நட்பைச் சிலாகித்துச் சொல்லும் பதிவு அது. கிட்டதட்ட ஒரு சிறுகதை போலவே தோற்றம் காட்டுகிறது. கலைஞர்களின் ஒரு அம்சமே முரண்தான். அந்த முரண் அவர்களுக்குப் பலமாகவும் இருக்கிறது சில நேரங்களில் பலவீனமாகவும் இருக்கிறது. குமரகுருபரைப் பற்றி நினைவு அவர் இறப்புக்குப் பிறகு விஜய்மகேந்திராவை மிகுந்த தொல்லைக்குள்ளாகுகிறது. தொடர்ந்து அவருடைய நினைவு சங்கடப்படுத்துகிறது. எனவே அந்த நினைவுகளைத் துரத்த வேண்டும் அல்லது தள்ளி வைக்க வேண்டும் கொஞ்சம் ஒத்திவைக்க வேண்டும்

என்று விரும்புகிறார். ஒரு நண்பனுடைய மரணம் என்பது அவ்வளவு சாதாரணமல்ல எனவே அதைத் தவிர்க்க விரும்புகிறார். ஆக்சுவலா ஒரு நினைவிலிருந்து தப்பிக்கனும்னா என்ன பண்ணுவோம், அது சம்பந்தமான செய்திகளைத் தகவல்களையெல்லாமே நம்ம கண்ணுல, காதுல படாத மாதிரி ஒத்தி வைப்போம். அதுதானே இயல்பு ஒரு வேளை இவர் குமரகுருபரருடைய நினைவு வராமல் அல்லது தள்ளி வைக்க வேண்டுமென்றால் அவருடைய புத்தகங்களை அலமாரியிலிருந்து ஓரம் கட்டி வைச்சிருக்கனும், அல்லது எந்தக் கவிதை தொகுப்பும் யாருடைய கவிதை தொகுப்பும் படிக்கக் கூடாது. ஏன்னா கவிதை படிச்சா நமக்கு விருப்பமான கவிஞனுடைய கவிதை ஞாபகம் வந்துடும். உடனே குமரகுருபரன் ஞாபகத்துக்கு வந்துடுவார். எனவே அதையும் செய்யல. அந்த நினைவுகளைத் தப்பிக்க வேண்டும், நினைவுகளைப் புறக்கணிக்க வேண்டும், நினைவுகளை ஒதுக்கி வைக்க வேண்டும் இறந்து போன காலமாகிப் போன அந்தக் கவிஞனுடைய தொல்லை தரும் நினைவுகளைத் தள்ள வேண்டும் என்பதற்காக விஜய்மகேந்திரா செய்யக் கூடிய காரியம் என்னவென்றால் வண்டியை எடுத்துக்கிட்டு குமரகுருபரன் வீட்டு வாசலாண்ட போய்க் காம்பவுண்ட்ல வண்டியை நிறுத்திட்டு அந்த வீட்டைப் பத்து நிமிஷம் வெறித்துப் பார்த்துவிட்டு மீண்டும் திரும்பி வருகிறார். இது ஒரு கலைஞனுக்குரிய முரண். ஏனென்றால் எந்த நினைவு வேண்டாம் என்று நினைக்கிறாரோ அந்த நினைவுக்கு மூலாதாரமாக இருக்கக் கூடிய நண்பன் வாழ்ந்த வீட்டைத் தேடிச் சென்று வீட்டு வாசிலில் நின்று மேலும் கீழுமாக அவர் வசித்த வீட்டைச் சில மணித் துளிகள் இருந்து பார்த்துவிட்டுக் கடந்து வருகிறார். இது சம்பவமாக அவர் சொல்வது.

ஹோமியோபதி சிகிச்சை உண்டு பாம்பு கடித்து விட்டால் அதைக் குணமாக்க வேண்டுமென்றால் பாம்பின் விஷத்தையே மருந்தாகக் கொடுப்பார்கள் ஹோமியோபதியில். அந்த மாதிரி அந்த நினைவுகளைப் புறக்கணிக்க வேண்டும், அல்லது தள்ளி வைக்க வேண்டும் என்றால் மீண்டும் அதே இடத்துக்குப் போய்ப் பார்த்துத் தள்ளி வைக்க முடியுமா? என்கிற ஒரு கேள்வியோடுதான் அந்த ஆச்சரியத்தோடுதான் அந்த முரணைப் பார்த்தேன். இப்படியாக அது ஒரு சிகிச்சையாகக் கொண்டிருக்கிறாரா என்று கூடத் தெரியவில்லை. எப்படி இருந்தாலும் அந்தப் பத்தியைப் படித்து முடித்த போது கவிஞர் குமரகுருபரர் இறக்கவில்லை தொடர்ந்து நினைவுகளின் ஊடாக அவர் உயிர்போடு இன்னும் இருந்து கொண்டே இருக்கிறார் என்பதை மீண்டும் இந்தபத்தி நிருபணம் செய்கிறது.

இரண்டாவது உப்பு கண்டம். உணவு குறித்தான பதிவுகள் நண்பர்களே இதில் இரண்டு விசயங்கள் உணவு சம்பந்தமான

விசயங்களை அவர் எழுதியிருக்கிறார். ஆட்டுக்கால் சூப்பும், அரை ட்ரவுசர் பையனும் என்ற பத்தியும், உப்பு கண்டம் என்ற பத்தியும். ஆப்பரிக்க கண்டத்தைப் போல விவரிச்சு அந்த உப்புக் கண்டத்தை எழுதியிருப்பார். எந்த விசயமாக இருந்தாலும் சரி அதைப் படிக்கும் போது ஆங் ஓ.கே அப்படி விடாமல் தடுப்பது எதுனா, அந்தப் பத்திக்குள்ள இருக்கிற விசயம். மூதறிஞர் ராஜாஜி சொல்வார்.. தானத்தில் சிறந்தது விசயத் தானம் என்று சொல்வார். விசயத்தை ஒருவனுக்குத் தானமாகத் தர வேண்டும், செய்தியை ஒருவனுக்குத் தானமாகத் தர வேண்டும் என்பார். அந்த வகையில் எல்லா இடங்களில் ஏதாவது ஒரு விசயத்தை இவர் நமக்குத் தானமாகச் செய்து கொண்டே போகிறார். உப்பு கண்டம் என்கிற இந்தச் சின்னப் பதிவில் உப்பு கண்டம் பற்றிய அனுபவத்தை அவர் விலாவரியாக சொல்லிக் கொண்டு வருகிறார். உப்பு கண்டம் எப்படி ஆசை வந்தது. உப்புக் கண்டத்திற்கும் அவருக்குமான உறவு இதெல்லாம் சொல்லிக் கொண்டே வந்தாலும் கூட உப்புக் கண்டத்தை எப்படிச் செய்ய வேண்டும் என்கிற செய்முறையை விசயதானமாக அந்தப் பத்தியில் நுழைக்கிறார். அதுதான் அதைப் படிப்பதற்கும், ஏன்னா இந்தக் காலக் கட்டத்துப் பிள்ளைகளுக்கு உப்பு கண்டம்ன்னா தெரிவே தெரியாதுன்னு நினைக்கிறேன். ஏன்னா எனக்கு இரண்டு மகன்கள் ரெண்டு பேருமே ஐடி முடிச்சுட்டு வேலையில இருக்கானுங்க. அவனுங்களுக்கு நிச்சயமாக உப்பு கண்டம் தெரியவே தெரியாது. என் அம்மா காலத்தோடு உப்பு கண்டம் போயிடுச்சு என் பிள்ளைகளுக்குத் தெரியாது உப்பு கண்டம். ஆகையால் இது புதுத் தகவல். விசயதானம் என்பது உப்பு கண்டம். சென்னையிலேயே இருப்பவர்களுக்குப் புதுத் தகவலாக இருக்கும். உப்பு கண்டத்துக்கும் அவங்க மனைவி தடைவிதிச்சிருக்காங்க உப்பு அதிகமா சேத்துக்ககூடாதுன்னு அதே மாதிரி என்னுடைய லைப்லயும் ஒரு சம்பவம். நானும் ஒரு அசைவப் பட்சிதான் கிட்டதட்ட வாரத்துல அஞ்சு நாளு அசைவம் இல்லாம இறங்காது இந்தப் புட்பாய்சன் இரண்டு நாளா உடம்பு சரியில்லாம ஆனதுக்கூடக் காரணம் முந்தா நேத்து நைட்டு இட்லி சாம்பார் எல்லாரும் சாப்பிட்டாங்க நான் மட்டும் ஒரு கையேந்திப் பவன்ல போய் இட்லி மீன் குழம்பு சாப்டேன். அது பண்ண வேலைதான் ரெண்டு நாள் படுத்த படுக்கையா ஆக்கிடுச்சு. அந்த மாதிரி அசைவம் தொடரந்து இருக்கனும்னு விருப்பப் படுவன் உணவுல.

கொஞ்ச நாளைக்கு முன்னாடி வீட்டுக்கு வந்தேன். வீட்ல மனைவி காரக் குழம்பு சுட்டஅப்பளம்னா. காரக் குழம்பு, கத்திரிக்கா போட்டு வைக்கிற காரக் குழம்பு, சுட்ட அப்பளம் மனுஷன் சாப்பிடுவானா? காரக் குழம்பு சுட்ட அப்பளமா? சரி ரைட்டு நான் போய்ப்

பார்த்தேன். சரி என் பங்கைத் தனியா கொடுத்துடு அப்படின்னு ஒரு கிண்ணத்துல எனக்கான, எனக்கு ஒதுக்கப்பட்ட தனியா எடுத்துக்கிட்டு வெளியே வந்தேன். எதிர்க்க நாட்டார் கட இருந்தது. பதினைந்து ரூபாய் ஒரு பாக்கெட்டு பிளாஸ்டிக்கல கவர்ல ரெண்டு வாளத் துண்டு போட்டுத் தொங்க விட்டிருப்பான். வாளக் கருவாடு அதை வாங்கிட்டு வந்து நல்லா வாஷ் பண்ணி, சுடு தண்ணில போட்டு நல்லா வாஷ் பண்ணி எனக்குரிய அந்தக் காரக் குழம்புல அந்தக் கருவாடு துண்டைப் போட்டு திரும்பவும் கொதிக்க வெச்சி கருவாட்டு குழம்பா மாத்தி நான் சாப்பிட ஆரம்பிச்சேன். கத்துனா கத்து ஒரே கத்து. சாதாரணமான அந்தக் காரக் குழம்பைக் கருவாட்டு குழம்பா மாத்தி சாப்பிடறன் அதுக்கென்ன இவ்வளவு பெரிய சண்டை? அந்தச் சண்டை அத்தோடுயில்ல சண்டை அதோடு இருந்தா பரவாயில்ல வளர்ப்பு சரியில்லைன்னு அம்மாவெல்லாம் இழுத்துட்டா? இது என்னடா உணவுல போய் அம்மா சரியில்லைன்னு என் அம்மாவை ஏன் இந்தச் சண்டைல இழுக்கறான்னு பார்த்தா அன்னைக்குதான் கிருத்திகை போல இருக்கு. அது நமக்குத் தெரியல. வீடு முழுக்க மனக்குது கொளுத்தி வச்ச ஊதுவத்தி கூட அணையல .எப்படி வளர்த்தா தெரியல உன் ஆத்தா. அப்பதான் தெரியுது ஓ இன்னைக்கு கிருத்திகையா அய்யயோ அப்பதான் திரும்பிப் பார்க்கிறேன் வீடு ஜக ஜோதியா மங்களகரமா இருக்கு நாமதான் கருவாடு வாங்கிக் காரக் குழம்பைக் கருவாடா மாத்திட்டமா? அந்த மாதிரி எதுக்குச் சொல்ல வரன்னா? இந்த உப்பு கண்டம் என்பதில் இந்த உப்பு கருவாடு நினைவுக்கு வருது. இந்த மாதிரியான உணவுல விஜய்மகேந்திரன் ரொம்ப டாப்பா இருக்காரு. இதைப் படிக்கும் போது எங்கங்க என்ன பொருள் விக்கும், நெத்திலி கருவாடு எங்க சூப்பரா இருக்கும்ன்ற விசயம் வரைக்கும், நெய் மீன் கருவாடு எங்க சூப்பரா விக்கும் என்ற தகவல்லிருந்து எங்கங்க பொருள் எங்கங்க விக்கும் தகவல் தேடிதேடி நல்ல உணவு ரசிக்கனா இருக்காரு. எதுக்குச் சொல்ல வரனா, உணவு குறித்து ஒரு பதிவை எழுதினால் கூட அந்தப் பதிவின் ஊடாக அனுபவத்தையோ ஒரு விசயத்தனத்தையோ சேர்த்தி பின்னித் தருவது என்பது படிப்பதற்குச் சுவாரஸ்யத்தை உண்டு பண்ணியிருக்கார் என்பதாக இந்த ஆட்டுக்கால் சூப்பும் அரை டிரவுசர் பையனும் கூட ஒரு நல்ல சிறுகதைக்கான பதிவுதான். ரொம்ப வீக்கா இருக்கிற பையன் இவர்கிட்ட ட்ரீட்மெண்ட்டுக்கு வராரு. இவர் சொல்றாரு இந்த மருந்தால மட்டும் பிசியோதெரபி இந்த மருந்து மட்டும் போதாது மூட்டுகால் குணமாகறதுக்கு ஆட்டுகால் சூப் குடிச்சாலே சரியா போயிடுமன்றான், அந்த அம்மா சொல்றாங்க அழைச்சுட்டு வந்த அம்மா என் வீட்ல செய்ய முடியாதுப்பா, அவங்க பிராமிண் போல இருக்கு வீட்ல

அதெல்லாம் செய்ய முடியாது. இவனுக்கு எங்கயும் போய் வாங்கியும் கொடுக்க முடியாது. அவ்வளவுதான் என் கணவரும் நானும் வெளியே கூட வர முடியாது அந்த ஓட்டலுக்கு அப்படின்னு சொல்றாங்க. அப்ப என்னத்தம்மா பண்றது. நான் வேணும்னா காரும் கொடுக்கிறேன், பணமும் கொடுக்கறேன் நீங்க ரெண்டு பேருமே எங்கனா போய்ச் சாப்ட்டு வாங்க என்கிறார் அந்த அம்மா. அது பெரிய வரம் அது, , பணத்தைக் கொடுத்து, காரையும் கொடுத்து, பணத்தையும் கொடுத்துச் சென்னையில எங்க நல்ல ஓட்டல் இருக்கோ அதெல்லாம் என் புள்ளைக்கு வாங்கிக் கொடுப்பான்னு அனுப்புவாங்க., இவர் காலையில வெய்ட் பண்ணுவாராம் அந்தப் பையன் கார்ல வருவானாம். இவங்க ரெண்டு பேரும் போய்ச் சிறந்த ஓட்டல் பார்த்துச் சாப்பிடுவாங்க. ஒரு பிஸியோதெரபிக்கு இப்படியெல்லாம் உணவு சுற்றுலா அமைவது என்பது அபூர்வமான தருணம். இந்த அனுபவங்களெயெல்லாம் வரும் போது இது ஏன் சிறுகதை மாதிரி வருதுன்னு சொன்னேனா? அப்படியான ஒரு பையன், அந்த மாதிரி குடும்பத்துல பொறந்த பையன் இவர் மூலமாக ஆட்டுக்கால் சூப்பை ருசி கண்டவன் இப்ப பாரின்ல வேலைக்குப் போயிட்டு அங்கிருந்து எழுதறான் சுறா புட்டு இங்க எங்கயும் நல்லாயில்ல அங்கிள்ன்னு எழுதறான். அதனுடைய கண்டினுட்டி. இது மாதிரி அனுபவத்தை உணவு என்கிற வகைபாட்டிலே விஜய் மகேந்திரன் மிக அழகாய்க் குறிப்பிட்டிருக்கிறார். இந்த அரசியல் பத்தி என்ற மூணாவது பத்திலேயே வரும் போது, நான்தான் பத்தியா பிரிச்சு இருக்கேன். இதுல அப்படி இல்ல எனக்குப் பிடிச்ச அஞ்சு சப்ஜெக்டதான் நான் பேசறேன்.

சென்னையில பக்கத்து வீட்டுக்காரனுக்கு கூட நம்மள தெரியாதுப்பா என்று அவர் வருத்தப்பட்டு இதிலே போகிற போக்கில் குறிப்பிட்டிருக்கிறார். உண்மைதான் அது தெரியாதுதான். இப்ப விஜய் மகேந்திரன் சொன்னாரு அமிர்தம் சூர்யான்னு தட்டினா முப்பதஞ்சி பேச்சு யூடுப்பல இருக்குதுன்னு சொன்னாரு. பெரும்பாலும் எல்லா நண்பர்களுக்கும் அறிமுகம் ஆனவன்தான் ஆனா எதிர் வீட்டுகாரனுக்கும் பக்கத்து வீட்டுகாரனும் தெரியலையே என்ன பண்றது. நான் புது வீட்டுக்குப் போய் ஒன்றரை வருஷம் ஆகுது. நட்பாகலாம்னு வாலண்ரியா சிரிச்சா கூட நம்மளை பயந்து பாக்கறான்.. இவன் ஏன் நம்மளை பார்த்துச் சிரிக்கிறான்ற மாதிரி அந்தத் தோரணைல. நட்பாக்கிக்கனும்னு மெனக்கெட்டுப் போனா கூட நம்மளை பார்த்து ஒதுங்கிதான் போறானே தவிர நெருக்கம் ஆக மாட்டன்றாங்க இப்ப நான் இருக்கக் கூடிய வீடு தெரு அப்படித்தான் அந்த வாசல் எல்லாம் பூட்டிதான் இருக்கு எப்பனா

போரடிச்சு வெளியே வந்து பாக்கறேன் எல்லா வீடுமே பூட்டிதான் இருக்கு. தப்பாள் போட்டு உள்ளே அவனவன் இருக்கான். யாருமே வெளியே வர்றதுயில்ல அம்மாதிரியான சூழலில் நாம என்ன பெரியஆளுமையா இருந்தாலும் எதிர்வீட்டுக்குப் பக்கத்துவீட்டுக்குத் தெரியாத ஒரு சூழல்தான் இருக்கு அதை விட ரொம்ப முக்கியமான விசயம் யார் ... என் தோழி ஒருத்தி திலகபாமான்னு இருபது ஆண்டுகாலத் தோழி எழுத்தாளர் கவிஞர். இப்ப அவங்க பாட்டாளி மக்கள் கட்சில மாநிலப் பொருளாரா இருக்கிறார். தமிழ்நாடு முழுக்க டிராவல் பண்ணிட்டு இருக்காங்க. திருவத்தியூர் வரைக்கும் வந்தன் சூர்யா உன் வீட்டுக்குதான் வரப் போறேன்னாங்க சரி வாம்மா வீட்டுக்கு வாம்மான்னேன் அவங்க தனியா வரல, முன்னாடி ரெண்டு காரு, பின்னாடி ரெண்டு காரு நடுவுல இவங்க காரு ஒரு அஞ்சு கார் என் தெரு முழுக்க வந்துடுச்சு. , எல்லாம் காஸ்ட்லி காரு, சும்மா சாதாரணக் காரா தெரியல எல்லாக் கார்லயும் மாம்பழச் சின்னம் போட்ட பாமக கொடி... வராதவன், எட்டி பாக்காதவன் கூட எட்டி பார்க்க ஆரம்பிச்சான். அந்தத் தெருவே கொஞ்சம் பரபரப்பா ஆச்சு.

சரி வந்துட்டு அவங்க கிளம்பிப் போயிட்டாங்க. அதுக்குப் பிறகு நான் சிரிச்சா கூடச் சிரிக்காம போனான்கபார், அந்தத் தெருவுல இருக்கிற நாலஞ்சு பேரு வணக்கம் சார் எப்படிச் சார் இருக்கீங்கன்றான். இந்த வணக்கம் எனக்கான வணக்கம் இல்லையே இவ்வளுகாலம் நாள் நான் சிரிச்சு சிரிச்சு வணக்கம் சார்ன்னு சொன்னா வணக்கம் கொடுக்க மாட்டேன்றான். புன்னகைக்கல அப்ப வந்து போன அஞ்சு காருகான வணக்கம்தானா அது., நமக்கான வணக்கம் இல்லையா? அப்போ ஒரு மனிதனை எடை போடுகிற , அல்லது ஒரு மனிதனை மதிப்பு கொடுக்கிற மதீப்பீடுகள் வேறயாக இருக்கிற போது அந்த மதிப்பை நான் ஏத்துகறதாயில்ல. ஏன்னா விஜய்மகேந்திரா இதில் குறிப்பிட்டு இருக்கார் என் பக்கத்து வீட்டுக்காரனுக்குத் தெரியலைன்னு அது வருத்தபடறதுக்கு ஒன்னுமில்ல உலக நடப்பே அப்படித்தான் இருக்கு. குறிப்பா சென்னை நடப்பு அப்படியாகதான் இருக்கு.

இவரும் அய்யப்பமாதவனும் ஒரு ஓட்டல்ல நெத்திலி மீன் சாப்பிடறதுக்காக போயிருக்காங்க. ஆர்டர் கொடுத்திருக்காங்க நெத்திலி மீன் ஆர்டர் கொடுத்துட்டு அய்யப்பமாதவன்(என் நண்பன் வரலை இன்னைக்கு) விருதுநகர் ஓட்டல்ல பர்ட்டிகுலரா நெத்திலி மீனு (சீனிவாசன் ஜி நம்மளுக்கு அந்த இடம் எங்கன்னு பார்த்துங்க ஜி) அந்த ஓட்டல் பேர் சொல்லி ரெண்டு பேரும் அய்யப்பமாதவனும் நண்பரும் வெயிட் பண்ணிருக்காங்க. இதுக்கு நடுவுல அந்த ஓட்டலுக்கு ஒரு அரசியல் வாதி உள்ள வந்துட்டான். வெய்ட்

பண்றாங்க, வெய்ட் பண்றாங்க அரசியல் வாதி ஒவ்வொரு பிளேட்டா உள்ள போயிட்டு இருக்கு இவங்களுக்கு வர வேண்டிய நெத்திலி மீன் வரலை, என்னப்பா டைம் ஆயிடுச்சு. ஒரு மணி நேரம் ஆயிடுச்சு நெத்திலி மீனு இல்லச் சார், சிக்கன் சிக்ஸ்டி பை இருக்கு வாங்கிக்கறியா? ஏன்னா இவருக்கு ஆர்டர் பண்ண நெத்திலி மீன் அந்த அரசியல் வாதிக்குப் போயிடுச்சு கடைசி வரைக்கும் ஒரு மணி நேரம் காத்திருந்து கூட நெத்திலி மீன் வரல. விருப்பப் பட்டு சாப்பிட நெத்திலி மீன் சாப்பிட முடியல. இது அனுபவம். கடைசியா அய்யப்பமாதவன் ஒரு டயலாக் சொல்றாரு. அதை இவர் குறிப்பிட்டு இருக்கார். "பார் நண்பா சென்னையில ஒரு சின்ன ஆசையைக் கூட நிறவேற்ற முடியாம அரசியல் உள்ளே நுழைஞ்சுடுச்சு" என்று எழுதுகிறார். இந்த அரசியல்தான் நான் அங்கச் சொன்னேன். என் தெருவில் நுழைந்த அரசியல், ஓட்டலில் நுழைந்த அரசியல் இப்படி எல்லா இடங்களிலும் அரசியல் நுழைந்து விட்டுச் சென்னையுடைய சின்ன ஆசையைக் கூட நிறைவேற்ற முடியாமல் செய்கிறது என்பதால் இந்த அரசியல் அனுபவம் பக்கம் அறுபத்திரெண்டில் இவர் சொல்லி இருக்கிறார். சொல்லிவிட்டுக் கடைசியாக இதை விஜய்மகேந்திரன் முடிக்கிறார். சென்னையைப் பற்றியான குறிப்பு, சென்னையைப் பற்றியான பதிவு அது சொல்லிக்கொண்டே வருகிற போது கண்ணாடி தொட்டிக்குள் இருக்கும் மீன்களை வெளியே இருந்தபடி வேடிக்கை பார்க்கும் சிறுவனாகதான் நான் சென்னையைப் பார்க்கிறேன். என்று முடிக்கிறார் அந்தப் பத்தி முடிக்கிறது.

இதில் ஒரு பகுதி நான் தொட்டி மீனாக மாறவில்லை, வேடிக்கை பார்க்கும் சிறுவனாகத் தான் இருக்கிறேன். என்பதாகதான் அதைப் பொருள் கொள்ள முடியும். அவர் தொட்டி மீனாக இல்லை, சுதந்திரமாகதான் இருக்கிறார் என்பதற்கு இந்தத் தொகுப்பில் உள்ள எல்லாப் பதிவுகளும், அவர் தொட்டி மீனாக இருந்திருந்தால் அவர் இவ்வளவு பதிவுகள் எழுதியிருக்க முடியாது. அவர் சென்னையில் தொட்டி மீனைப் பார்க்கும் சிறுவனாக இருந்ததால்தான் அவர் பல காட்சிகளை இதில் அவர் பதிவு செய்திருக்கிறார்.

புத்தகங்கள் குறித்து நிறையப் பதிவுகள் எழுதியிருக்கிறார். அதில் எனக்கு ஒரு நண்பன் இருக்கிறான். நான் நிறையச் சிறுகதைகள் வாசிப்பேன், அந்த நண்பன் "என்ன மச்சான் கதை எதையாவது வாசிச்சியா?"ன்பான். "ஆமாண்டா இன்னைக்கு பிரமாதனமான ஒரு கதைடா செம கதை வாசிச்சண்டா" அப்டின்னா. எப்படிச் சொல்லு"ன்பான். என்கிட்ட என்ன ஒரு பழக்கம்ணா கதையை அப்படியே ஜிவனோடு சொல்வேன். அதுல வர முக்கியமான வரி, கொஞ்சம் நேரம் படிச்சா போதும் அப்படியே உள் வாங்கிட்டு

அப்படியே சொல்லிடுவேன். அந்த இடத்துல ஒரு வரி வரும் பாரு மாமு வரியைக் கூடச் சொல்வேன். அவன் அப்படியே உள் வாங்கிட்டு இன்னொரு இடத்துல பேசுவான். அந்தக் கதையை அவனே படிச்ச மாதிரி, அந்த வரி இருக்கற மாதிரி பேசுவான். அப்படியொரு சமார்த்திய சாலி அவன். படிக்கவே மாட்டான், கேட்டுப்பான், படிச்ச மாதிரியே பிரசண்ட் பண்ணுவான். ஒரு முறை கௌதமசித்தார்த்தன் ..இதுல கௌதமசித்தார்த்தன் பற்றி குறிப்பு வருது, கௌதமசித்தார்த்தன் புத்தக விமர்சனமெல்லாம் எழுத வாய்ப்பு தந்தாக நன்றி கூறியிருக்கிறார் கௌதசித்தார்தனோட கதை ஒன்னு கல்கி தீபாவளி மலருக்குக் கேட்டு வாங்கனேன். அவர் எனக்கு அனுப்பியிருந்தார். அற்புதமாகக் கதை, அந்தக் கதை தீபாவளி மலருக்குப் பிராசஸிங்கல இருக்கு, நான் ஓவியத்திற்கு ஒருத்தர்கிட்ட வரையச் சொல்லிகொடுத்திருக்கேன். வெளிய வந்தவுடனே ஆர்வக் கோளாறுல நண்பன் கிட்டச் சொல்றேன். கௌதமசித்தார்த்தன் ஒரு கதை அனுப்பியிருக்கான் மனுஷனாயா அவன், என்னாக் கதையா? “என்ன கதை சொல்லு மாமு”ன்னான். டேய் நாமச் சூதாடும்போது பொருள்களை வைச்சு சூதாடுவோம். இந்தா இது பதில் இது, இந்த நூறு ரூபா நீ கட்டு அப்படின்னு சூதாடுவோம் ஆனால் ஒரு சொல்லைச் சூதாட்டத்திற்குப் பயன்படுத்த முடியுமா? அவர் அந்தக் கதையை எழுதியிருப்பார். ஒருத்தன் வந்துட்டே இருப்பான். ரெண்டு பேரு சூதாடிட்டு இருப்பாங்க, அப்போ ஒரு புலவன் சூதாட்டத்துக்கு ஆசை படுவார். சூதாட ஆசைப்படும் போது புலவர்கிட்ட ஒன்னுமே இருக்காது அந்தத் தமிழ் புலவர்கிட்ட. எல்லாரும் பணம் வைச்சிருப்பாங்க, நான் ஆடட்டுமா”ன்பார். உன்கிட்ட என்ன இருக்கு, “என்க்கிட்ட ஒன்னுமே இல்லையே” அப்போ ஆட முடியாது போ.. புலவர் சொல்வாரு என்கிட்ட ஒரு அற்புதமான சொல் இருக்கு அதை வைச்சு ஆடட்டுமா? பாருங்க சொல்லை வைத்துச் சூதாடுவது இதுவரைக்கும் யாரும் டச் பண்ணாத ஏரியா சொல்லை வைத்துச் சூதாடுவது. அப்போ எதிர்க்க எதிராளி ஒருத்தன் உட்கார்ந்து இருப்பான்.“ சரி கொடு உன் சொல்லை” அப்படின்னு இவன் கொடுப்பான் இவன் சொல்லைச் சூதாடுவான். தோத்துடுவாரு, அந்தப் புலவன் தோத்துடுவான். ஜெயிச்சவன் அந்தசொல்லை எடுத்துப்பான். அந்தச் சொல் எடுத்துக்கிட்டு ஒவ்வொரு இடமா போவான். கிளி ஜோசியம் காரன்கிட்ட கேட்பான் “ஜோசியம் பாக்கறியா?” “பணம் இருக்கா?” “இல்ல, ஒரு அற்புதமான சொல் இருக்கு “போய்யா” அப்டின்னுவான். கடைக்குப் போவான் பொருள் கேட்பான். பணம் இருக்காது “என் கிட்ட அற்புதமான சொல் இருக்கு”ன்பான் அவன் தொரத்தி அடிப்பான், “லூசாடா நீ” அப்படின்னு ஒரு சொல்லை எடுத்துக் கொண்டு இவன் சுற்றிக்

கொண்டே வருவான். ஜெயிச்ச அந்தச் சொல்லை வைத்துக்கொண்டு ஒரு போதும் அவனுக்கு அங்கீகாரம் கிடைக்காது. ஒரு இடத்துல அவனைத் தள்ளுவாங்க, அந்த வழியா ஒரு பேரழகி வந்துக்கொண்டிருப்பாள். வந்துக்கொண்டிருக்கும் போது அந்தப் பேரழகி அவர்களை பார்த்து கேட்பாள் "ஏன் அவரை அடிச்சு துரத்துராங்க" அவர் கையில அற்புதமான சொல் இருக்காம். அந்தச் சொல்லைக் கொடுத்துப் பொருள் வாங்க முடியுமா? என்று எல்லோரிடமும் கேட்டுக்கொண்டிருக்கிறார். அவ வருவா அற்புதமான சொல்லா?. அந்தச் சொல்லை எடுத்துக்கொண்டு நாளை என்னிடம் வா என்பாள். அவ்வளவுதாங்க. அந்த நிமிஸத்துலயிருந்து சொல்லுக்குக் கிடுகிடுகிடுகிடுன்னு விலை கூடிடும். யார் யாரெல்லாம் புறக்கணிச்சானோ அவனெல்லாம் எனக்கு அந்தச் சொல்லைக் கொடு. ஏன்னா அந்தப் பேரழகியை அனுபவிக்கக் கூடிய ஆயுதமாக அந்தச் மாறிவிடும். இப்போ அந்த சொல்லுக்கு மதிப்பு கூடிக்கொண்டே இருக்கும். எவனெல்லாம் தொரத்தினானோ, எவனெல்லாம் மதிப்பில்லைன்னானோ அதைப் பணம் கொடுத்து வாங்கறதுக்கு போட்டி வந்துடும்.. அந்தச் சொல் மதிப்பு உள்ள ஒரு பொருளாக மாறி விடும். ஒரு பெண்ணை அனுபவிப்பதற்க்கும் விட உன்னதமான ஒரு மதிப்பு உள்ள சொல்ல மாறிவிடும். அது பெரிய நீண்ட கதை, அந்தச் சொல்லைக் களவாடுவதற்குப் போட்டி நடக்கும். இப்படியாகப் போகும். இந்தக் கதையை அவன் கிட்டச் சொன்னன். அதுக்குப் பிறகு பிரிண்ட் ஆகறதுக்கு முன்னாடி எல்லா இடத்துக்கும் போயிடுச்சு அந்தக் கதை. பெரிய சிக்கலாயிடுச்சு. ஏன் சொல்ல வர்றனா? ஒரு விசயத்தைப் படிச்சு சொன்னமனா? இந்தத் தன்மை படிக்காத நிறைய விசயங்களை நாம் உள் வாங்கிக் கொள்ளலாம். அந்த வகையில் யுவகிருஷ்ணாவின் நடிகைகளின் கதை, என்று விஜய் மகேந்திரன் எழுதியிருக்கார். அந்தப் புக்கை நான் படிக்கவேயில்லை படிக்கும் போது அடடா இந்தப் புத்தகத்தைப் படிக்காம போயிட்டமே என்கிற சங்கடத்தை, அதே மாதிரி கிராபியன் ப்ளாக் புத்தகங்களைக் குறிப்புகளாக இவர் ஒரு இரண்டு பக்கத்துக்கு அந்தப் புத்தகங்கள் பற்றி குறிப்புகளாக எழுதிக்கொண்டே வருகிறார். அந்தக் குறிப்புகள் ஒரு புத்தகத்தைப் படித்த அல்லது ஒருபுத்தகத்தை படிக்கத் தூண்டுகிற வகையில் காத்திரமாக இருக்கிறது. யுவகிருஷ்ணாவுடைய நடிகைகளின் கதை என்கிற ஒரு கட்டுரை பற்றி இவர் எழுதுகிற போது ஒரு விசயம் இதில் மையம் கொண்டிருந்தது. கவர்ச்சி புயல் அனுஅகர்வால் அவரைப் பற்றியான செய்தி அதில் வருது. அவர் எழுதியிருப்பதாகச் செய்தி வருகிறது. கவர்ச்சி புயல் அனுஅகர்வால் வாழ்வின் பெரும் சோகங்களைச் சந்தித்து ஒரு விபத்துக்குப் பின் இப்போது பீகாரில் யோகா

மாஸ்டராகப் பணிப்புரிந்துக்கொண்டிருக்கிறார். என்பதாக அந்தத் தகவல். திருடா திருடா படத்துல வருவாங்க அனுஅகர்வால். சந்திரலேகா பாட்டுக்கு அனுஅகர்வால். அவ்வளு பெரிய பேமஸான நடிகை ஒரு விபத்துக்குள்ளாகி அவர்களுடைய வாழ்கை தலைகீழாக மாறி இப்ப எங்கிருக்காங்கன்னு யாருக்குமே தெரியாது. ஆனா இந்தப் புத்தககுறிப்பில் வருகிறது. அவர் பீகாரில் யோகா மாஸ்டராகப் பணிப்புரிந்துக்கொண்டிருக்கிறார். இது தகவல். நமக்குத் தெரியாத ஒரு விசயத் தானம். இப்ப நாம டக்குன்னு கொஞ்சம் உஷரா நிக்கனும் .காலம் நினைத்தால் எந்த மாற்றத்தையும் ஒரு மனிதனுக்குத் தலைக்கீழாக மாற்றிவிடும். அது உச்சமாக இருந்தாலும் சரி, மிச்சமாக இருந்தாலும் சரி .வாழ்வின் சுழற்சியில் எப்போது எதுவேண்டுமானலும் நிகழும் ரொம்ப ஆடக் கூடாது என்று. மீண்டும் அந்தப் படிப்பினையை அந்த வரி, நமக்குச் சம்பந்தம் இல்லாத வரியாக இருக்கலாம் ஆனாலும் அந்தச் சூழலைச் சம்பவத்தைப் படிக்கும் போது சட்டென்று ஒரு அச்சத்தைத் தோற்றிவிக்கிறது.. கிராபியன் ப்ளாக் பற்றியான ஒரு கட்ரையையும் இவர் சிலாகித்து எழுதியுள்ளார்.

கிராபியன் ப்ளாக் பற்றி ஆரம்பிக்கிற கட்டுரை வந்து ஒரு எழுத்தாளனைப் பற்றி கட்டுரை. உயிரோடு இருக்கும் போது எல்லோரும் கள்ள மௌனம் சாதிக்கிறார்கள், ஒரு எழுத்தாளனைப் பற்றி பேசுவதற்குப் புகழுவதற்கு எல்லாரும் கள்ள மௌனம் சாதிக்கிறார்கள். உயிரோடு இருக்கும் போது அவனைக் கொண்டாடி இருந்தால் இன்னும் கொஞ்சம் நாள் அந்த எழுத்தாளன் இன்னும் உயிரோடு இருக்க வையுங்கள் என்று விஜய்மகேந்திரன் இதில் குறிப்பிடுகிறார். ஒரு எழுத்தாளனை உயிரோடு இருக்கும் போது பாராட்டுங்கள், அவன் இன்னும் கொஞ்சம் நாள் உயிரோடு இருப்பான். நீங்கள் இறந்த பின் தடித்தடி புத்தகங்களைப் போட்டு நினைவஞ்சலி, நினைவு குறிப்பு என்று போட்டு அவருடைய புத்தகங்களைச் சலுகை விலையில் கொடுத்தால் என்ன பயன்? என்பதாக ஒரு கட்டுரை ஆரம்பித்து விட்டுப் பிறகு கிராபியன் ப்ளாக் பற்றி அவர் எழுதுகிறார். இப்படி நிறையப் புத்தகங்கள் குறித்தான பதிவுகளை அழகாகச் செய்திருப்பதால் நிறையப் புத்தகங்களை நாம் படிக்கத் தவிறிட்டோம் என்றும் அல்லது படிக்கத் தவறிய புத்தகங்களிலிருந்து சில விசயங்களைச் சுவாரஸ்யமாக உள் வாங்கிக்கொள்வதற்கும் ஏதுவாக இருந்தது.

ஐந்தாவது அம்சமாக இந்தப் புத்தகத்தில் இருப்பது நன்றி என்ற பெரும் உணர்ச்சிதான். கிட்டதட்ட மீராகதிரவன்,, மு.களஞ்சியம், நரன், சுந்தரபுத்தன் , விநாயமுருகன், கீரா, ராம்பால் என்று தொடர்ந்து தான் சந்தித்த, தான் பழகிய நண்பர்களுக்கு நன்றி சொல்லும் விதமாக

ஒரு நன்றி காவியமாகதான் இந்த நூலை அவர் மாற்றி உள்ளார் விஜய்மகேந்திரன்.

நன்றிக்கு முத்தாய்ப்பாக நாய்கள் ஜாக்கிரதை என்ற ஒரு பதிவையும் அவர் எழுதியிருக்கிறார். என்னவோ நாய்கள் ஜாக்கிரதைன்னு படிக்கப் போனா அது தெரு நாய்களைப் பற்றியான ஒரு பதிவாக இருக்கிறது. அவர் வீட்டாண்ட தெரு நாய் எப்படி இருக்கு.. கிட்டதட்ட பார்த்தீங்கனா... நானும் தெரு நாய்னா கொஞ்சம் பயம்தான் நீங்க பட்டர்பிஸ்கட் வாங்கிப் போட்டிங்க நான் பொறை வாங்கிப் போட்டுச் சிநேகம் பண்ணிட்டு நாம வீட்டுக்குப் போறதுக்கே மணி பதினொன்னு ஆயிடுதுயில்ல பழக்கம் பண்ணி வைச்சிருக்கோம். கிட்டதட்ட விஜய்மகேந்திராவோட பழக்க வழக்கங்கள்யெல்லாம் என்னுடைய பழக்க வழக்கங்கள் போலவே ஒத்திருக்கிறது. நாய்கள் மீது விசயமாக இருந்தாலும் சரி, உணவு பழக்கமாக இருந்தாலும் சரி அவர் எழுதிக்கொண்டிருக்கிற நூல்கள் பற்றிய பதிவுகளாக இருந்தாலும் சரி, எந்த வித வகைப்பாடும் ஒரு கேட்டகிரி பிரிச்சு இந்த நூலை அவர் எழுதல .. லிட்ரரின்னா லிட்ரரி மட்டும் எடுத்து எழுதல வெகுஜனம்னா வெகுஜனப் பத்திரிக்கையை மட்டும் எடுத்து எழுதல அவருக்குப் பிடிச்ச அந்தந்த மனநிலையில், அந்தந்த சூழலில் ஏற்ப எப்படி இருக்கோ எல்லாத்தையும் ஒன்றாகச் சேர்த்துக் கட்டமைத்திருக்கிறார். இது இரண்டு வகையில் ஒன்று வந்து அது மேம்பட்ட மனோபாவம் என்று சொல்லலாம் என்னை மாதிரிதான் அந்த முப்பத்திஞ்சி வீடியோ இருக்குன்னு சொன்னார். எந்த நூல் விமர்சனத்திலும் நூல் குறித்தான எந்த மைனசும் பேசி இருக்க மாட்டேன். எல்லாப் புத்தகத்தையும் பற்றியும் ப்ளஸாகதான் பேசி இருப்பேன்.. பிரமாதம் இந்த வரி அழகா இருக்கு, காட்சி நல்லா இருக்குன்னு பேசியிருப்பேன். ஆனா கீழச் சொல்வேன் தனிப்பட்ட முறையில இருபத்தியெட்டாம் பக்கத்துல நீ ஏமாத்திட்ட அது உன் கவிதை இல்ல நீ காப்பியடிச்சுட்ட, அது கவிதையாவே வரவேயில்ல, இந்தக் கவிதையுனுடைய சாயல்ல இன்னொன்னு இருக்கு, அதெல்லாம் கீழச் சொல்லிடுவேன் ஆனா மேல வரும் போது, அதை ஆவணப்படுத்தும் போது ஒரு போதும் அதனுடைய பலவீனங்களை, குறைபாடுகளைச் சொல்லவே மாட்டேன். அந்தப் பழக்கத்தை விஜய் மகேந்திரன் இந்த நூலிலே பயன்படுத்தியிருக்கிறார். நல்ல பழக்கம்தான் ஆனா நானும் சீனிவாசன் ஜியும் பேசிட்டிருந்தோம் கொஞ்ச நேரத்துக்கு முன்னாடி அப்பச் சீனிவாசன்ஜி சொன்னாரு, “ஒரு வகைமை கண்டிப்பா இருக்கனும் சூர்யா, லிட்ரரின்னா லிட்ரரி,” அவர் கொஞ்சம் கட்டன்ரேட்டான இலக்கியவாதியில்ல, தீவிரமான நவீன இலக்கியவாதி லிட்ரரரின்னா லிட்ரரி கரைக்டா

இருக்கனும் சூர்யா, அதலனா அந்தக் கேட்கிரினான அந்தக் கேட்க்ரிலதான் வரணும். தீவரமான கவிஞனைப் பற்றி பேசறனா அந்தப் பேர்ல எல்லாம் தீவிரமான கவிஞன் பேர் வரணும். திடீர்னு ராணியில எழுதற ஒரு கவிஞனை எடுத்து வந்து விமர்சனும்னு சேர்த்துக்க கூடாது. அப்பறம் ரெண்டு பேருக்கும் நீங்க ஞாயத்தை ஒழுங்கா பண்ணலன்னு ஆயிடும். அல்லது இவரை எறக்கறிங்களா, இல்ல அவரை ஏத்தறிங்களான்னு அந்த நேர்கோட்டுல வந்து சமமா வைக்கக் கூடாது லிட்ரரியா தப்பு, வகைமைபாடுபற்றி தப்பு, செஞ்சா ஒழுங்கா இந்தக் கேட்கரியில் செய் இல்லைன்னா அந்தக் கேட்கரியில் செய். ரெண்டுத்தயும் மிக்ஸ் பண்ணக் கூடாதுன்னு கொஞ்ச நேரத்துக்குப் பேசியிருந்தார். ஒரு வேளை அவர் இதைப் பேசறதுக்கு முன்னாடி நானே இங்க பேசிட்டேன். அது ஒரு கோட்பாடு. இருக்கலாம். அல்லது வகைபாட்டுல, நாம நாலு பேர் ரசிக்கவும் வரனும் படத்துக்கு, கொஞ்சம் லேசா மெசெஜ் சொன்னா போதும். அவர் சத்யஜித்ரே மாதிரி. .கொஞ்சம் அவர் அந்த ரேஞ்ல படம் எடுக்கிறவரா இருக்கலாம். அது தெரியாது நமக்கு, அவருடைய கருதுகோள், கட்டுமானம் அப்படி இருக்கலாம். ஆஹா இதைப்பார்க்கும் போது ஆஹா விஜய் மகேந்திரன் நம்ம கேட்டகரிலதான் வர்றாரு போல இருக்கு என்று இந்த நூல் படிக்கின்ற போது.. அப்படியான்ன மகிழ்ச்சி.

நமக்கு ஒத்திசைவான நண்பனின் புத்தகத்தைப் படித்ததைப் போன்ற ஒரு பாவனை ஒரு மனோபாவம் தோன்றுகிறது. இந்த நூலிலே ஒரு மருத்துவன் விஜய் மகேந்திரன் என்கிற மருத்துவன் உள்ளே வந்து முருங்கை கீரை பற்றியும், பிட்னஸ் பற்றியும் ஒரு குறிப்பு எழுதுகிறான். ஒரு விமர்சகனாக உள்ளே வந்து தான் படித்துச் சிலாகித்த நூல்கள் குறித்தெல்லாம் இதில் எழுதுகிறான். ஒரு எழுத்தாளனாக உள்ளே வந்து தான் பெற்ற அனுபவத்தை, சமூகத்திற்கான கருத்தை ஒரு எழுத்தாளனாக வந்து சொல்லி விட்டுப் போகிறான். ஒரு சினிமா கலைஞனாக வந்து சக சினிமா கலைஞர்களைக் கொண்டாடித் தீர்த்திருக்கிறார். மு.களஞ்சியத்தை பற்றி சொல்ல வேண்டும் என்றால் அப்படியொரு பதிவு. மு. களஞ்சியம் பற்றி குறிப்பிட்டிருக்கிற. அதுல ஒரு வரி வருது நண்பா. மு.களஞ்சியம் சார்கிட்ட வேலைச் செஞ்ச ஒரு உதவியாளர், பிரிஞ்சிட்டார்.. உதவியாளர் இப்போ போயிட்டாரு அவர் அலுவலகத்தை விட்டு வேற அலுவலம் போயிட்டாரு, மு. களஞ்சியம் ரொம்ப வருத்தப்பட்டாரு சொல்லிட்டு போயிருக்கலாம்னு மு.களஞ்சியம் சொன்னதாக ஒரு வரி வரும். 'யார் மீதும் அதீதமாக அன்பு வைக்கக் கூடாது விஜய்' என்பதாக ஒரு வரி வரும். அது விவாதத்திற்குரியதுதான் ஒரு இடத்துல இருந்து இன்னொரு

இடத்துக்குப் போறதால அன்பு செலுத்தியவர் பாதிக்கப்படுகிறார். அதீதமாக அன்பு வைப்பது சிக்கலை உருவாக்குமா? அதீதமாக அன்பு வைப்பது தவறா? அல்லது அதீதமாக அன்பு வைத்தால் அவர் நம்மை விட்டுப் போகக் கூடாதா? அதீதமான அன்பு வைத்தவர், அந்த அன்புக்கு இது நாள் வரை பாத்தியபட்டவரா இருந்தாரா? அந்த அதீதமான அன்பை அவர் உள் வாங்கிக் கொண்டாரா? இப்படி நிறையக் கேள்விகள் அந்த அன்புக்குள்ளேயே இருக்கிறது. அது கொஞ்சம் ஜாலியா விவாதிக்கக் கூடிய விசயமாகதான் இருந்தது. ஆனாலும் ஒரு உதவியாளன் பிரிஞ்சி போனதுக்கு இவ்வளவு பீல் பண்ணுவாங்களா? என்ற எண்ணம் டக்குன்னு தோன்றியது. ஒரு உதவியாளன் மீது அதீதமான அன்பு வச்சு, பிரிஞ்சுட்டத ஒரு இயக்குனர் இப்படிப் பீல் பண்ணுவாரா? என்று தோன்றியது.

மீராகதிரவனை பத்தி, ஒரு நண்பன்னா இப்படிதாங்க இருக்கனும் என்னைப் பொருத்தவரைக்கும். ஒரு நண்பனா கொண்டாடனும் அவனை, அவனுடைய திறமைகளை, அவனுடைய புகழை, எழுத்தை எதுவாக இருந்தாலும். நண்பன் என்றால் இன்னொரு நண்பனைக் கொண்டாடனும். என்ன இருந்தாலும் கொண்டாடனும். எனக்குக் கர்ணனை ரொம்பப் பிடிக்கும். கர்ணன் மாதிரி கொண்டாடனும். கடைசி வரைக்கும் கொண்டாடனும். மீராகதிரவன் தமிழுக்கு எவ்வளவு முக்கியமான இயக்குனர் அல்லவா! இவர் எப்படி அறிமுகம் ஆனார் என்று மீராகதிரவனை கொண்டாடி இருக்கிறார். முதல் வரியில பாக்கறேன் ஜெயமோகன் அறிமுகபடுத்துனார்னு வருது. என் குருநாதர் எப்படா வந்து இவரை அறிமுகப்படுத்துனார் பார்க்கறேன். ஜெயமோகன் எனக்குத் தொன்னூறுகளிலிருந்தே அறிமுகம். பழைய நினைவுகளைக் கிளறி விடச் சுவாரஸ்யமான தன்மைகள் எல்லாம் இருந்தது.

இப்படியொரு எழுத்தாளனாக தன் அனுபவத்தை எழுதியிருக்கிறார். ஒரு சினிமா கலைஞனாக சக கலைஞனை கொண்டாடி தீர்த்திருக்கிறார். அந்த வகையில் என் நண்பன் ஒரு முழுமையான மனிதனாக இருக்கிறான் விஜய் மகேந்திரன் ஒரு முழுமையான மனிதனாக இந்த நூலிலே தெரிகிறான்.

ஓஷோ சொல்வார். கம்ப்ளிட் மேன், கிருஷ்ணா இஸ் ஏ கம்ப்ளிட் மேன்னுவார். எல்லாமே இருக்கணும், கலந்திருக்கணும், ஆனா எல்லாத்தையும் அனுபவிச்சு இருக்கணும், எல்லாத்தையும் முழுமையா வெளிப்படுத்தணும் சொல்வார். அந்த வகையில் இந்த எழுத்தின் வழியாக விஜய் மகேந்திரன் ஒரு கம்ப்ளிட் மேனாக இருக்கிறான் எல்லா விசயத்திலும். நன்றி வணக்கம்.

▪

கேவல் நதி – யாழி கிரிதரன்

நண்பர்களே எனக்குக் கொடுக்கப்பட்ட கவிதைத் தொகுப்பின் பெயர் கேவல் நதி, நண்பர் யாழி எழுதியது. இது அவருடைய நான்காவது நூல்.

சரி, விமர்சனக் கூட்டம் தேவைதானா? ஏன் ஒரு விமர்சனக் கூட்டம் அவசியமாகிறது. இலக்கியச் சூழலில் ஒரு மௌனப் புறக்கணிப்பில் கவிஞனைப் புதை குழிக்குள் தள்ளாமல் இருப்பதும், அவனைக் கொண்டாடவும், அடுத்து அவனைத் தொடர்ந்து இயங்க வைக்கவும், கவிஞன் மறைத்து வைத்திருக்கக் கூடிய பிரதிகளில் இருக்கக் கூடிய பொக்கிஷங்களை வெளிப்படுத்தவும், கவிதையுனுடாக இருக்கக் கூடிய மௌனத்தை வெளி காட்டவும், நம்முடைய கவிதை மணத்தைத் தொடர்ந்து உயிர்பாக வைத்துக் கொள்ளவும்தான் இந்த விமர்சனக் கூட்டங்கள் தேவையாக இருக்கிறது.

இப்படியான விமர்சனக் கூட்டங்கள் ஒரு கவிதை தொகுப்பை வாசிக்கிற போது அதைப் பேச வருகிறவனுக்கு ஏற்படக் கூடிய முதல் கேள்வி இந்தத் தொகுப்பை நீ யாராக இருந்து வாசிக்கிறாய் ஒரு ஆணாக இருந்து இந்தப் பிரதியை வாசிக்கப் போகிறாயா? ஒரு பெண்ணாக இருந்து இந்தப் பிரதியை வாசிக்கப் போகிறாயா? ஒரு கவிஞனாக இருந்து இந்தப் பிரதியை வாசிக்கப் போகிறாயா? ஒரு பிழைத்திருத்துபவனாக இருந்து இந்தப் பிரதியை வாசிக்கப் போகிறாயா? ஒரு விமர்சகனாக இருந்து இந்தப் பிரதியை வாசிக்கப் போகிறாயா? விமர்சகனாக இருந்து என்றால், கோட்பாடு ரீதியலான விமர்சகனா? வெங்கட் சாமிநாதனை போல ரசனை சார்ந்த விமர்சகனா? அல்லது பத்திரிக்கை ஆசிரியனா இருந்து இந்தப் புத்தகத்தை வாசிக்கப் போகிறனா? இப்படி யாராக இருந்து இந்தப் பிரதியை வாசிக்கப் போகிறாய் என்ற கேள்வி வெளிபடையாக இல்லா விட்டாலும் அந்தக் கேள்வியில் ஏதேனும் ஒன்றைத் தக்க வைத்துக் கொண்டுதான் இதை நீங்கள் வாசிக்க முற்படுவீர்கள்.

ஏனென்றால் என் நண்பர் பிழைத்திருத்தபவர் அவரிடம் ஒரு கவிதை தொகுப்பைக் கொடுத்தேன். படிச்சுட்டு ரொம்ப எளிமையா இருக்கு மச்சான் ஈசியாதான் இருக்கும் நீ கொஞ்சம் வாசிச்சுட்டு சொல்லு அப்படின்னேன். அவர் மறுநாள் என்கிட்ட படிச்சுட்டேன் சூர்யான்னு கொடுத்தார். கவிதை பத்தி ஒரு கருத்தும் சொல்லல, அந்தத் தொகுப்பு முழுக்க முன்னூத்திஐம்பதாறு எழுத்துப்பிழைகள் இருப்பதாகக் கோடிட்டு அந்தப் புக்கைக் கொடுக்கிறார். அவர் வாசிக்கிற போது இலக்கண ரீதியாக எழுத்து பிழைதான் அவர் வாசிக்கற போது தமிழாக அவர் கண்ணுக்குத் தெரிவது சொற்களில் இருக்கக் கூடிய மொழிகளில் இருக்கக் கூடிய பிழைகள்தான் தெரிகிறது. எனவே ஒரு பிரதியை யாராக இருந்து வாசிக்கிறோம் என்பது எப்படி முக்கியமோ, நான் இந்தப் பிரதியைச் சக கவிஞனாக இருந்துதான் வாசிக்கிறேன். நான் ஒரு கவிஞன் என்னைப் போன்ற ஒரு கவிஞன் என்ன எழுதியிருக்கிறான் என்று சக கவிஞனாக இருந்து இந்தக் கவிதையை வாசிக்கிறேன்.

சரி ஒரு கவிஞன் யாராக இருந்து ஒரு கவிதையை எழுத வேண்டும் என்று பார்த்தால் ஒவ்வொருவரும் ஒவ்வொரு கோணத்திலிருந்து கவிதையை எழுதுவார்கள் நம்மளுடைய யாழி இந்தத் தொகுப்பை யாராக இருந்து எழுதியிருக்கிறார் என்பதிலிருந்துதான் அவருக்கான விமர்சனத்தை முன் மொழிய வேண்டும். அதற்கான முதல் பதிலே பக்கம் பதினொன்றில் தான் யாராக இருந்து அந்தக் கவிதையை எழுத ஆரம்பிக்கிறேன் என்பதில் முதல் கவிதையிலயே அவர் மறைமுகமாக அறிவித்து விடுகிறார். விளக்கப்பட்ட கனி என்கிற கவிதையில் யாழி தான் யார் பக்கம் என்பதை மிகத் தெளிவாக்குகிறார். கவிஞனுடைய பங்கு யாராக இருந்து எழுதுவது என்பதில்தான் அவனுடைய இருப்பு சாஸ்தவமாகிறது.

புத்தர், யசோதா இந்த இரண்டு புள்ளிகளும் நாம் தெரிந்தது இருந்தாலும் கூட யாழி யசோதாவின் பக்கம் இருந்துதான் கவிதையை எழுதுகிறார். அந்தக் கவிதையை வாசித்தால் அவர் யசோதா பக்கத்திலிருந்து எப்படி இந்தக் கவிதையை எழுதியிருக்கிறார் என்று தெளிவாக நமக்குப் பிடிப்படும். இதுதான் யாழி யார் பாக்கமாக இருந்து அவர் கவிதையைத் தொடங்குகிறார்.

புத்தர் ஆசனமிட்டு உட்கார்ந்து இருக்கிறார். மடி மீது கையை வைத்து. யசோதா புத்தர் போய் விட்டான் என்ற கலகத்தில் மனபிறழ்ச்சி உள்ளாகிறாள். மனபிறழ்ச்சி உள்ளாகிச் சுற்றிச் சுற்றி வருகிறாள். வரும் போது எதிரே புத்தர் உட்கார்ந்து கொண்டிருப்பதைப் பார்க்கிறாள். கையில் அவளிடம் ஒரு விளக்கப்பட்ட கனி இருக்கிறது

யசோதா கையில். அவனைப் பார்க்கிற போது அவன் கேட்கிறவனைப் போலவே பார்க்கிறான், அவனுடைய கையைப் பார்க்கிற போது கேட்கறவனாவே தெரியுது. எனவே தன்னுடைய கையில் இருந்த கனியைப் புத்தருடைய கையில் வைத்து விட்டுப் போகிறாள் மனபிறழ்ச்சியுற்ற யசோதா. கண் திறந்து பார்த்த புத்தர், கையில் இருக்கக் கூடிய கனியைக் கடித்துப் புசிக்க ஆரம்பிக்கிறார். பூமி அதரத் தொடங்குகிறது. மீண்டும் யசோதா தன் இளவரசி கோலத்தில் முன்னே வருகிறாள். அந்தப் பழைய வாழ்க்கை, இழந்து போன வாழ்க்கை, விடுப்பட்டு போன வாழ்க்கை அது மீண்டும் யசோதரைக்கு தொடர வேண்டும் என்று யாழி விரும்புகிறார். எனவே அவர் யசோதராவின் பக்கம் இருந்துதான் கவிதையை எழுதுகிறாரே தவிரத் தத்துவார்த்தமான புத்தரிடமிருந்து அவர் கவிதையை எழுதவில்லை. எனவே அங்கிருந்துதான் தனது எழுத்தைத் தொடங்குகிறார்.

மேலும் இன்னொரு முப்பத்தியொன்பதாவது பக்கத்தில் ஒரு பலூன் இருக்கு வெடித்துச் சிதறுது, தன்னை வெடித்துச் சிதறிய பலூனாகவே பாவித்துக் கொண்டு என்னுள் இருந்த காற்று எங்கே? என்று தேடுகிறார். அப்பப் பார்த்தீங்கன்னா ஒரு கவிஞன் வெடித்துச் சிதறக் கூடிய, ஒடுக்கப்படுகிற, தாழ்த்தப்படுகிற, அல்லது பாதிப்புக்குள்ளாகிற ஆணா, பெண்ணோ யார் பக்கமாக இருந்தோ அவன் தன் கவிதையை வெவ்வேறு மொழிகளில் எழுதிச் செல்கிறான். எனவே அவன் சிறந்த கவிஞன் என்பதற்கான அடையாளத்தோடு அவன் எழுதியிருக்கான் இந்தத் தொகுப்பு முழுக்க.

முப்பத்தியாறாவது பக்கத்தில் ஹிட்லர் எலியாகிறார் என்ற ஒரு கவிதை இருக்கிறது. கிட்டத்தட்ட ஒரு நவீன நாடகத்தை உள்ளடக்கிய ஒரு கவிதையாகதான் தெரியும். அரஸ்ட் பண்ணி இருப்பாங்க, கைதியை அரஸ்ட் பண்ணி இருப்பாங்க, ஹிட்லர் இசையைக் கேட்டு ரசித்துக் கொண்டே இருப்பார். அதுல ஒரு வரி வரும். இசையை ரசித்தப்படி இருக்கும் ஹிட்லர், இசையை லயத்த படி இருக்கும் ஹிட்லர் என்ற வரி வரும்.

நண்பர்களே தொன்னூறுகளில் வெங்கட் சாமிநாதன் ஒரு கட்டுரை எழுதி இருந்தார் ஹிட்லரைக் குறித்து. அதில் ஹிட்லரின் இசைஞானம் குறித்து எழுதப்பட்டிருக்கும். அது மிகுந்த சர்ச்சைக்குள்ளாகப்பட்ட கட்டுரையாக அப்போது இருந்தது. இவ்வளவு மோசமான மானுடத் தன்மையற்றவன் எப்படி ஒரு இசையை ரசிக்க முடியும். இசையை லயிக்கிறவன், இசையை ரசிக்கறவன் ஒரு மானுட நியாயம் உள்ளவானகதானே இருக்க முடியும். எனவே, ஹிட்லருக்கும்

இசைக்கும் சம்பந்தம் இல்லை என்தாக ஒரு வாதம் விவாதங்கள் அப்போது நிகழ்ந்தது. வெங்கட் சாமிநாதன் ஹிட்லரின் இசைஞானம் குறித்து ஒரு கட்டுரை எழுதியிருப்பார். இங்கும் யாழி ஹிட்லர் இசையை ரசித்தப்படி இருக்கிறார் என்கிற ஒரு வரி வருகிறது. எதிரே தப்பித்து ஓடியவனை அடித்துக் கொண்டு வரும் போது ஹிட்லர் முன் கொண்டு வரும் போது அடி வாங்கியவன், விரைப்பாக பார்க்கிறான். அவன் பார்வையில் பூனையின் சாயல் தெரிகிறது. அடிவாங்கியவனின் பார்வையில் பூனையூனுடைய சாயல் தெரிகிறது, முறைச்சு பார்க்கிறான். நீங்க கூடப் பாருங்க, ஒரு பூனையை நேருக்கு நேரா நின்னு பாருங்க, பாக்க முடியாது. ஒரு யாரும் இல்லாத அறையில் பூட்டப் பட்ட அறையில் நீங்கள் ஒரு பூனையோடு இருந்து பாருங்கள் நீங்கள் சின்னாபின்னமாகி விடுவிர்கள் பூனையை நீங்கள் நேருக்கு நேர் பார்க்க முடியாது. அதனுடைய கண்ணின் தீட்சண்யம் அப்படியானது. அவன் பூனையைப் போலக் கண்கள் இருந்ததை டக்கென்று ஹிட்லர் அவனுடைய கைகளில் இருந்த கோளை விட்டு விட்டு எலியாக மாறுகிறார். என்று அவர் கவிதையை முடிக்கிறார்.

உங்கள் பார்வை பூனையாக இருக்கும் பட்சத்தில் எதிராளி எலியாகதான் மாறுவான். நீங்கள் எப்போதும் பூனையாக இருக்க வேண்டும் என்பதை அந்த முப்பத்தியாறாவது பக்கத்தில் எழுதுகிறார்.

அந்தக் கவிதை இப்படியாகத்தான் ‘வலியுடையவுனுடைய கண்கள் பூனையாகிற போது ஆதிக்கத்தின் பிம்பம் எலியாகப் போகும்.’ இதுதான் அந்தக் கவிதையில் அவர் சொல்ல வருகிற காட்சி

நிறமிழக்கும் தனிமை என்கிற ஒரு கவிதை இருபத்தொன்பதாவது பக்கத்தில் இருக்கிறது. தனிமைக்கு வெவ்வேறு நிறங்களைக் காட்டிக் கொண்டே வருகிறார். வானத்தில் நீலமாக, அந்தியில் சிவப்பாக, இருளில் கறுப்பாக, என்று தனிமைக்குப் பல நிறங்களை, தனிமைக்கு அவருக்கல்ல தனிமைக்குப் பல நிறங்கள் இருப்பதாகக் காட்டுகிறார். ஒரு பறவை பறந்து கொண்டே இருக்கிறது. வெவ்வேறு இடங்களில் தனிமையில் பறந்து கொண்டே இருக்கிறது. வெவ்வேறு இடங்களில் வரும் பொழுது தனிமையுனுடைய நிறங்கள் வெவ்வேறாக இருக்கிறது. அது ஒரு மரத்தைக் கவ்வுகிற போது வானத்தில் பறந்து கொண்டிருக்கும் போது தனிமையாக இருக்கிறது, வெவ்வேறு தனிமைகளின் நிறங்களைப் பெற்றிருக்கிறது. அது கீழே இறங்கி ஒரு மரத்தைக் கவ்வுகிற போது தனிமை நிறம் இழக்கிறது என்று எழுதுகிறார்.

நண்பர்களே ஓவியர் சந்துரு ஆனந்த விகடனில் மகுடேஸ்வரன்னு நினைக்கிறேன் அவருடைய கவிதைக்கு ஓவியர் சந்துரு ஒரு படம்

வரைந்திருந்தார். அந்தக் கவிதை எப்படி இருக்கும்னா வானத்துல ஒரு பறவை பறந்துட்டே இருக்கு அது தனிமையில் அவதி படுகிறது என்கிற தோரணையில் அந்தக் கவிதை இருக்கும். தனியா ஒரு பறவை வானத்துல சுத்திட்டு இருக்கும் துணையில்லாம, அது பறவையின் தனிமை என்று எழுதி ஒரு கவிதை. அதுக்குச் சந்துரு போட்ட ஓவியம் என்ன தெரியுமா? ஒரு இலை பூச்சி பச்சை பசேலென ஒரு இலை அதுல ஒரு இலை பூச்சி இலை இருக்குதா? பூச்சி இருக்குதான்னு தெரியாத மாதிரி ஒரு காட்சி இது எனக்கு ஒன்னும் விளங்கல, அவரு தனியா பறவை வானத்துல பறக்குது அவரு எழுதினாரு இவரு எதுக்கு எலையை வரைஞ்சுட்டு அதுக்குள்ள இலை பூச்சியை வைச்சுயிருக்காரு, எப்பவுமே எதிர்வினை புரியறதுல சந்துரு மாஸ்டர் இருப்பாரு. நான் நேரா வீட்டுக்குப் போய்க் கேட்டேன். இது என்ன மாஸ்டர் புரியவேயில்லன்னு, அந்தக் கவிதையே தப்புடா? வானத்துல இருக்கும் போது பறவை தனிமையில இருக்குதுன்னு எப்படிடா சொல்ல முடியும். அதுக்கு எல்லாமே அதுதான். வானம்தான் பறவைகானது ஒத்தையில இருக்கிறதால அது தனிமையில இருக்குதுன்னு முடிவு பண்ணிடுவியா? உன்னுடைய தனிமையைப் பறவையின் மீது ஏத்திப் பாக்கற, ஒரு இலை பூச்சி தனியா இலையில இருந்தா அது தனிமையா? இலையோடதான் இலை பூச்சி இருக்கனும். வாழ்வாதாரம், இருப்பு எல்லாம் அங்கதான் இருக்கு. அது தனிமையில இருக்குதுன்னு எப்படிச் சொல்ல முடியும். உன்னுடைய தனிமையை அதனுடைய தனிமையாக ஏற்றிப் பார்க்கக் கூடாது. என்று திட்டுவதற்காகதான் அந்தப் படத்தை வரைஞ்சேன் என்று சொன்னார்.

அந்தத் தனிமை இப்போது ..இங்கே ஒரு பறவை பறந்து கொண்டே இருக்கிற போது அதன் கால்கள் மரத்தைப் பற்றுகிற போது தனிமை நிறம் இழக்கத் தொடங்குகிறது என்று எழுதுகிறார். அப்போது தனிமையின் நிறம் என்ன? இதுதான் இந்தக் கவிதையின் அறிவிக்கபடாத மௌனமாக இருக்கிறது. அப்படியென்றால் தனிமையின் நிறம் என்ன?

முப்பத்தியாறாவது பக்கத்தில் ஹிட்லரின் கவிதையில் ஒரு பூனை வருகிறது. நாற்பத்திரெண்டாவது பக்கத்தில் பூனையில்லா நகரத்தில் ஒரு பூனை வருகிறது. ஐம்பத்திமூணாவது பக்கத்தில் ஒரு கருப்பு பூனை வருகிறது. அந்தக் கவிதை வாசிக்கத் தகுந்த கவிதை ஐம்பத்திமூணு.

நண்பர்களே அதற்குப் பெயர் சதுரங்கம் இதனோடு ஒட்டிய ஒரு செய்தி இருக்கிறது அதனை அப்புறம் சொல்றேன்.

சதுரங்கம், கருப்பு வெள்ளை கட்டங்களில்(சதுரங்கத்துல கருப்பு வெள்ளை கட்டத்துல) உன் வெள்ளை புறாவும் என் கருப்பு பூனையும் அவ்வளவுதான் கவிதை. மூணே வரிதான் கவிதை சதுரங்கம், சதுரங்கம் எதனுடைய குறியீடுன்னு நீங்க தீர்மானித்துக் கொள்ளலாம். வெள்ளை கட்டத்தில் உன்னுடைய வெள்ளை புறா? கருப்பு கட்டத்தில் என்னுடைய கருப்பு பூனை என்று அந்தக் கவிதை முடிகிறது. இப்போது நாம் நிறங்களில் ஒற்றுமை இருந்தாலும் செயல் வினை வெவ்வேறானது. நான் இப்படி வாசிச்சு இருக்கேன். சதுரங்கத்தில் உனது சமாதானமும் அவரு சொல்டாரு வெள்ளை கட்டத்துல வெள்ளை புறாவா இருக்கிற, நான் கருப்பு கட்டத்துல என் கருப்பு பூனை இருக்கு.. சதுரங்கம் ஆட்டம் முடிச்சிட்டாரு. இதை அப்படியே நான் ஒத்துக்க முடியாதுயில்ல எனக்கு என்னவோ தோணுதுன்றதுதானே வாசிப்பு. நான் இப்படிப் பாக்கறேன். நிறங்களின் ஒற்றுமை, நிறங்களில் ஒற்றுமைகள் இருந்தாலும் செயல் வினைகள் வெவ்வேறானவை. சதுரங்கத்தில் உனது சமாதானமும் எனது வேட்டையும், இது எப்படிச் சாத்தியம் என்பதைதான் அவர் காட்டுகிறார்..

நண்பர்களே கல்கி சிறுகதைப் போட்டியில் அசோகமித்திரன் கலந்து கொண்டு ஒரு கதை எழுதியிருந்தார். அதுல சாய்பாபா வண்டி வைச்சுக்கிட்டு பிச்சை எடுத்துட்டு போவாங்க பார்த்திங்களா அவங்களை பத்தியான கதை அது அதுல ஹார்மோன் வாசிச்சுனு வருவான். அது வேற கதை ஆனா விசயம் என்னன்னா? ஹார்மோன வச்சு ஒத்த வரி உள்ள போகும். அதுதான் அந்தக் கதையுனுடைய அல்லது அதை எழுதியுனுடைய அரசியல் என்ன வரி போகும்னா? அவர் சொல்வார் அசோகமித்திரன் பெரிய ஜாம்பவனா இருக்கட்டும் அது நமக்கு அவசியமில்ல ஹார்மோனியப் பெட்டியில் கூடக் கருப்பு கட்டைகள் எப்படி மேலே நிற்கிறது, ஹார்மோனியப் பெட்டியில கருப்பு கட்டமெல்லாம் மேல இருக்கும். வெள்ளக் கட்டக் கீழ இருக்கும். கருப்பு கட்டை ஏன் மேலே இருக்கிறது என்பது இன்னமும் புரியாத புதிராக இருக்கிறது என்று ஒரு வரி போகும். கருப்பு கட்ட யாரு? நாங்களா? யாரு கருப்பு கட்ட? ஹார்மோன் பெட்டியில் கூடக் கருப்பு கட்டைகள் மேலே நிற்கிறது, இந்தக் கருப்பர்கள், இந்தத் திராவிடர்கள் எப்பொழுதும் எல்லாவற்றிலும் மேலே இருக்கிறார்கள் என்பதனுடைய குறியீடா? அல்லது அதன் அரசியலை அது பேசுகிறதா? கதை வேறு உள்ளே வருகிற ஒற்றை வரி மட்டும்தான் எடுத்துக்கொண்டு சொல்கிறேன். இப்படிக் கருப்பு என்று வருகிற எல்லா இடத்தலேயும் நீங்கள் கவனமாக வாசிக்க வேண்டும். அது பூனையாக இருந்தாலும் சரி,

கருப்பு கட்டையாக இருந்தாலும் சரி அது அரசியல் சார்ந்த விசயமாக இருக்கும் என்பதை நீங்கள் அவதானித்துதான் கவிதையைப் படிக்க வேண்டும்.

நண்பர்களே ஆகச் சிறந்த கவிதையாக ஒரு கவிதையை, எனக்குப் பிடித்த கவிதையைச் சொல்லி விட்டு இதை (இன்னும் நேரம் இருக்கு நேரம் கருதியும், சூழல் கருதியும் குறைத்துக் கொள்கிறேன்.) ஐம்பதாவது பக்கத்தில் யாழி எழுதிய ஒரு கவிதை. கவிதை வாசிக்கிறேன். திருப்பி அமிர்தம் சூர்யாவோட கோணார வாசிக்கிறேன். திருப்பி உங்களுக்குக் கவிதையை வாசிக்கிறேன். அதுக்குள்ள அவருடைய திறன், திறமைப்பாடுயெல்லாம் தெரிந்து விடும்.

கவிதையுனுடைய தலைப்பு மோனப் பொழுது

புதிர்களின் முடிச்சுகளை அவிழ்த்துக்கொண்டிருக்கிறாய்.

யாருன்னு தெரியாது நெகிழ்ந்து கொடுக்கிறேன்

உபரிகளற்ற பொழுதுகளா மாறுகிறது மோனப் பொழுது

இப்ப பாருங்க....

புதிர்களின் முடிச்சுகளை அவிழ்த்துக்கொண்டிருக்கிறாய் நீ

நெகிழ்ந்து கொடுக்கிறேன் நான். இந்த நீ, நான் மட்டும் சேர்க்கிறேன். அந்த நீ, நான் மட்டும்தான் அங்க மௌனமாக இருக்குக் கவிதையில் இருக்கக் கூடிய மௌனம் அதுதான். புதிர்களின் முடிச்சுகளை அவிழ்த்துக்கொண்டிருக்கிறாய் நீ, நெகிழ்ந்து கொடுக்கிறேன் நான் உபரிகளற்ற பொழுதுகளாக மாறுகிறது மோனப் பொழுது கவிதை முடிஞ்சுடுச்சு.

இப்ப நான் உள்வாங்கிகிட்டது. இந்தக் கவிதையை எப்படி வாங்கிகிறேன். உதிரி என்பது வேறு, உபரி என்பது வேறு. இவர் சொன்னது உபரி ஒரு சின்னச் சொல் கூட ரொம்ப முக்கியம் உபரி, உதிரியல்ல உபரி. வாழ்வு நம்மை உபரியாக்கிவிடக் கூடாது. இதுக்கு என்னுடைய கோனார்.

வாழ்வு நம்மை உபரியாக்கி விடக் கூடாது.

உபரியாக்காமல் மாற்றுவது எது?

நம்மை உபரியாக்காமல் மாற்றுவது மோனப் பொழுது.

மோனப் பொழுது எப்போது வாய்க்கும்.

நெகிழ்ந்து கொடுக்கிற போது மோனப் பொழுது வாய்க்கும்.

எப்போது நெகிழ்வது முடிச்சு

அவிழ்கிற போது முடிச்சு

எதனால் ஆனது.

புதிர்களால் ஆனது.

ஆக உபரியாகாமல் மாற்றுவது எது

மோனப் பொழுது.

மோனப் பொழுது எப்போது வாய்க்கும்

நெகிழ்ந்து கொடுக்கிற போது

எப்போது நீ நெகிழலாம்

முடிச்சு அவிழ்கிற போது

முடிச்சு எதனால் ஆனது.

புதர்களால் ஆனது.

ஒரு போதும் உபரியாக நீ இராதே. என்பதுதான் இதற்கான என்னுடைய கோனார் உரை. இப்போது அவருடைய கவிதையை மீண்டும் வாசிக்கிறேன்.

புதிர்களின் முடிச்சுகளை அவிழ்த்துக்கொண்டிருக்கிறாய். நெகிழ்ந்துக்கொடுக்கிறேன். உபரியற்ற பொழுதுகளாய் மாறுகிறது மோனப் பொழுது.

நணபர்களே ஒரு கவிதையை நம்முடைய அனுபவத்தில்தான் வாசிக்க வேண்டுமே அல்லாது அவர் என்ன சொல்லி இருப்பார் என்று தேடிக் கொண்டிருக்கக் கூடாது. வாசிப்பு என்பது அவ்வாறு ஆனது தான்.

இந்தத் தொகுப்பிலே கொம்புகளுக்கு ஆசைபடும் மொட்டை மாடு, கிரீடத்தை வெறுக்கும் சிரசு, சதுப்பு நிலத்தில் வலது காலை வைக்கும் ஒட்டகம், தாகம் அறியாக் குடத்தில் நீர், வயதான கடவுள், கோலி விளையாடும் சாத்தான், நேற்றைகளால் ஆன அறை, ரொம்ப அழகான ஒரு படிமம் பாருங்க கூட்டுக்குள்ளிருந்து குழல் நீட்டும் சஞ்லங்களின் நத்தை, அந்த நத்தை நீங்க வெளியே நீட்டியிருக்கிற பார்த்தீருப்பீங்கள்ல முன்னையும் பின்னையும் அந்தக் காம்பு, உணர் கொம்பு அலைஞ்சுட்டு, நீட்டிட்டு இருக்கும் பாருங்க, அது எப்படி ஆடுதுன்னு சஞ்சலத்தில், அந்தக் கொம்பை நீங்க கற்பனை பண்ணாதான் தெரியும் நத்தையுனுடையது கூட்டுக்குள்ளிலிருந்து குழல் நீட்டும் சஞ்சலங்களின் நத்தை என்று படிமங்களை நிறைய இவர் உலா வருகிறார் நண்பர்களே கேவல் நதி என்ற இந்தத்

தொகுப்பு வாசிப்பதற்குமட்டுமல்ல அடுத்த கட்டத்தில் அவர் இன்னும் சிறந்த கவிஞனாக வலம் வருவதற்கான சாத்தியங்களையும் கொண்டிருக்கிறது என்பதற்கான எல்லாச் சாட்சியங்களையும் உள்ளடக்கியதாக இருக்கிறது

கேவல் நதி என்கிற இந்தத் தலைப்புக்கான ஒரு கவிதையில் மழைபெய்யும், ஒரு பாறை மேல, ஒரு கல்லு மேலச் சில ரத்தத் துளிகள் காய்ந்து கிடக்கும், அந்த மழை துளி விழுந்து விழுந்து காய்ந்து இருக்கக் கூடிய அந்த ரத்தத் துளியை ஈரமாக்கி, இழகுவாக்கி கரைய வைக்கும். தொடர்ந்து மழை பெய்த்து பெய்த்து அந்த ரத்தத் துளியைக் கரைத்து, இரத்தம் கரைந்து நீரோடு ஓடிக் கொண்டிருக்கும். இதுதான் காட்சி, இதுதான் விஷிவல்.

நண்பர்களே. அது சலசலத்து ஓடுகிறது என்று அந்தக் கவிதையை வாசித்தால் இந்தத் தொகுப்புக்கான ஒட்டு மொத்த விசயத்தையும் நாம் விளக்கிக் கொள்ளலாம்.

கேவல் நதி, எரிமலையின் நாவுகள் தேகத்தைத் தீண்டுவது போல இருந்தது.

அந்த ஊமை வெயில் பெரும் புழகத்திற்கு பின் சுனக்கம் காட்டிய வெயில் அழைத்து வர எத்தனிக்கிறது ஒரு மழையை(வெயில் மழையை அழைத்து வர எத்தனிக்கிறது) முகில் இருளேற்றிய சற்று நேரத்தில் விழத் தொடங்கின துளிகள் பலி பீடத்தில் கருப்பாய் உறைந்திருந்த உதிரத் திட்டுகளில் பட்டு தெரிக்கிறது மழை துளிகள் கொஞ்சம் கொஞ்சமாக உருகிக் கரைந்து பெருக்கெடுக்கிறது கேவல்களின் சலசலப்போடு நதி.

அப்படியென்றால் அந்த ரத்தத் துளி யாருடையது. கேள்வி எண் ஒன்று, அந்தக் கேவல்கள் யாருடையது கேள்வி எண் இரண்டு, இரத்தத் துளியும், கேவலுக்குச் சொந்தக் காரர் யார் என்பதைத் தெரிந்து கொண்டால், அந்த ரத்தத் துளி ஒரு நதி ஓடும் போது ஒரு சலசலப்பு வருமல்லவா? அது சலசலப்பல்ல பல்வேறுகளின் கேவல்கள், அழுகைகள் அந்தச் சலசலப்பு என்கிறார், அதற்கூடாக ஓடுகிற போது அது செம்மண் கலரா இருந்தால் நதி அது வெறும் செம்மண்அல்ல பலபேரின் ரத்தங்களைச் சாயலாகக் கொண்டு செல்கிறது என்று சொல்லிச் சொல்லக் கூடிய இந்தக் கேவல் நதி எனக்கு வாசிப்பதற்கும், இது குறித்துச் சிலாகித்துப் பேசுவதற்கும் அவன் ஒரு யாழி மிகச் சிறந்த கவிஞன்தான் நிறுவுவதற்கும் சாட்சியமாக இருக்கிறது. இந்த அற்புதமான கேவல் நதி என்ற நூலை எழுதி வெளியீட்டு இருக்கும் என் நண்பன் தோழன் யாழி அவர்களுக்கு வணக்கத்தையும் வாழ்த்துகளையும் கூறி விடைபெறுகிறேன் நன்றி வணக்கம். ▪

உளம் எனும் குமிழி - முபின் சாதிகா

இந்த அறிவார்ந்த சபையில் வீற்றிருக்கும் அனைத்துப் படைப்பாளிகளுக்கும் விமர்சகர்களுக்கும் வளமான வணக்கங்கள்.

காலம் சற்றுக் கடந்திருந்துதாலும் கூட இது வீடியோவாக ஆடியோவாகப் பதிவு செய்கின்ற காரணத்தால் இது ஒரு ஆவணமாக இருக்கக்கூடும் என்பதால் என்னுடைய பேச்சைச் சுறுக்காமல் அப்படியே பதிவு செய்ய விரும்புகிறேன்.

நண்பர்களே முபீன் சாதிகாவினுடைய இரண்டாவது புத்தகம் இது. முதல் புத்தகம் வெளியிடுகிறபோது அன்பின் ஆறாம் மொழி, ஜமாலன், நான், இந்திரா பார்த்தசாரதி தமிழச்சி தங்கபாண்டியன் நான்கு பேர் பேசினோம். இப்போது இரண்டாவது புத்தகத்துக்கும் அதே ஜமாலன் நான் ஏனென்றால் வேர் ஆள் கிடைக்காது, ரொம்பக் கஷ்டமான லாங்குவேஜ் அவங்களது, ஏன்னா நான் சொல்லச் சொல்ல அது தெரிஞ்சு போய்டும். அது வாசிப்பதற்கே கடினமானது. அது கடினமா இருக்கு, எது கடினமாக்குது என்பதைப் பற்றித்தான் பேசப் போகிறோம்.

ஒரு நவீன ஓவியத்தை யார் வேண்டுமானாலும் வரைந்து விடலாம் ஆனால் அர்த்தம் சொல்ல முடிந்த ஒரு ஓவியனால் மட்டுமே அதை விற்க முடியும் என்பார் ஓவியர் சந்துரு. இவருடைய கவிதைகளும் அப்படித்தான். இவரைப்போல நீங்கள் சர்வசாதாரணமாக எழுதி அவரைப்போல் எழுதிவிட்டேன் என்று உங்களால் சொல்லிவிட முடியும். ஆனால் ஒருபோதும் அவர் தொட்டு இருக்கக்கூடிய படிம எல்லைகளைத் தொன்மைகளை நீங்கள் தொடமுடியாது. பார்ப்பதற்கு அவரைப் போல உங்களால் எழுதிவிட முடியும்.

பல நவீன கவிதைகள் கவிஞர்களால் கொண்டாடப்படுவதை விட விமர்சகர்களால் தான் விமோசனம் அடைந்திருக்கிறது என்பதை

நீங்கள் அறிவீர்களா தெரியாது. அதுவும் கூட ஒரு வகையான குழு அரசியல்தான். நவீன கவிதைகளில் பல்வேறு உத்திகள் மொழிதல் முறைகள் இருக்கிறது. முபின் சாதிகானுடையது. என்னுடைய சிற்றறிவுக்கு எட்டிய வரை அது போஸ்ட் மாடனிஸம் கவிதையாகவே நான் புரிந்துகொள்கிறேன்.

நண்பர்களே எனக்குக் கடலுணவு மிகுந்த விருப்பமானது. வாரத்தில் நான்கு நாட்கள் கடல் உணவு சாப்பிடக் கூடியவன் நான். எனக்கு இந்த உணவுகளில் கடல் சார்ந்த உணவுகளிலேயே நண்டு என்பது எனக்கு விசேஷமான ரொம்ப விருப்பமான உணவு முபீன் சாதிகா கவிதைக்கும் நண்டுக்கும் என்ன சம்பந்தம்.

நண்பர்களே நான் ஒரு ஹோட்டலுக்குத் தோழியோட போனேன் ரொம்ப நாள் ஆயிருச்சு, ரெண்டு வாரம் ஆயிபோச்சு நண்டு சாப்பிடலாம்னு, தோழிதான் ஆர்டர் பண்ணி இருந்தாள், நல்ல ஓட்டல் காஸ்ட்லியான ஹோட்டல் முட்டை பொடிமாசும் நண்டும் சொல்லியிருந்தா, எனக்கு நண்டு. ரொம்ப நேரம் வெயிட் பண்ணிட்டு இருக்கிறேன் நண்டு வந்த பாடக் காணோம், அப்போ பக்கத்திலிருந்த தோழி சொன்னாள் 'நீ கேட்ட நண்டு வந்துடுச்சி, இன்னும் சாப்பிடலையா?' பாக்குறேன் பொடிமாஸ் மாதிரியே நண்ட வச்சிருக்கான், அவனே உடைச்சி உள்ள இருக்குற சதையை மட்டும் வைச்சு பெப்பர போட்டு, பொடிமாஸ் மாதிரி வச்சிருக்கான். நண்ட அப்படிச் சாப்பிடக்கூடாது, நண்டு மேல இருந்த காதலே போயிடுச்சு. நண்டைப் பெரும்பாலும் சாப்பிடுவது என்பது கிட்டத்தட்ட முபின் சாதிகானுடைய கவிதையை உள் வாங்குவது போன்றது. முதல்ல அந்த மசாலாவைக் கைகாலெல்லாம் விரிச்சுக்கிட்டு பார்க்கப் பயங்கரமாக இருக்கும். முதல்ல அதைத் தட்டனும் தட்டுல கீழ, ஒட்டி இருக்கிற மசாலாவயெல்லாம் கீழக் கொட்டனும், அதற்குப் பிறகு அந்த நண்டை உடைச்சு வாயில எங்கயுமே குத்திடாதபடி, அந்த நண்டுனுடைய முள் குத்திடாதபடி அந்த மசாலாவை விழுங்கனும். அப்புறம் ரொம்ப நசிக்கறவும் கூடாது பல்லுல, லேசா நாலா பக்கமும், ரெண்டு பக்கமும் உடைக்கணும் பல்லால, ஒரு கை இல்ல ரெண்டு கையைக் கூட நீங்க பயன்படுத்தலாம்.அதற்குப் பிறகு அதை உடைச்சு உள்ள இருக்கிற சதையை எடுக்கும்போது பச்சக்கன்னு நண்டு வேக வச்ச சாறு வரும் பாரு அதை உறிஞ்சனும், அப்புறமாத்தான் நீங்க அந்த நண்டைச் சாப்பிடணும்.

அந்த மாதிரிதான் முபீன் சாதிகாவனுடைய கவிதைகளை முதலில் தலைப்பைப் பார்க்கணும், அப்புறம் அதில் இருக்ககூடிய சொற்கள் சொல்லாடல்கள் அது எந்த மாதிரியாக இருக்குதுன்னு உடைக்கணும். அப்புறம் அந்தச் சொல்லாடல், சொற்கள், படிமங்கள் எதனோடு

சம்பந்தப்பட்டு இருக்கக்கூடும் என்று நீங்கள் அறிந்து விட்டீர்களானால் அந்தக் கவிதையின் உயிர்நாடியான பச்சக்குன்னு ஒருசாரு வருது பாரு அதை நீங்க குடிச்சுடுவீங்க, அதற்குப் பிறகு நீங்க அது உள்ளே இருக்கக்கூடிய சதையை எடுத்து உண்டுவிட்டால் சில நேரங்களில் வாய் கிழிக்கக்கூடும், ரத்தக் கசிவு வரும் ஆயினும் ஒரு நண்டு சாப்பிட்ட உணர்வு உங்களுக்கு நிச்சயம் கிடைக்கும்.

முபீன் சாதிகானுடைய கவிதையை நான் நண்டு சாப்பிடுவதோடுதான் ஒப்பிட விரும்புகிறேன்.

நண்பர்களே அவருடைய கவிதைகளை நீங்கள் படித்து அதை உள்வாங்குவதற்கு முன்பாக அவரைப் பற்றி நீங்கள் ஒரு பிம்பத்தை உருவாக்கிக் கொண்டால்தான் இந்தக் கவிதைக்குள்ளாக இன்னும் தீவிரமாக வந்த அமர்வதற்குச் சாத்தியங்கள் பெறக்கூடும்.

முபின்சாதிகாவும் நானும் பேஸ்புக் சேட்ல பேசிக்கிட்டோம். நான் கேட்டேன் அவங்க பேஸ்புக் சாட்ல கொடுத்த பதில்களை அப்படியே வாசிக்கிறேன் பாருங்கள். இத அவர் அனுமதியோடு தான் இங்கு வெளியிடுகிறேன்.

“தோழி உன் கவிதை வகைப்பாடு என்ன.. போஸ்ட் மாடனிஸமா?”

“சூர்யா எப்படி வேணுமானாலும் வைத்துக் கொள்ளுங்கள் படைப்பைப் பொருத்தவரை வகைப்பாடுகளை நான் நம்புவதில்லை வருவதை எழுதுகிறேன்..

(இந்த வார்த்தையெல்லாம் நீங்க ரொம்பப் பாக்கணும் ஏன்னா இது ரொம்ப முக்கியமானது)வருவதை எழுதுகிறேன் வகைமைக்குள் பொருந்தி விட்டால் அது விமர்சகரின் வெற்றி”

“திட்டமிட்டுத் தானே இப்படி எழுதுகிறாய்”.

“எப்போதும் திட்டமிடுவது இல்லை எனக்கு ஏன் இப்படி ஒரு மொழி வருகிறது என்பதை என்னால் புரிந்து கொள்ளவே முடியவில்லை”

“இது யதார்த்த நவீன கவிதை போல் இல்லையே, இது மனச் சிக்கலில் வந்து முடியாதா தோழி”

“சன்னதம் வருவதுபோல் மொழி என்னுள் புலபடியா வந்து சேரும். அதை எழுதிப் பார்ப்பேன் அது இப்படிக் கவிதையாக மாறியிருக்கிறது.

(ரொம்ப முக்கியமான வரி இதெல்லாம்) ஒருமுறை எழுதிய கவிதையை ஒருபோதும் திருத்த மாட்டேன், ஒரு சொல் மாற்றாமல்

அப்படியே பதிவிடுவேன்"

"அப்படி என்றால் சாமியாடுவது போல் வந்து இறங்குகிறது என்கிறாயா? அப்படியானால் அது உன் கவிதை இல்லையே?"

"அது என்னை எழுத வைக்கிறது என்றும் சொல்லலாம்."

"ஏன் இப்படி?"

"97 ஆம் ஆண்டு ஷிலிப்பேரலிஸை போல ஒரு முனி வந்து அழுத்துவதைப் போல என் மீது அனுபவம் வந்து அழுத்தியது அதற்குப்பின் நான் எழுத ஆரம்பித்தேன்."

"அமானுஷியத்தில் நம்பிக்கை உண்டா முபின்?"

"வேற்றுகிரகவாசிகள் பற்றிய நம்பிக்கை உண்டு சூர்யா"

"கவிதை உலகில் நீ வேற்றுகிரகவாசி தான் முபின்"

"இருக்கலாம் என் ஜீனில் வேற்றுகிரகவாசிகள் ஏதோ செய்து கலந்து இருப்பார்கள் நான் நம்புகிறேன்."

"உன் கவிதையைப் பற்றி பேசுவது எனக்குச் சவால்"

"அதனால்தான் உன்னை அழைத்து இருக்கிறேன் சூரியா."

"என் அர்த்தம் எப்படியும் அர்த்தமாகும்"

"தெரியவில்லை ஒரு வேலை அது புதிய அர்த்தத்தை நோக்கிக் கூட என்னை நகர்த்தலாம்."

"உன்னை யாரும் கொண்டாட மாட்டார்கள் முபின்"

"அதற்காக நான் எழுதவில்லை சூர்யா"

"எதைக் கண்டறிய இப்படி எழுதுகிறாய்"

"ஒருபோதும் தெரியவேயில்லை

"இந்த மனோபாவம் திருமணப் பந்தத்தைத் தகர்க்காதா?"

"அதற்கான தேவையும் அவசியமும் எனக்கு இல்லவே இல்லை".

"நீ சகஜ வாழ்க்கையை வாழவில்லை என்று நம்புகிறேன் முபின்"

"வாழ்வே எனக்குச் சகஜமாக இல்லை சூர்யா."

"நீ வேற்றுக்கிரகவாசி போல் சில நேரம் தோன்றுகிறாய்."

"இருக்கலாம் இது இந்த உரையாடல் எனக்கான ரகசியமா?"

"இல்லை நீ இதை யாரிடம் வேண்டுமானாலும் பகிர்ந்து கொள்ளலாம்"

இதுதான் முபின் சாதிக்காவுக்கும் எனக்கும் நடந்த உரையாடல். இப்பொழுது அவர் எப்படிக் கவிதை எழுதுகிறார், அவருடைய கவிதையின் செயல் என்ன? அவர் கவிதை எதற்காக எழுதுகிறார், அவரை எழுத வைப்பது எது என்கின்ற எல்லா விவரங்களும் ஒரு ஆவணமாக உங்கள் முன் பதிந்து இருக்கக்கூடும்.

நண்பர்களே இப்போது குறிப்பாக மூன்றே மூன்று கவிதைகளை மட்டும் அவர் எப்படி எழுதி இருக்கிறார் என்பதை உங்களுக்குச் சொல்ல விரும்புகிறேன்.

27 வது பக்கத்தில் ஒரு கவிதை வருகிறது . 'ஏவாளுக்குத் திரும்புதல்' இது மூன்று விதமான கவிதைகள், அதன் உள்ளே இருக்கிறது. ஒவ்வொரு கவிதையும் மூன்று விதமான கட்டுமானத்தில் அவர் அமைக்கிறார். ஒரு கவிதையை மூன்றுவிதமாக எழுதிப் பார்க்கிறார். ஒன்று தனி மொழி என்று எழுதுகிறார் ரெண்டு வரியில, இன்னொன்றை நின் மொழி என்று எழுதுகிறார் ரெண்டு வரியில, இன்னொன்றை எம் மொழி என்று எழுதுகிறார். ஒரே கவிதையை மூன்று விதமாக எழுது பார்க்கிறார்.

கிட்டத்தட்டஇது எப்படிப் புரிந்துகொள்வது என்று கேட்டாள், உயிரெழுத்து, மெய்யெழுத்து, உயிர்மெய்யெழுத்து என்று நீங்கள் ஒரு வரிசையாக அடுக்கி விட்டீர்கள் என்றால் அது தனி மொழி. அது பேசிக்.

நின் மொழி என்றால் சராசரி மக்களாகிய நாம் எழுதக்கூடிய மொழி நின்மொழி, உங்கள் மொழி அவங்க சொல்றாங்க, எம்மொழி யாரு? முபின் சாதிகா சொல்றாங்க 'இப்ப நான் சொல்றேன் பாரு கவிதை' என்று மூன்று விதமாக அவர் ஒரே விஷயத்தை எழுதிப் பார்க்கிறார்.

உதாரணத்துக்கு உயிர்மெய் எழுத்துக்களையெல்லாம் போட்டு விடுகிறோம் அது தனி மொழி. அறம் செய்ய விரும்பு என்று எழுதினால் அது உங்கள் மொழி நின்மொழி, இதையே முபீன் சாதிகா எழுதினால் எம்மொழி. அவர் எப்படி எழுதுவார்? 'விரும்பு செய் ம் அற' அவ்வளவுதான். அறம் செய்ய விரும்பு என்று எழுதினால் அது உங்கள் மொழி. நல்லா தெளிவா இருக்கும். முபின் சாதிகா எழுதினால் எம்மொழி. அவர் எப்படி எழுதுவாரு விரும்பு செய் ம் அற, உள்ளே கவிதையே நீங்கள் போய்ப் பார்த்தீர்களானால் இந்தப் பாணியில்தான் எல்லாக் கவிதையும் இருக்கும்.

ஒரு கவிதை மட்டும் எப்படி அவர் அமைத்திருக்கிறார் என்று பார்த்தேன். 27 ஆவது பக்கத்தில் தனிமொழி

உய்யவும், உய்யுமோ, உயவின், ஊற்றினில் துய்யாது துய்யும் தூயது.

இது முடிஞ்சு போச்சு இதான் பேசிக்.

எல்லாமே வச்சுட்டாங்க வரிசையா, இப்ப இதுல இருந்து தான் செய்யப் போறாங்க அவங்க, எம்மொழி அவங்களுடைய மொழி வாசிக்கிறாங்க பாருங்க

ஊன்கணிகை திரளும் காந்தில்

உன்கலை தொடரக் குற்றினில்

தன்னிது பாயப் படரும் தாகத்தில்

மன்னும் தோய்ந்து மாய

ஏதாவது விளங்குச்சா எப்படா விட்டா போய்டும்ன்ற மாதிரி ஆயிடும்.

பாருங்க எம்மொழி

ஊன்கணிகை திறனும்காந்தில்- இந்த ஒரு வரி ஊன் மாமிசம், ஒரு விஷயத்தைத் தெரிஞ்சுக்கங்க தமிழ் மட்டுமே எனக்கு எழுதப் படிக்கத் தெரியும் நான் நவீன கவிதை எழுதி இருக்கிறேன் நான் புக்கு போட்டு இருக்கிறேன் என்றெல்லாம் இந்தக் கவிதையைப் படிச்சிட்டு விளக்கம் சொல்லிட்டு இருக்க முடியாது. அது மட்டுமே தகுதி ஆயிடாது கவிதை எழுதறவன், நான் நவீன கவிதை எழுதினு இருக்கேன் அப்படின்னு சொல்லிட்டு இதுக்கு வந்து விளக்கம் சொல்ல முடியாது. அதுக்குத் தனியா மொழி அறிவு வேணும் ரொம்ப மெனக்கெடனும். சும்மா இந்த டகால்டி வேலையெல்லாம் இங்கே செல்லுபடியாகாது.

ஊன் -மாமிசம்

கணிகை -தாசி பெண்

ஊன்கணிகை திறனும் காந்து, காந்து னா காந்தமா? தெளிவா காந்துன்னு போட்டு இருக்காங்க. தேம்பாவணியில் ஒரு வரி வரும் 'காந்து உரைத்திசும்பு இடை கவிழும்' என்று ஒரு வரி வரும்.

அப்போ காந்து என்ற வரி தேம்பாவணியில் இருந்தா அதற்கு என்ன அர்த்தம் என்றால் வெளிச்சத்தைப் பற்றி குறிப்பிடுகிற பலவிதமான சொல்லாடலில் காந்து ஒன்று. பிரகாசித்தல் ஒளிர்தல் துளிர்தல் எரிதல் காந்து அந்தக் காந்துதான் இங்க.

ஊன்கணிகைதிரளும் காந்தில் - சரி எல்லாமே வெளிச்சத்தோடு

செய்றது. அப்பக் காந்து என்ற சொல்லுக்கு என்ன என்றால் உறைதல், நீர் எப்படி ஐஸ் கட்டிய மாறுதோ அது மாதிரி ஒளி காந்து. திறனும் காந்து. ஒளி வந்து உறைகிறது எப்படிடா வெளிச்சம் உறையும் ஐஸ்கட்டி மாதிரி நீதான் கற்பனை பண்ணிக்கணும். சரி மாமிசமாய்த் தன்னைத் தின்னக் கொடுத்து உறைந்து போதல். ஊன் கணிகை திரளும் காந்தில்.

அடுத்த வரி, உன் கலை தொடரக் குற்றினில் அது என்ன குற்றி. குற்றி என்ற சொல்லுக்கு அர்த்தம் தெரியாமல் எந்த நவீன கவிஞனும் இந்தக் கவிதையைப் புரிந்து கொண்டது என்று சொல்ல முடியாது. அப்படிச் சொன்னால் அவன் மகா ஏமாற்று காரனாக இருப்பான். குற்றினில், குற்று என்ற சொல் இதற்கான அர்த்தம் என்ன? நம்முடைய இலக்கியத்திலேயே ஐங்குறுநூறுலிலே சொல் வருகிறது. சொல்லாடல் ஆதீர்ந்து குற்றி .

ஆ என்றால் கால்நடை தீண்டு என்றால் தினவெடுத்தல். குற்று என்றால் உராய்தல். கிராமங்களிலே குளங்களிலே ஒரு பெரிய கல் தூணை நட்டு வைத்திருப்பார்கள். முங்கி எழுந்து விட்டு வந்த மாடுஅதன் மீது உராய்ந்து தன்னுடைய தினவைத் தீர்த்துக்கொள்ளும் அந்தக் கல்லுக்குப் பேரு ஐங்குறுநூறு சொல்கிறது, ஆதீண்டுகுற்றி , குற்றி என்றால் உராய்தல். குற்று என்ற சொல்லுக்கு மரக்கட்டை என்றும் பொருள் உண்டு.

இப்பொழுது நீங்கள் பாருங்கள் உன் கலை தொடர இந்தத் தாசியோடு சம்பந்தப்பட்டு வந்திருக்கு. உன்னுடைய கலைத் தொடர வேண்டுமானால் குற்றினில் உராய்ந்து, உன் தினவை அடக்கித் தன் மீது பாயப் படர் என்று முடிக்கிறார். யாரிடம்? கணிகையிடம்.

மன்னும் தூய்ந்து மாய என்று தாகத்தின் மன்னும் தோய்ந்து மாய, மன் என்பது ஆம் புரிஞ்சிடுச்சு ன்னு சொல்ல முடியாது ஏன்னா மூணு சுழி மண்ணைப் போட்டா ஈஸியா புரிஞ்சிடும் மண்ணும் துவைத்து மாய, ஓ பூமிக்கு நாமப் போற வரைக்குமா அப்படின்னு, ரெண்டு சுழி ன், மன்னும் தோய்ந்து மாய. ‘கண்டது மன்னும் ஒருநாள்’ ரெண்டு சுழி ன்னோட திருக்குறள் ல வருது 1146 வது பாடல்ல கண்டது மன்னும் என்று வள்ளுவர் பயன்படுத்துகிறார் ரெண்டு சுழி ன்.

ஆக மன் என்பது அந்த ரெண்டு சுழிக்கு ஒரு அசையைக் கூட்றது. சாப்டியா, சாப்டியா அந்த மாதிரி அந்த மன் அது கொஞ்சம் அதிகமாக்கக் கூடிய சொல்தான். அந்த மன் அது தமிழில் அசைநிலை என்று சொல்வார்கள். ஆகக் காதலில் மூழ்கி மாய, மாய என்றால் மாயமாக அல்லது மாய்ந்து போதல்.

இப்போது எப்படி மாயமானது கலவியில் இருக்கும் பொழுது எப்படி மாயமாவது, ஓஷோ சொல்வார் இப்போது ஓஷோ நினைவுக்கு வருவார். முத்தமிடும்போது நீ வேறு முத்தம் வேறாக இருக்கக்கூடாது, நீ முத்தமாகவே மாறிவிட வேண்டும் அப்போது முத்தமிடும்போது மாயம் ஆகிறான். ஏனென்றால் அந்த நான் அழிந்து போய் விடுகிறது எனவே அவன் மாயம் ஆகின்றான். ஆக அது ஒரு தியான நிலை இதுதான் மாய, ஆக இந்த நாலு வரிக்கு என்ன அர்த்தமாய் இருக்கும்.

மாமிசமாகத் தன்னைத் தின்னக் கொடுத்த காமக்கிழத்தியிடம் உறைந்து போகும் போது, உன் காமக் கலைகளை மாடு தினவெடுத்து உரசுவது போல நீ பாய்ந்து படர வேண்டும், அந்தக் காமத் தாகத்தில் தோய்ந்து மாயமாகு என்பதுதான் நான் கொடுக்கும் அர்த்தம். இந்தக் கவிதைக்கு இந்த அர்த்தம். முபின்சாதிகாவிடம் கேட்டாள் அப்படி நான் எழுதலன்பாரு, அல்லது இது நல்லா இருக்குது இதையே வச்சுக்கலாம் சூர்யா அப்படின்னு கூடச் சொல்லலாம் .

நண்பர்களே அடுத்தது நின்மொழி, ஒரே கவிதையில இரண்டாவது வரி. நான் இப்ப சொன்னது நாலு வரிக்குதான் அர்த்தம் சொல்லியிருக்கேன். இரண்டாவது வரி நின்மொழி அதாவது உங்க மொழியிலே இப்போ சொல்றாங்க, ஒரே விஷயத்தை எப்படிச் சொல்றாங்க,

மாசறு மனனும் தீதறு குணனும்,

ரொம்ப எளிமையா இருந்தா நம்ம லாங்வேஜ்.

அது 'மாசறு மனனும் தீதறு குணனும்

ஏசறு நலனும் தோதாய் மற்றினில்.

பேசறு பலனும் போதா புரையும்

ஆசறு கடனும் ஆய' என்கிறார்.

இது நம்ப மொழி ஏன் மாசறு குற்றமற்ற ஈஸியா எனக்குத் தெரியுது இப்ப நானு ஐங்குருநூறுயெல்லாம் தேட வேண்டிய அவசியம் இல்லை. எனக்குத் தெரிஞ்ச லாங்குவேஜ்ல கூடச் சொல்லிடுவேன். மாசரு குற்றமற்ற, தீதறு தீமையற்ற, ஏசறு வருத்தமற்ற, பேசறு மௌனித்திரு, ஆசறு கலங்கமற்ற, மாசறு பொன்னே திருஞானசம்பந்தர் பயன்படுத்திச் சொல் மாசறு.

ஆக ஆய என்று அந்தக் கவிதையை முடிக்கிறார். ஆய என்றால் திருக்குறளில் கூட ஆய் மயில்கொள் என்று வருகிறது. ஆய என்றால் ஆகிய. ஆக ஒரு தாசியைப் பற்றி காமத்தைப் பற்றி இப்படி இன்பம்

கொள்ள வேண்டும் என்பதைப் பற்றி எல்லாவற்றையும் சொல்லி அந்தப் பெண்ணோடு மாயமாகு என்று (சொல்லிவிட்டு உள்ளே இருக்கிற பிட்டை மட்டும்தான் நான் வாசிச்சுயிருக்கேன், இன்னும் பெரிய கவிதை அது எனக்கு ஈசியா இருக்குதுன்னு அதை எடுத்தேன்.) அவர் விளக்குகிறார். இந்தக் கவிதைக்குத் தலைப்பு 'ஏவாளுக்குத் திரும்புதல்' நீ பெண்மைக்குத் திரும்ப வேண்டும் என்பதைத்தான் இப்படிச் சுத்தி சுத்தி சுத்தி சுத்தி அவங்க எழுதி இருக்காங்க.

நண்பர்களே இலக்கியப் பரிச்சயம் வேண்டும், பல நூலறிவு வேண்டும் ஜோதிடம் புராணம் வேதம் விஞ்ஞானம் கொஞ்சம் கொஞ்சம் தெரிந்திருக்க வேண்டும் ஒரு துப்பறியும் நிபுணனைப் போல ஆய வேண்டும். ஆகக் கவிஞனை விட வாசகன் ஞானம் உள்ளவனாக இருந்தால் மட்டுமே இந்தக் கவிதைக்குள் அவனால் உள்ளே நுழைய முடியும். நீங்கள் பெண்மைக்குத் திரும்பி விட வேண்டும் என்பதைத்தான் அவர் இவ்வாறாக எழுதியிருக்கிறார் ஆதாம் ஏவாள் காலத்துக்குத் திரும்புதலைப் போல இந்த இலக்கியக் கவிதை படிமமும் இறுக்கத்திற்கு உட்பட்டதாக, மேட்டுக்குடி ஆதிக்கச் சூழலுக்குத் திரும்புவதாகவும் கொள்ளலாம்.

அப்படி என்றால் எல்லோருக்குமான ஜனநாயகத் தன்மையை இந்தக் கவிதையில் காணமுடியாது அந்த ஜனநாயகம் படுத்தும் வேலையைத்தான் சண்முகம், ஜமால் போன்றவர்கள் செய்துகொண்டிருக்கிறார்கள் என்று சொல்லலாம்.

இரண்டே கவிதைதான் ஏன்னா இது பதிவாகுதுன்றதுக்கா கொஞ்சம் மெனக்கெட்டு, நான் ஒரு பதிவு போட்டிருந்தேன் ஏழு மணிக்கு ஆரம்பிச்சேன் ஒரு கவிதைக்கான விளக்கத்தை முடிப்பதற்குப் பன்னெண்டு ஆயிடுச்சு ஒரு கவிதை முடிந்ததுன்னு பேஸ்புக்ல போட்டேன். முடிந்தது என்று நான் குறிப்பிட்டிருந்தேன் உடனே போட்ட.... அடுத்த செகண்ட்ல.. போகன் சங்கர் அவருடைய பேஜ்ல எழுதாரு, மனமார்ந்த கவிதையை விட்டு உய்யடா உய்யடா உய் என்று அடுத்த எதிர்வினையாக வந்தது.

உடனே முபீன் சாதிகாவிடம் வந்தேன் நான் போட்ட பத்தாவது நிமிஷம் அங்க வந்து இருக்கு ஒருவேளை இதற்கான எதிர்வினையாகக் கூட இருக்கலாம் போல இருக்கு என்று சொன்னேன்

நண்பர்களே 35 ஆவது பக்கத்தில் ஆடிப்பாவை எனும் யாம் என்னும் தலைப்பில் ஒரு கவிதை எழுதி இருக்கிறார். ஆடிப்பாவை என்பதற்குப் பொருள் தெரியாமல் இந்தப் பூட்டைத் திறக்க முடியாது. சிலப்பதிகாரத்தில் தம்மிழ் கையும் காலும் தூக்கத் தூக்கும் ஆடிப்பாவை என்று ஒரு வரி வரும். ஒரு பெண்ணினுடைய

உருவம்தான் கண்ணாடியில் தெரியக்கூடிய ஒரு பெண்ணின் உருவம் தான் ஆடிப்பாவை இந்தக் கவிதையில் இதேபோல் மூன்று அடுக்குகளைக் கொண்டது.

ஒன்று கண்ணாடிமுன் இருக்கும் பெண்

இரண்டு கண்ணாடியில் தெரியக்கூடிய பெண்.

மூன்றாவது கண்ணாடி தனக்குள் இருக்கும் பெண்ணைப் பற்றி பேசுவது.

இந்தக் மூன்று விஷயங்கள் இந்த கவிதையில் இருக்கிறது கண்ணாடி எப்படி ரசம் மாறுகிறது கண்ணாடி கொஞ்சம் கொஞ்சமா ரசம் மாறுது. அவ நின்னு தன்னுடைய பாவனையெல்லாம் சொல்லச் சொல்ல ஒரு கட்டத்தில் கண்ணாடி ரசம் மாறுகிறது எப்படி மாறுகிறது. புகைசூழ்பருவமென புகை சூழ்ந்த பருவம் எனக் கண்ணாடி மெல்லமெல்ல மாறுகிறது. எம்மிடம் வதிய என்ற ஒரு சொல் இதிலே வருகிறது. வதிய என்றால் தங்கிவிடுதல் அவளுடைய உருவம் கண்ணாடியில் அவள் பார்க்கப் பார்க்க அவளுடைய உருவம் என்னோடு தங்கிவிட்டது என்று வதிய என்று கண்ணாடி சொல்கிறது. என்னுள் அவள் தங்கி விட்டாள்அவளும் சிதைந்து விட்டால் நானும் சிதைந்து விட்டேன். ஆயினும் ஒளிரும் எம்முன் அவளற்ற யாம் ஒளிர்கிறது இன்னமும் அவள் இல்லாமல் போனாலும் அவளைப் போன்ற யாம் இன்னும் அவள் பிம்பத்தைச் சுமந்து கொண்டிருக்கிறோம்என்று அந்தக் கண்ணாடி சொல்வதாக இந்தக் கவிதை வருகிறது.

மூன்றாவது கவிதை 160 ஆவது பக்கத்தில் நுணலின்யாம் என்று. இது ஒரு சின்னக் காட்சி இருக்கும் இதுல, நுணல் என்றால் தவளை நமக்குத் தெரிந்த ஒரு நின்மொழி, எங்களுக்குத் தெரிஞ்ச மொழி நின் மொழி. நுணலும் தன் வாயால் கெடும் அப்பப் புரிஞ்சுபோச்சு நுணல்தவளை சரி நுணலில் யாம், நாமெல்லாம் தவளைகள் தவளைனுடைய பிரதிகள்.. நூணலில் யாம் இப்போ நம்ம கவிதைக்குப் போகிறோம் அங்க ஒரு காட்சி அதை வாசிச்சா உங்களுக்குத் தலைவலி வந்துடும், அதை விடுங்க நான் நேரா விஷயத்துக்கு வந்துடறேன்.

ஒரு சுவர் இருக்கு அந்தச் சுவத்துல கண்ண வச்சு பாக்குறாங்க முபீன் சாதிகா, அப்படிக் கண்ண வச்சு பாக்கும்போது சுவத்துக்குள்ள ஒரு கண்ணு தெரியுது ஒரு மேடான ஒரு கண்ணு தெரியுது, அந்தக் கண்ணும் இந்தக் கண்ணும் பார்க்கும்போது ஒரு ஷண நேரத்தில் உள்ள இருக்குறது யாருன்னு பார்த்தா நுணல். தவளை இருக்குது

அந்தச் சுவத்துக்குள்ள ,அது டக்குனு நாக்கை நீட்டி முபீன் சாதிகாவை இழுக்கப் பாக்குது, அவர் தப்பித்து ஓடப் பார்க்கிறார். இப்போது வண்டின் ரீங்காரம் இந்தச் சூழலில் என்னவெல்லாம் கேக்குதுனா வண்டின் ரீங்காரம் வழியில் சுமையாகக் கேட்கிறது, மேகத் திரள் முழக்கம் உணவினுடைய கோரிக்கையாகத் தெரிகிறது. நீரில் நனையாத தோலின் துளை, திருப்பி நான் வெரிஃபிகேஷன் பண்ணேன் நீரில் நனையாத தோலின் துளை. தோலில் இருக்கக்கூடிய துளை நீரில் நனையாது என்று அவர் ஒரு வரி போட்டிருக்கிறார். நீரில் நனையாத தோலின் துளை. அது எப்படியாம் ஒளியில் உறைந்தது வெளிச்சத்தில் அது உறைகிறது. சரி அப்போ பசி மாறுகிறது ருசி மாறுகிறது வேட்டை தேடுகிறது அல்லது வேறு பசி மாறுகிறது ருசி வேட்கையைத் தேடுகிறது அப்படியும் படிக்கலாம்.

இப்ப விஷயம் என்னன்னா அந்தத் தவளை பறவைக்கும் உணவாகல பாம்பு போன்ற விலங்குகளுக்கு உணவாகல அது தன்னுடைய பறவைகளுக்கும் விலங்குகளுக்கும் உணவாகமல் இன்னும் உணவைத் தேடிக் கொண்டே இருக்கிறது. இந்தச் சிந்தனையைத் தவளை சிந்தனை என்று சொல்கிறார். அந்தத் தவளை சிந்தனை இப்போது மனிதர்களுக்கு வந்துவிட்டது. அந்தச் சிந்தனை நாம் தவளைகளிடமிருந்து பெற்றுக் கொண்ட சிந்தனை என்று அவர் மாற்றுகிறார்.

நண்பர்களே இதுதான் இந்தக் கவிதை இந்த ஒரு கவிதை படித்தால் மிகச் சரியாக இருக்கும் அதுக்குள்ள இன்னும் ரெண்டு நிமிசத்துல முடிச்சுப்பேன். 160 பக்கம் நுணலின் யாம் இப்ப விளக்கமா உங்களுக்குச் சொல்லிட்டேன். கவிதை படிக்கிறேன் பாருங்க.

சுவற்றில் சமைந்திருந்த என் கண் அருகில்

நுணலின் கண்ணும் மொட்டாய்

விரிந்திருக்க, இமை மூடி விரட்ட

நீண்ட நாக்கு எமை சுருட்டி

விழுங்கக் கால் பரப்பி யாமும் துள்ளி

வளியின் சுவையைச் செவி அடைத்து

ரிங்கரிக்கும் வண்டின் உணவாய்,

கோரி முழக்கமிட மேகதிரள்

அழைப்பாய் ஏற்றுச் சொட்டும் இருளில்

நீர் வழிந்தும் நனையாத உறுப்பான

தோலின் துளை வழி ஊறும் ஒளி

வேறு பசி மாறும், ருசி தேடும் வேட்கை

(இதை இப்படியும் படிக்கலாம்) வேறு பசி மாறும் ருசி தேடும் வேட்கை, அல்லது வேறு பசி மாறும் பசி தேடும் வேட்கை இப்படியும் படிக்கலாம்.)

என்று பிற பழையன புகுதலை உய்க்க

புள்ளின் விலங்கின் அன்னமாகாது, (பறவையின் விலங்கின் உணவாகாமல்)

புசிக்கும் ஓர் சூத்திரத்தைத் தவளை சிந்தனையால்

தூண்டியிருக்கும் ஈருயிர் இம்மை இது..

இதுதான் நுணலின்யாம். நான் எடுத்து வந்த மூனு கவிதையை உங்களுக்குச் சொல்லிட்டேன். அது எந்த மாதிரி என்ற விசயத்தையும் சொல்லிட்டேன். கடைசியா முடிக்கணும் இல்ல, இதனால் அறிவிப்பது யாதெனில் அப்படின்னு. அந்தப் பேப்பர்தான் குளறுபடியாடுச்சு.

நண்பர்களே நுணலின்யாம் இது கோனாரின் உரையாக, என்னுடைய கோனார் உரையாக அமைகிறது. ஏவாளுக்குத் திரும்புதல், அவங்க கவிதை தொகுப்புல இருக்கக் கூடிய தலைப்புகள படிக்கிறேன் பாருங்க,

ஏவாளுக்குத் திரும்புதல், அவள் கூறும் அவள்,கல்மகள், அவள் புனையும் அவள், அவளால் அவள், ஆடி பாவை, அவளின் அகம், அவளாய் இப்படி நிறைய மேலோட்டமா இருக்கு, உள்ள பார்த்தா அவள்தான். ஆக நேரடியான கவிதை தலைப்பு மட்டும் அல்லாது தொகுப்பின் உள்ளடக்கம் முழுக்க, அவள் பற்றிய பொருள் பற்றியதுதான். அவள் என்ற பெண்ணின் பல்வேறு விசயங்களைப் பேசுகிறது, ஆனால் எந்தப் பெண்ணுக்கும் புரியாத அவள், வாழ்வில் உங்களுக்கு எல்லாம் புரிந்து விட்டதா? நீங்கள் ஏன் எதற்காக இங்குப் பிறந்திருக்கிறிர்கள், உங்களுக்குப் புரியுமா? என்னவாக மாறப் போகிறிர்கள் சொல்ல முடியுமா? உங்கள் துணையை நீங்கள் விரும்பிதான் தேர்ந்தெடுத்தீர்களா தெரியுமா? தேர்ந்தெடுத்த துணைவி உங்களுக்கு ஏற்புடையதாகதான் இதுவரை இருக்கிறதா தெரியுமா? உங்கள் தேர்வு சரிதானா சொல்லமுடியுமா? தூங்கி எழுந்தால் நீங்கள் விழிப்பீர்களா? உத்தரவாதமுண்டா? நம்பிக்கையில்தான் இத்தனையும்

ஆரம்பிக்கிறது. இத்தனை ஆட்டமும் நண்பர்களே இந்தக் கவிதையும் அப்படித்தான். என்றாவது ஒருநாள், ஏதாவது ஒரு பிறப்பில் உங்களுக்குப் புரியலாம் உங்கள் வாழ்க்கையைப் போல.. நன்றி வணக்கம்

கட்டா – சாரா

அனைத்து நண்பர்களுக்கும் வளமான வணக்கங்கள், பெரும்பாலும் இங்கே முன்னுரை எழுதித் தருவதாக இருந்தாலும் சரி, விமர்சனக் கூட்டங்களில் பேசுவதாக இருந்தாலும் சரி சம்பந்தப்பட்ட நபர்களின் பலத்தை மட்டுமே பேசக் கூடியவன். விமர்சனம் என்ற பெயரில் புறக்கணித்தலையோ, அவமதிப்பையோ ஒரு போதும் நிகழ்த்தாத, நிகழ்த்தக் கூடாது என்பதில் மிக வலுவான எண்ணம் உள்ள ஒரு எளிய அன்பான மனிதன் நான். எனவேதான் நிறையப் பேருடைய படைப்பைத் தாண்டி, என் எழுத்தைத் தாண்டி அவங்க எழுத்தைப் பார்க்கறாங்களான்னு தெரியாது அந்தப் பழகுதல் முறையும், அந்த வாழ்க்கை பாணியும்தான் இப்படியான பெயர்களையும் நட்பையும் தேடித் தந்திருக்கிறது. இந்தக் கூட்டத்திற்குக் கூட அந்த அடிப்படையிலேயேதான் வந்திருக்கிறேன். எனவே பெரும்பாலும் புகழ்ச்சியாகதான் இருக்கும்.

நாவல் என்பதைப் பாதரசத்தோடு ஒப்பிடலாம் என்று நம்புகிறவன் நான் திரவ உலோகம் போல நாவலுக்கென்று திட்டவட்டமான வடிவம் இல்லை. அது எழுத்தாளர் விரும்பும் வடிவத்திற்கு ஏற்ப வசிக்கத் தொடங்கி விடும். பாதரசத்தைத் தட்டையான கண்ணாடியில் பூசினால் ஒன்றில் முகத்தினைப் பார்க்கலாம். நாவலில் கூட அகம் புறம் பார்க்கலாம். குடுவையில் பூசி வைத்தால் அது குளிர்ச்சியை வெப்பத்தை காக்கும். நாவல் கூடச் சமூகத்தின் பலம் பலவீனம் காக்கும். குழாயில் நீங்கள் பாதரசத்தை அடைத்து வைத்தால் சீதோசன நிலையை அளந்து சொல்லும். நாவல் கூட ஒரு இனத்தின் வளர்சிதை மாற்றத்தை அளந்து சொல்லும். பாதரசத்தைக் கீழே கொட்டி விட்டால் சேர்ப்பது கடினம், நாவலும் தன் இலக்கை மறந்தால் இலக்கிய உலகில் காணாமல் போய் விடும். இந்த நாவல் சிறந்த படைப்பா? மோசமான வெளிப்பாடா என யாரும கவலைப் பட வேண்டியதில்லை. அன்னதா சங்கரா என்ற வட இந்தியக்

கலைஞன் சொல்வான், ஒரு படைப்பு குப்பையா? உன்னதமா? உனக்கென்ன கவலை. அது குப்பை என்றால் அது தனக்கான புதை குழியைத் தானே தேடிக் கொள்ளும் என்று சொல்லுவார்.

இது நாவல் வெளியீட்டு விழா .ஒரு புத்தகத்தை வெளியீடுகிற போது, அந்தப் புத்தகம் பற்றி பேச வருகிற போது நான்கு விதமான சொல்லாடல்கள் பயன்படுத்துவது உண்டு. நூல் வெளியீட்டு விழா, நூல் அறிமுக நிகழ்வு, நூல் விமர்சனக் கூட்டம், நூல் திறனாய்வு அரங்கம், ஆகத் தமிழ் நாகரிமாக எப்படியெல்லாம் விழாவை அல்லது நிகழ்வுகளையெல்லாம் பகுத்து வைத்திருக்கிறது என்பதை நாம் அறிந்தவர்கள், அதைவிட முக்கியம் சபை நாகரிகம் அறிந்தவர்கள், நான் மெத்த நாகரிகம் அறிந்தவன். எனவே இந்த நூல் வெளியீட்டு விழாவில், இது விழாதான் அந்த மனநிலையில் பேச வந்திருக்கிறேன். ஜாம்புவான்களாக மனுஷ்யபுத்திரன், யவனிகா ஸ்ரீராம், வெய்யில், பரிசல் போன்ற நண்பர்கள் முன்னிலையில் சில விசயங்களைப் பதிவு செய்வது அல்லது நான் பேசினேன் என்று ஆவணப்படுத்துவது எனக்கு முக்கியத்துவம் வாய்ந்தது.

சாராவின் முதல் படைப்பு காட்டான், ஒரு கவிதை தொகுப்பாக வந்தது. அந்தக் காட்டானில் அனைத்து விதமாக நல்ல பண்புகளையும் பெற்று நல்பண்புகளோடு அந்தக் காட்டான் காலூன்றி நின்றிருப்பான். அந்த அனைத்துப் பண்புகளையும் இழந்து கட்டாவாக வந்திருக்கிறான் இந்த நாவலில்.

கட்டா என்றால் என்ன பொருள். இதற்கு முன் கட்டா என்ற சொல்லாடலை, சொல்லை, நாம் எங்குப் பார்த்திருக்கிறோம். வீட்ல பவர் கட்டா? தேர்தலில் பணம் கட்டு கட்டா, இந்த இரண்டு கட்டாவை தவிர நாம அதிகமாகக் கேள்வி பட்டிருக்க மாட்டோம். பேட்மிட்டனில் ஜோதா கட்டா என்கிற வீராங்கனை இருக்கிறார். சுற்றுலா தலம் கூட இருக்கிறது தேவார் கட்டா,

ஆனால் மிக முக்கியமான குறிப்பு ஒன்று உண்டு கட்டா குறித்து. வளைக்குடா பகுதியில் இருக்கக் கூடிய ஒரு மீன் வகை கட்டா. இந்த மீனுக்கு வாசனை இருக்காது. தனித்துவமான ருசி இருக்காது அதை விட முக்கியம் கட்டா என்கிற மீன் மீன்களை மட்டுமே உண்ணும். சீனத் தேவதையான துவா பே கோன் என்கிற தேவதை அந்த மீனின் மீது அதிக அன்பு கொண்டு அதன் மீது மூன்று புள்ளிகளைப் வைக்கிறாள். புள்ளிகளை பெற்ற அந்தக் கட்டா மீன் யாரும் சீனர்கள் உண்பது கிடையாது. அது தேவதைக்கு உகந்த மீன் என்பதால். நண்பர்களே அந்தக் கட்டா என்கிற மீன் இந்த நாவலில்

இருக்கின்ற நாயகன் கட்டாவிற்கும் பொருந்தும். கட்டா கொலைக்காரன், மீன்களை உண்ணும் மீனைப் போல. கட்டா ஒரு தாதா, கட்டாவும், கட்டாவையும் ஒரு தேவதை காதலிக்கிறாள் அந்தச் சீனத் தேவதையைப் போல அவளின் பெயர் மகிமா. கட்டாவிற்கு ஆபத்து வந்து விடக் கூடாது என்று தேவதை மூன்று புள்ளிகளை வைத்தது போல, மகிமாகவும் கட்டாவிற்கு ஆபத்து வரக் கூடாது என்று மூன்று கொலைகளைச் செய்கிறாள். எனவே அந்தக் கட்டாவும், இந்தக் கட்டாவும் ஒன்றாகவே இணைக்கிறார்கள்.

மகிமா என்பது ஒரு நடுத்தரக் குடும்பத்துப் பெண். ஐடியில வேலைச் செய்யக் கூடிய பெண் மூன்று கொலைகளை நிகழ்த்துகிறாள். நண்பர்களே இந்த நாவலின் கட்டமைப்பு என்பது மகிமா, சுரேகா, சோனம் என்கிற மூன்று பெண்கள் ஒரு புறம். கட்டா, மின்ட், ரகிமபாய் என்கிற மூன்று ஆண்கள் இன்னொரு புறம். இந்தக் கட்டா. மின்ட், ரகிம்பாய் இவர்கள் எல்லோருமே தாதாக்கள். கொலை, கொள்ளை எல்லா விசயங்களிலும் ஈடுபடுகிறவர்கள். இந்த மூன்று ஆண்களையும் இயக்குபவர்கள், கட்டமைப்பவர்கள் யார் என்று பார்த்தால் மகிமா, சுரேகா, சோனம்தான்.

ஆக ஆண்களை வடிவமைப்பதும், இயக்குவதும் பெண்களாகவே இருக்கிறார்கள். ஆடவனைக் கட்டமைக்கக் கூடிய சக்தி பெண்களுக்குக் கொடுத்தது துரதஷ்டவசமானதுதான், அதிஷ்டவசமானதும் கூட. சிவனுக்கு விஷம் தொண்டையில் ஏறுகிற போது கழுத்தைப் பிடித்து, நிறுத்தி நீலக் கண்டனாக மாற்றிக் காத்தது அதிஷ்ட வசம் என்றால், அதே சிவனைத் தரையில் கிடத்தி மேலே ஏறித் துவம்சம் செய்த காளி என்கிற சம்பவத்தின் போது துரதஷ்டவசமாக மாறி விடுகிறது.

எல்லா அரிசியிலயும் நமக்கான பெயர் யார் உண்ண வேண்டுமோ அவருடைய பெயர் கடவுள் எழுதி வைப்பார் என்று சொன்னாலும் கூட அந்தப் பழம் சோறாக மாற வேண்டுமா? பிரியாணியாக மாற வேண்டுமா என்பதை அவனுக்குரிய பெண்தான் தீர்மானிக்கிறாள். எனவே எப்படிப் பார்த்தாலும் ஆடவனை வடிவமைக்கிற அல்லது இயக்குகற சக்தி பெண்ணாகவே இருக்கிறாள்.

நண்பர்களே இந்த நாவலுக்கு பிரபஞ்சன் முன்னுரை எழுதியிருக்கிறார். பிரபஞ்சன் குறிப்பிட்டது போல அல்லது யார் குறிப்பிட்டது போல ஒரு வடசென்னை என்கிற பகுதியில் நடக்கக் கூடிய நிழல் உலகம் அல்லது அந்த மனிதர்கள் பற்றிய சில மோசமான பதிவுகள் எல்லாம் இதில் இருக்கிறது.

இந்த நாவலுடைய காட்சி பொருள் அந்த விஷ்வல் மீனிங்க என்ன என்று பார்த்தால் வடசென்னை, சென்னை பாஷை, தாதா வாழ்க்கை

குரூரச் சம்பவம், நிழல் உலக அக்கிரமங்கள் இதையெல்லாம் காட்சி பொருளாக இந்த நாவலில் இருந்தாலும் கூட அதனுடைய தொனி பொருள், இன்னர் மினிங்க என்ன என்று பார்த்தால் உச்சங்களின் விபரீதங்கள்தான் அதனுடைய நார். பல விதமான காட்சிகளால், பூக்களால் கட்டப்பட்டு இருந்தாலும் அந்த நாவலின் மைய நார் என்பது உச்சங்களின் விபரீதங்கள்.

என்னென்ன உச்சங்கள் சுரேகா என்பவள் வன்முறையின் அராஜகத்தின் உச்சம், சோனம் என்கிற பெண் பணத் திமிரின் உச்சம். மகிமா அதிகக் காதலின் உச்சம். இந்த உச்சங்களின் வீபரீதங்கள்தான் இந்த நாவல். ஆனால் உச்சத்தில் எது போனாலும் அது மகிழ்ச்சியாக இருக்காது என்று இந்த நாவல் மறைமுகமாகச் சொல்லிக் கொண்டே இருக்கிறது. யாரும் மகிழ்ச்சியாக இல்லை. உச்சத்தில் காதலின் உச்சத்தில் இருப்பவரும் சோகப்படுகிறார். வன்முறையில் இருப்பவரும் அழிந்து போகிறார். பணத்திமிருரில் இருப்பவளும் அழிந்து போகிறாள். உச்சங்களின் விபரீதங்களின் இந்தநாவல் சொல்லிக் கொண்டாலும் கூட நாவலின் இயல்பு புள்ளி என்பது காதல்தான்.

கட்டா என்பது, எதற்காக அவர் கட்டாவை முன் நிறுத்துகிறார் என்று தெரியவில்லை இந்த நாவலுக்கு மகிமா என்று பெயர் வைத்திருந்தால்தான் மிகச் சரியாக இருக்கும். ஏனென்றால் அவள்தான் இந்த நாவலின் பிராதனமான ஒருத்தி. இந்த நாவலைப் படிக்கும் போது "ச்சே" அப்படின்னு ஒரு இடத்துல என்னை நானே சொல்லிக்கிட்டேன்.. ச்சே அப்படின்றதை வந்து கரக்டா ஒரு சீனை சொன்னா சரியா இருக்கும். வடிவேலு அட்வகேட்டா ஒரு படத்துல நடிப்பார். 'மை லாட் கொத்தக் கூடாதவன் தலையைக் கொத்தியது போல எப்படிக் கொத்தியிருக்கான் பாருங்கள்'ன்னு ஒரு வாக்குவாதம் நடக்கிற காமெடி சீன் நடக்கும். அப்போ வடிவேலு ஆர்க்யூமென்ட் பண்ணும் போது "ஈபிக்கோ முன்னூத்திதிதி நாப்பத்தி மூன்னூத்தி உங்களுக்குத் தெரியாதது ஒன்றுமில்லை" அப்டின்னு சொல்லுவாப்ள, அப்போ கண்ணாடி போட்ட நீதிபதி உத்து பார்த்துட்டு ச்சேய் என்று சொல்வாரே அந்த மாதிரியான ச்சேய் என்னை நானே சொல்லிக்கொண்டேன்.

நல்லவன் வல்லவன் எல்லோரையும் ஆதரிக்கறான், தோள்ல கை போட்டுட்டு போய்ப் போட்டோ எடுத்துக்கறான், பெண்கள் தோழின்னுறது, தோழன், நண்பன்றது எல்லாம் இருக்கட்டும் ஆனாலும் கூட இந்த மகிமா மாதிரி இன்னும் ஒரு போதும் ஒருவனுக்கும் அமையாது என்கிற போது ச்சேய் சொல்லத்

தோன்றுகிறது. ஏனென்றால் ஏன் அந்த மகிமாவுக்கு அவ்வளவு முக்கியம் கொடுக்கிறேன் என்றால் பன்னண்டு மணி நடு இரவு முட்டு சந்து லேசான வெளிச்சம் முழுமையான வெளிச்சமல்ல லேசான வெளிச்சம் அந்த முட்டு சந்திலே, நடு ரோட்டில் நாயைப் போல ஒரு பெண்ணை ஒருவன் புணர்ந்து கொண்டிருக்கிறான் இந்தச் சீன் நடக்குது. மகிமா அந்த வழியாக ஐடி கம்பனி வேலை முடிச்சுட்டு வரும்போது அந்த மங்கலான வெளிச்சத்துல பார்த்துட்டு மிரண்டு நடு ரோட்ல பன்னண்டு மணிக்கு ரோட்ல நாய் மாதிரி இந்த இடத்துல இப்படிப் பண்றானே அவன் மட்டும் என் கையில கிடைச்சா என்று கோபமும், உக்கிரமும், வன்மமுமாகிறாள். அந்த நேரத்தில் ஒரு வண்டி கிராஸ் ஆகுது. வெளிச்சத்தில் அவன் தன் வேலையை முடித்து விட்டுத் திரும்பும் போது வெளிச்சத்தில் அவன் முகம் தெரிகிறது. அவன் இந்த மகிமாவை துரத்தவோ, விரட்டவோ, பயப்படவோ, ஏளனப் பார்வையோ இல்லை. வசீகரமாய் ஒரு சிரிப்பைச் சிரிக்கிறான். அந்தச் சீன்தான் இந்த நாவலைத் தொடர்ச்சியாக்குவதற்கான காட்சியாக மாற்றுகிறது. அவனைப் பழி வாங்க வேண்டும், அடிக்க வேண்டும், உதைக்க வேண்டும் இப்படியெல்லாம் ஒரு அயோக்கியன் இருப்பானா என்று சொல்லியிருந்த மகிமா அந்தச் சிரிப்பிலேயே அந்த நடுநிசியல் அந்த அயோக்கியன் சிரிப்பில் மயங்கி வீழ்ந்து விடுகிறாள். பிறகு அவனைக் காதலிக்க ஆரம்பிக்கிறாள். அவனைத் துரத்த ஆரம்பிக்கிறாள். அவனைத் தேட ஆரம்பிக்கிறாள். மகிமாவினுடைய காதல் என்பது நிபந்தனையற்ற காதல் என் கையைப் புடிச்சுட்டு பீச்சுல சுத்தனும்னு தேவையில்லை என்னைக் கல்யாணம் பண்ணிகனும் அவசியமில்ல உனக்காக நான் சிகரெட், குடியை விடனும் தேவையில்ல. நான் உன்னைக் காதலிக்கிறேன் அவ்வளவுதான். எனக்கு எந்த விதமான உத்தரவாதமோ, நிர்பந்தமோ உனக்குக் கொடுக்க மாட்டேன். நான் உன்னைக் காதலிக்கிறேன் அவ்வளவுதான் போதும் எனக்கு. என்பதான நிபந்தனையற்ற காதல். அனுபவித்து விட்டு அந்தப் பெண்ணை, மகிமாவை அனுபவித்து விட்டு வட இந்தியாவுக்கு ஓடி விட்டு மீண்டும் திரும்பினால் கூட அவள் அதே மாதிரியான மனோபாவத்துடன் அதே காதலுடன் இருக்கிறாள்.

அந்தக் கட்டா என்கிற அந்த அயோக்கியன் அல்லது கட்டா என்கிற எதிர் கதாபாத்திரத்துக்காக அவன் காதலனாகி விட்டஒரே காரணத்திற்காகக் காதலினின் உயிரைக் காப்பாற்றுவதற்கு மூன்று கொலைகளைச் செய்கிறாள். யாரு நடுத்தரக் குடும்பத்தைச் சேர்ந்த, எந்த விதமான பழக்கங்களுக்கும் உட்படாத, இயல்பான குடும்பத்தைச் சார்ந்த, ஐடி கம்பனியில் வேலைச் செய்யக் கூடிய

ஒரு பெண் கட்டா என்கிற தாதாவிற்காகக் காதல் வயப்பட்டு மூன்று கொலைகளைச் செய்கிறாள். இதுதான் இந்தக் கதையுனுடைய கதையை அழைத்துச் செல்லக் கூடிய மிக மிக முக்கியமான விசயங்கள்.

இந்த நாவல் என்பது, இந்த நாவல் இலக்கிய வாதிகளையோ, எழுத்தாளர்களையோ, கவிஞர்களையோ அழைப்பதற்குப் பதிலாக ஒரு நான்கு இயக்குனர்களை அழைத்திருந்தால் இது அடுத்தகட்ட நகர்வாகச் சினிமாவாகச் சென்றிருக்கும் ஏனென்றால் முழுக்கச் முழுக்க சினிமாவிற்காகவே, சினிமாவில் நுழைய வேண்டும் என்பதற்காகவே எழுதப்பட்ட ஒரு திரைக் கதை போலவே இந்த நாவல் இருக்கிறது. குறிப்பாக வெளிப்படையாகச் சொல்ல வேண்டுமென்றால் ஒரு இலக்கிய வாதி அல்லது எழுத்தாளன் அல்லது விமர்சகனுக்கு அதிகம் வேலை இல்லாத நாவல். படிச்சியா, முடிச்சியா போய்க்கிட்டே இரு, இதில் எந்த ஆர்க்யூமென்ட்டுக்கோ, தர்க்கத்துக்கோ, விவாதத்துக்கோ இடம் இல்ல என்பதான ஒரு வடிவமைப்பு இது. இது படமாக எடுத்தா நிச்சயமா வெற்றிக்கரமா ஓடக் கூடிய திரைக்கதையாகதான் சரசரசரசரன்னு வேகமாக ஓடக் கூடிய அமைப்பை இந்த நாவல் பெற்றிருக்கிறது. ஏற்கனவே இதுல பரிசல் சொன்ன மாதிரி கதை சொல்லும் போது ஆசிரியர் தனது அசலான குரலை இடையிடையே காண்பித்து விடுகிறார். ஒரு இடத்துல கதாசிரியர் சொல்றார். கதாசிரியர் கதையைச் சொல்லிக் கொண்டே செல்கிற போது கெலிஜாவே வளர்ந்தவன் இவன் கதாசிரியர் சொல்றாரு, இன்னொரு இடத்துல இந்த நாவலை ஒரு பெண்ணாக எப்படிப் பதிவு செய்வேன் என்ற பதட்டத்துடன் ஓரளவு கடந்து விட்டேன். ப்பா ஓரளவு எழுதி முடிச்சுட்டேன் இந்த நாவலை என்று கதாசிரியரே நடுவில் குறுக்கிட்டு இந்தக் கதையை நான் எழுதிட்டு இருக்கேன், பரவாயில்ல கொஞ்சம் தப்பிச்சுட்டேன், நீங்க இப்ப வாசிக்கீறிங்க என்கிற தொனியையும் நடுநடுவே எழுதிச் செல்கிறார்.

இது இந்த நாவலுக்கான எல்லாவற்றிர்க்கும் மூலக் காரணம் காதல்தான். காதல் ஒரு அற்புதம். அந்த அற்புதம் கைநழுவிப் போகும் போது அது நோயாக மாறும் என்று சாருநிவேதிதா ஒரு நாவலில் சொல்லி இருப்பார். கைநழுவியல்ல நூறுசதவீதம் முழுசா கிடைச்சாலும் யாராவது ஒருவரை அது நோயாளியாக்கும் என்றுதான் இந்த நாவல் சொல்கிறது. நடுநடுவே ஒரு சினிமாவைப் போல மனசாட்சியோடு இருக்கக் கூடிய ஒரு உரையாடலும் இந்த நாவலிலேயே இருக்கிறது. அதனால்தான் சினிமா தனமும் கொஞ்சம் கூடியிருக்கிறது. ஒரே ஒரு முறை அந்த உரையாடலைப் படிக்கிறேன் பாருங்க...

மனசாட்சியும், மகிமாவும் காதல் வயப்பட்ட மகிமாவும்

“என்னம்மா இப்பயெல்லாம் கண்ணு சிவப்பாவே இருக்கு?”

“வந்துட்டியா வாயைப் புடுங்க”

“இல்ல உனக்குள்ளே இருக்கிற வெக்கத்தை நான் ரசிக்காம”

“நீ ரசிச்சா மட்டும் போதும் கருத்தெல்லாம் வேணாம்.”

“அதுயெப்படிடி அவ்வளவு படிச்சிருந்தும் போயிம்போயிம் ஒரு பொறுக்கிய”

“உனக்கென்ன பிரச்சனை அதல”

“சரி நேரடியாகவே கேட்கறன், அவனைப் பிடிச்சதுக்கு நல்ல நாலு காரணம் சொல்லு”

“சொன்னா போயிடுவியா”

“சொல்லு பாக்கலாம்”

“ம். அரை மணி நேரம் நாற்காலில காலாடிட்டு உட்கார்ந்துட்டு இருக்கிற ஒருத்தனுக்குக் காபி கொடுத்துட்டு எந்த நம்பிக்கையில அவனைப் பிடிச்சிருக்குன்னு இந்தப் பொம்பளை சமூகம் ஒத்துக்குது சொல்லு”

“சரி இந்தச் சினிமாவை எடுத்துக்கோ ஒருத்தன் ரேப் பண்ணப் போறான், ரேப் பண்ணப் போற பொண்ணை சண்டையெல்லாம் போட்டுக் காப்பாத்திட்டு படம் முழுக்கக் காதலிச்சி தனியா கூட்டிட்டுப் போய் அவனும் அதேதான் பண்ணப் போறான். இதுல என்ன எத்திக்ஸ் இருக்கு? இவன் மட்டும் என்ன பூஜையா பண்ணப் போறான். எது அவனை ஹீரோவா காட்டுது, எது இவனை வில்லனா காட்டுது, ஆன்டி ஹிரோ சப்ஜட்டுக்குதான் நம்ம கதையா? ஆன்டி ஹீரோனா கூடத் திருந்திக் கடைசில நல்லவனா காட்டியாகனுமே அப்பதானே கல்லா கட்டும்.”

“இது சினிமாயில்ல வாழ்க்கை”

“ஓ வாழ்க்கைன்ற நினைப்பு இருக்கா?”

“அதலாம்யில்லாமலா எதிர்பார்த்தாதானே ஏமாற்றம், அவன்கிட்ட எனக்கு எந்த எதிர்பார்ப்பும் இல்ல”

“சோ நான் ஏமாறப் போறதும் இல்ல”

“அப்படின்னா நீ ஸ்கூல் பிள்ளைங்க லவ்தானா? அடல்ஸ்ஒன்லியா?”

"தெரியல, இதுவரைக்கும் கூப்பிடல, கூப்பிட்டா பார்க்கலாம்."

"அடிப்பாவி என்னடி இது இப்படி ஒப்பனா சொல்ற!"

"அட்லிஸ்ட் உன்கிட்டயாவது ஒப்பனா இருக்கேனே"

இதுதான் அந்த மனசாட்சியோடு பேசக் கூடிய உரையாடல். இதைப் பார்க்கறப்போ மடத்தனமா இல்லையா?, கேவலமா, மடத்தனமா இல்லையான்னுதான் தோணுது. ஆனாலும் இந்த மடத்தனத்துக்கு நான் பதில் சொல்லாமல், நம் முன்னோர்களின் பதிலை முன் வைத்து விடுவது தப்பித்துக்கொள்வதற்குச் சரியாக இருக்கும்.

இந்தக் காதல் மடத்தனமாக இருக்கிறதே என்றால், புனைக்களம் சிற்றிதழில் மூன்றாவது இதழில் தலையங்கத்தில் சி.மோகன் எழுதியதை வாசிக்கிறேன்.

காதலில் தங்களை ஒப்புக் கொடுக்கும் மனோபாவத்தில், மடத்தனத்தின் சாயல் படிந்திருக்கிறது. அந்த மடத்தனத்தை நம் இருப்பின் முக்கிய ஆதாரமாக இந்தக் காலக் கட்டத்திற்கான ஒரு கனவாக ஏற்பதே இன்று நமக்கு எஞ்சி இருக்கும் ஒரு தேர்வு, பொதுப் புத்திக்கும் வெற்றியை முன் நிறுத்தும் சமூக மதிப்புகளுக்கும் எதிரான ஒரு தேர்வு இது. காதல் என்னும் மகத்தான உணர்விலும் , உறவிலும் அதன் அறம் சார்ந்து மடத்தனம் ஒரு பிரதான அம்சமாக இருந்தது. காதலும் ஒரு மடத்தின் பொழிவை இழந்து வருவது வேதனைக்குரியது. மடத்தனம் அறிவு சார்ந்தது, அதிகாரம் சார்ந்ததல்ல, மடத்தனத்தின் அழிவு என்பது அறங்களின் அழிவின்றி வேறில்லை என்று இந்த மடத்தனத்தைப் பற்றி அவர் நிறையப் பேசியிருப்பார்.

நண்பர்களே இப்படியாக இந்த நாவல் வளர்ந்துசெல்கிறது. இன்னும் வேறு வேறு கோணத்திலேயெல்லாம் இந்த நாவலை விமர்ச்சிக்கலாம். அந்த நாவல் கூட ஒரு சினிமாவைப் போல இரண்டாவது பார்ட் எடுக்கக் கூடிய வகையில்தான் அந்த நாவலைச் சாரா முடித்திருக்கிறார். மிகசுவாரஸ்யமான, படிப்பதற்கு ஏற்ற வடசென்னையுனுடைய இன்னொரு பக்கத்தைப் பார்த்துக்கொள்ளச் சென்னை பாஷையைப் பற்றி சென்னை பாஷையிலேயே அந்த நாவல் அதிகம் புலங்குகிறது. நேரடியான ஆபாசச் சொற்கள் அதிகம் இருக்கிறது. நான் கூடக் கொஞ்சம் அச்சப்பட்டேன். இவ்வளவு அதிகமான ஆபாசச் சொற்கள் இருக்கே இது இவர்கள் சார்ந்து இருக்கக் கூடிய மத ரீதியிலான சிக்கலை உருவாக்குமோ என்ற அச்சம் கூட அந்த இடங்களைப் படிக்கிறபோதேல்லாம் வந்தது.

விமர்சனத்தைத் தயாராக எதிர்க்கொள்ளும் பட்சத்தில்தான் எழுதியிருக்க முடியும், எந்த விமர்சனத்தையும் தாங்கக் கூடிய எதிர்க்கொள்ள கூடிய அல்லது முன் நகரக் கூடிய திராணி தோழி சாராவிற்கு இருப்பதால் இந்த நாவல் வெற்றி பெறும் என்று கூறி விடைப்பெறுகிறேன் நன்றி வணக்கம்.

உப்பு வயலெங்கிலும் கல்மீன்கள் - பாலைவன லாந்தர்

நண்பர்களே... தெரிந்ததிலிருந்துதான் தெரியாததைத் தேடத் தொடங்க வேண்டும். எல்லோருக்கும் தெரிந்த கதைதான். தெரிந்த கதையிலிருந்தே என் பேச்சினை ஆரம்பிக்கலாம் என்று இருக்கிறேன்.

ஒரு மன்னனுக்கு ஐயம் எழுகிறது. சந்தேகம் எழுகிறது. 'மிகப் பிரமாண்டமான விசயத்தைத் தன்னுள் செரித்து விழுங்கி விட்டப் பின் ஒரு சிறு விசயத்தால் ஏதும் நடவாதது போல் இருக்க முடியுமா?' என்று ஒரு மன்னனுக்குச் சந்தேகம் எழுகிறது கேள்வி எழுகிறது. வேலை வெட்டி இல்லாம இருந்தா இப்படிக் கிறுக்குதானமா கேள்விகள் தோணதான் செய்யும். மன்னனுக்கு அப்படித் தோன்றி விட்டது. "மிகப் பிரமாண்டமான விசயத்தை விழுங்கி விட்டு ஏதும் தெரியாதது போல் ஒரு சின்ன விசயம் இருக்குமா?" அமைச்சரைக் கேட்கிறார். அவர் பெரிய புத்திசாலிதான். ஆனால் எப்போதும் புத்திசாலியாக இருக்க முடியாது அல்லவா? அவருக்கும் குழப்பம் வந்து விடுகிறது. ஒரு நாள் அவகாசம் கேட்டுவிட்டு வீட்டுக்கு வருகிறார்.

தன்னுடைய மகள் ஓடி வருகிறாள். அவளுடைய வயது வெறும் எட்டு. எட்டு வயது சிறுமி ஓடி வருகிறாள். "அப்பா ஏன் முகம் வாட்டமாக இருக்கிறது?" என்கிறாள். "மன்னருக்கு ஒரு சந்தேகம்" என்று மன்னர் சொன்ன சந்தேகத்தை மகளிடம் சொல்கிறார். மகள்.

அவர் நல்ல அப்பா, வந்த உடனே நடந்த விசயத்தை வயது வித்தியாசம் இல்லாம தன் மகளிடம் ஒப்புவிக்கிறார். மகள் உடனே "அப்பா இது மிக மிக இலகுவானது, என்னை மன்னரிடம் அழைத்துப் போங்கள் நான் இதற்கான பதிலைச் சொல்கிறேன்"

என்கிறாள். நாமலா இருந்தா ‘முளைச்சு மூனு இலை விடல போய்ப் படி’ன்னு சொல்லி இருப்போம். ஆனால் அவர் உடனே மகளை அழைத்துக் கொண்டு அடுத்த நாள் அரண்மனைக்குச் செல்கிறார்.

மன்னரிடம் பார்த்து அந்தப் பெண் கேட்கிறாள். “அரசே யுத்தத் தளவாடங்கள் உடைந்து விட்ட, யுத்தத் தளவாடங்கள் போட்டு இருக்கிற அறை எது? என்னை அங்கு அழைத்துச் செல்லுங்கள்” என்கிறாள்.

மன்னர் “அங்குப் போக முடியாது, மிகுந்த இருட்டு அறை, வௌவ்வால்கள் வசிக்கிற இடம், நீட்ச நாற்றம் அடிக்கும் அங்கு வேண்டாம் பெண்ணே”

“இல்லை நான் அங்குதான் போக வேண்டும்” யுத்தத் தளவாடங்கள் உடைந்த, யுத்தத் தளவாடங்கள் இருக்கக் கூடிய அந்தப் பிரமாண்டமான அறைக்குள் அந்தப் பெண் வருகிறாள்.

ஒரு சின்னஞ்சிறு அகல் விளக்கை அந்த அறையில் ஏற்றி வைக்கிறாள். சட்டென்று அந்த அறை முழுவதும் இருந்த பிரமாண்டமான இருளை விழுங்கி விட்டு அந்த அறையே வெளிச்சமாகிறது வௌவ்வால்கள் அலறி அடித்துக் கொண்டு வெளியேறுகிறது. அந்தப் பெண், எட்டு வயது சிறுமி சொல்கிறாள் “மிகப் பிரமாண்டமான இருட்டு விழுங்கி விட்டு இந்த அகல் விளக்கு ஏதும் தெரியாதது போல் எப்புடி உட்கார்ந்திருக்கிறது பார் மன்னா” என்கிறாள்.

அந்த விளக்குதான் கவிதை

அந்த விளக்குதான் எதுவானாலும் சொல்லிக்கலாம், விளக்குனுடைய தன்மை பிரமாண்டமான இருட்டை விழுங்குவது சில நேரங்களில் அகல் விளக்கு காற்றில் களவாடி, கலந்து அணைந்து விடுவதும் உண்டு. ஆனால்

லாந்தர் என்ற விளக்கு ஒரு விசேஷமானது. அது கண்ணாடி பேழைக்குள் கண்ணாடி பெட்டகத்துக்குள் பாதுகாப்பாகக் குந்தி இருக்கும். அதைக் கொண்டு செல்லலாம், இடம் பெயரலாம். அதுவும் மிகப் பெரிய இந்தக் காரியத்தைச் செய்யும். அதுவும் குறிப்பாகப் பாலைவனத்தில் லாந்தர் பணி என்பது சூரியனை விட விசேஷமானது அப்படியான பெயர் பொறுத்தத்திற்குரிய தோழி பாலைவன லாந்தர் எழுதிய இந்தப் புத்தகத்தைப் பேசதான் நாம் இங்குக் கூடியிருக்கிறோம்.

இந்தப் புத்தகம் முதலில் முகம் மறைத்து எழுதி வந்த இந்த இஸ்லாமியப் பெண் கவிஞரின் கவிதையை வாசிக்கும் முன்,

அவளுடைய மனநிலை என்ன?, அவ யாரு?, எப்படிப் பட்டவ? கொஞ்சம் அவளுடைய புத்தி என்ன? என்பதைப் பற்றியெல்லாம் நாம் தெரிந்து கொண்டால் அல்லது ஒரு சில உரையாடல் மூலம் அவதானித்து விட்டால் பிறகு கவிதைகளை அணுகுவதற்கு இன்னும் கொஞ்சம் காத்தாரமான வழி கிடைக்கும் என்று நான் நம்புகிறேன். கவிஞனாக, சிறுகதையாளனாக இருந்தாலும் கூடப் பத்திரிக்கையாளனாகப் பத்திரிக்கையில் பணிப்புரிவதால் அவ்வபோது அந்தப் பத்திரிக்கை புத்தி வெளி வந்து விடும். சில சந்தர்பங்களில் நானும் லாந்தரும் கேட்க, நான் லாந்தரிடம் சில கேள்விகள் கேட்கப் பாலைவன லாந்தர் சொன்ன பதிலைச் சிறு கண்ணோட்டமாக வாசித்து விட்டுப், சொல்லி விட்டு பிறகு அவர் கவிதை எப்படியானது என்பதை நகரலாம்

“ஏய் பொண்ணே சிறுகதை, நாவல் எழுதறது கஷ்டம்னு சொல்லிதானே கவிதை எழுதி ஈசியா பேர் வாங்கலாம்னு முடிவு பண்ணியிருக்க?”

“இல்லச் சூர்யா கவிதை எழுதறதுதான் ரொம்பக் கஷ்டம்.”

“அப்படின்னா கஷ்டமான விசயத்தை எளிமையா ஈசியாதானே சொல்லனும், ஏன் இவ்வளவு இறுக்கமா சொல்ற?”

“எந்தப் பெண்ணின் வாழ்வு இலகுவாக இருக்குச் சூர்யா?, இறுக்கத்தின் மேல் நாங்கள் சிரிப்பைப் பூசி வைக்கிறோம் எந்த நபரும், எந்த வாழ்வும் வெளிப்படையாக இல்லாத போது கவிதை மட்டும் ஏன் இலகுவாக இருக்க வேண்டும் சூர்யா?”

“அட இலகுவாக இருக்க வேண்டாம், கொஞ்சம் பூடகத்தையாவது குறைச்சுகலாமே பொண்ணே, தேட வைக்கிறதிலயே பெரிய தொல்லையா இருக்கியே, புத்தகம் முழுக்கத் தேட வேண்டியதா இருக்கே!”

“ஆமா சூர்யா எளிமைக்கு எப்பவுமே மதிப்பு கிடையாது, தேடிக் கிடைக்கிறததுலதான் இந்த ஜனங்க சுகம் அடையறாங்க, கொஞ்சம் தேடித்தான் பார்க்கட்டுமே.”

“அப்பச் சராசரி ஆட்களோட வாசலுக்கு நீ போகவே முடியாது”

“தேவையில்லை, நான் வெகுஜனத்துக்காகக் கவிதை எழுதல, கவிதை தெரிஞ்ச, ரசிக்கத் தெரிஞ்சவங்களுக்கு மட்டும்தான் கவிதை எழுதறேன்”

“லாந்தர்! உன்னுடைய அரசியல்தான் என்ன?”

“சூர்யா வலிகளின் அரசியல்தான் என்னுடைய அரசியல்”

“மனுஷ்யபுத்திரன் கூடத் தான் கவிதை எழுதறார், வலி எழுதறார், அவர் எழுதாத வலியா?”

“மன்னிச்சுடு சூர்யா அவர் எழுதறது பொது வலி, நான் எழுதறது பெண் வலி, எங்கள் வலியை நாங்கள் தான் எழுதித் தீக்கனும்”

இவ்வாறக தன்னை, தன் கவிதையை முன் தீர்மானத்தோடு முன் வைப்பவர்தான் பாலைவனலாந்தர்.

இந்த அறிமுகத்திலிருந்தே இந்த இவர் தொகுப்பிற்குள் நுழையலாம். புத்தகத்தின் தலைப்பு உப்பு வயலெங்கிலும் கல்மீன்கள், அதாவது இந்த உப்பு வயலெங்கிலும் கல்மீன்கள் இந்தத் தலைப்பை எப்படி வளைச்சு போட்டாலும், மடக்கிப் போட்டாலும் ஒரே அர்த்தம் உப்பு அவ்வளவுதான். வேறொன்னுமே கிடையாது. இந்தப் புத்தகத்தோடு தலைப்பு வேற என்ன ஆராய்ஞ்சாலும், கோனார் போட்டு உரை எழுதினாலும் இதோட அர்த்தம் உப்பு அவ்வளவுதான்.

சரி என் பாட்டி சொல்வா “கதிர்” என் ஒரிஜனல் பேர் கதிர் “கதிர் அந்த மீன் குழம்புல ரெண்டு கல் போடு” அப்படின்னுவா, இன்னொரு சந்தர்ப்பத்துல “கதிர் உப்பா மணியை எடுத்துட்டு வா, பேர் சொல்லாதத போட்டுக் கசக்குனா மார் சளியெல்லாம் வெளியே வந்துடும்டா” அவர் சொல்லவந்தது எல்லாம் உப்புதான் கல்லுன்றுதும் உப்புதான் வைத்தியதுக்குன்றபோது பேர் சொல்லாததுன்பா உப்புன்னு பேர் சொல்லக் கூடாது. பேர் சொல்லதாத எடுத்துட்டு வா உப்பா மணியைக் கசக்கலாம். அப்போ என் பாட்டி கல்லுன்னு சொல்லுவா, பேர் சொல்லததுன்னு சொல்லுவா ஒருபோதும் அவ வாய்ல இருந்து உப்புன்ற சொல் வந்ததே கிடையாது. அதே மாதிரிதான் உப்புன்னு சொல்லக் கூடாதுன்றகு இப்படி ஒரு தலைப்பைச் சுத்தி வளைச்சு உப்பு வயலெங்கிலும் கல் மீன்கள். இந்த மரபு மறைச்சு சொல்லக் கூடிய மரபு தொடர்ந்து நம்மகிட்ட இருந்து வரக் கூடிய மரபு.

சரி இந்தக் கவிதை தொகுப்பு ஏன் உப்பு என்று பெயர் வைக்க வேண்டும், நேரடையா, மறைமுக உப்புதான். உப்பு கரையும், காணாமல் போகும். காய்ச்சினால் மீண்டும் அகப்படும். சுவை குறைந்தால் குறையும். கூடினால் நோயாகும். மீனைப் போல் அரூபமாகக் கடலில் நீந்தும், நிலத்தில் கல்லாகக் கிடக்கும், சூரிய ஒளியில் பிரகாசிக்கும், நாட்டின் அரசியலுக்கும் உப்புக்கும் சம்பந்தம் உண்டு. அது விற்கப்படுகிறது. வாங்கப் படுகிறது, எரிச்சலைத் தருகிறது. எல்லாமுமாக இருக்கிறது. உப்பு என்பது வெறும் உப்பல்ல அது பெண்ணைக் குறிக்கின்ற குறீயீடு.

தொகுப்பாசிரியர் எஸ். தேவி கோகிலன் 199

'உப்பு வயல்' என்று எஸ்.ரா சிறுகதை எழுதியிருக்கிறார் 'உப்பு வயல்' என்று ஸ்ரீதர கணேசன் நாவல் எழுதியிருக்கிறார். இந்த உப்பு வயல் கவிதையை எழுதி இருக்கிறது. இந்தத் தொகுப்பில் ஒரு கருப்பொருள் ஒரு சினிமா போல ஸ்கிரிப்ட் போல விரிவாக எழுதப்பட்டு இருக்கிறது பல கருப்பொருள்கள் ஒரு மைய நாரைச் சேர்த்துக் கட்டுவது போல் பல விசயங்களை ஒரே கவிதையில் செய்யப்பட்டும் இருக்கிறது. இப்படியான வகைப்பாட்டில்தான் இந்தக் கட்டுமானம் அமைந்திருக்கிறது. எனக்கு இதில் பிடித்தது ஒரு நாரில் பல விதமான பூக்களைக் கட்டி வைத்தது போல் இருக்கக் கூடிய கட்டமைப்பான கவிதைகள்தான் என்னை அதிகம் ஈர்த்திருக்கிறது. என்னுடைய ருசி அப்படியானது.

வலை அப்படின்ற கவிதை. அந்த வலை என்கின்ற கவிதையில் ஆறு விதமான வலைகளை அவர் பேசியிருக்கிறார். கவிதையை வாசிக்கல என்ன சொல்லியிருக்காரன்றத மட்டும் சொல்றேன். ஆறு விதமான வலைகளை அவர் சொல்லி இருக்கிறார். காதலன் விரல்களால் கோதுகின்ற போது பத்து விரல்களும் வலையாகிப் போகிறது என்று எழுதுகிறார். பத்து விரல்கள் கூட வலையாகறது என்று எழுதுகிறார். மதம், மந்திரம் அது கூட வலை என்கிறார். பெண்ணே பெண்ணுக்கு வலையாவது சுட்டி காட்டுகிறார். வேலை -வலை என்கிறார். உணவு -வலை என்கிறார். இறுதியில் ஆணுக்குப் பெண் உடலே வலையாகிப் போகிறது என்று எல்லா விதமான வலைகளையும் வெவ்வேறு ரூபங்களில் இந்த லாந்தர் சுட்டி காட்டுகிறார்.

ஒரு கவிதையை மட்டும் வாசித்தால் அவருடைய திறன் பிடிப்பட்டு போகும். ஏற்கனவே எஸ்.சண்முகமும் இந்திரனும் மிக விரிவாக அவருடைய கவிதைகளைப் பேசியிருக்கிறார்கள் அக்குவேறு ஆணிவேராக.

இது கிட்டதட்ட ஆய்வு அல்ல. என்னுடைய பேச்சு ஆய்வு அல்ல உணர்வு ரீதியான தளத்திலிருந்து பேசுவதுதான் என் பாணி. நண்பர்களே ஒரு கவிதையை மட்டும் வாசிக்கிறேன். இந்த வாசிக்கிற கவிதையை அவங்க எழுதிக்கிற ஆர்டர் வாசிக்கல, என்னுடைய ஆர்டர்ல மாத்திக்கிறேன். கவிதையோட தலைப்பு 'இன்று எனது கால்கள் நடுங்குகின்றன' இதுதான் தலைப்பு கேட்க நல்லா இருக்கும் இந்தக் கவிதை

அன்னையின் வியர்வை வாசம்
பிடுங்கித் தள்ளப்படும்

பால் மனம் மாறாத
வகுப்பறையின் முதல் அடி

கிளாசுக்கு குழந்தையை அழைச்சுட்டு போறப்ப பர்ஸ்ட் அடி அந்தக் குழந்தைக்கு விழுது அதுதான் இது. அன்னையின் வியர்சை வாசம் பிடுங்கித் தள்ளப்படும் பால் மனம் மாறாத வகுப்பறையின் முதல் அடி இன்று எனது கால்கள் நடுங்குகின்றன.

காதல் தோல்வியை எதிர்கொள்ளும்
பலகீனமானவனின் விஷக்குப்பி
இன்று எனது கால்கள் நடுங்குகின்றன
மதயாணையை அச்சுறுத்துவதற்காக
முயற்சிக்கும் கும்கி யானையின்
கழுத்தில் பிணைத்திருக்கும் பாகனின் கால்கள்
ஆர்டர் போடறதுக்கு கால்லதான் சிக்னல்
கொடுப்பான் இன்று எனது கால்கள் நடுங்குகின்றன
பன்றிகளைச் சுடுவதற்கு வைத்திருந்த
துப்பாக்கியின் முனையை
சக மனிதனின் மார்புக்கு நேரே நீட்ட
அவசியத் தேவை ஐநூறு ரூபாய்
இன்று எனது கால்கள் நடுங்குகின்றன.
சர்க்கஸ் நெருப்பு வளையத்தில்
பாய்வதற்குத் தயாராகும் சிங்கத்தின்
நாசியில் சட்டெனப் பரவும்
பயிற்சியாளனின் ரத்த வாடை
இன்று எனது கால்கள் நடுங்குகின்றன
தொடைகளின் வழியே வழிந்த
ஆறாம் மாதத்துக் கருச்சிதைவு
இன்று எனது கால்கள் நடுங்குகின்றன
கயிற்றில் இறுதியாக உதறிய
கால்களை நக்கிக்கொண்டிருக்கும்
நாயின் நாக்கு

ஒருத்தி தூக்கு மாட்டித் தொங்கறா, கடைசி தருணம் கால் தொங்குது, தொங்கிக் கொண்டிருக்கிற காலை நாய் நக்குது கால்கள் நடுங்குகின்றன.

தொலைதூரத்து
ஆம்புலன்ஸ் சப்தத்தில்

யாரோ ஒருவரின்
லப்டப் லப்டப் லப்டப்
இன்று எனது கால்கள் நடுங்குகின்றன
வாகனங்கள் நிறைந்த சாலையில்
பச்சைவாசக் குட்டிகளுடன்
அலைமோதும் பூனையின் தவிப்பு
இன்று எனது கால்கள் நடுங்குகின்றன
போத்தல் சாராயத்துக்காக ஏங்கும்
பிணம் எரிப்பவனின் கண்கள்
இன்று எனது கால்கள் நடுங்குகின்றன
ரத்தப் பரிசோனைக்கு நரம்புகள்
தேடும் செவிலியின்
பர்சனல் அலைபேசியில் வந்த
விபத்துத் தகவல்
இன்று எனது கால்கள் நடுங்குகின்றன
எல்லாவற்றையும் விடக் கடைசியாக ஒன்று
அகதிகள் முகாமில்
நடக்கும் முதல் பிரசவம்
இன்று எனது கால்கள் நடுங்குகின்றன

என்று இந்தக் கவிதையை முடிக்கிறார். நண்பர்களே இந்த ஒன்னு படிக்கும் போது எனக்கு டக்குன்னு ரமேஷ் ப்ரேம் ஞாபகம் வந்தார். வாகனங்கள் நிறைந்த சாலையில் பச்சைவாசக் குட்டிகளுடன் அலைமோதும் பூனையின் தவிப்பு, அந்த ரோடைக் க்ராஸ் பண்றதுக்கு அவஸ்தை படற பூனை குட்டி வாயில வைச்சுகிட்டு அதைக் கிராஸ் பண்றதுக்கு இருக்கிற தவிப்பு இருக்குல்ல, அந்தத் தவிப்பைப் பார்க்கறப்போ கால் நடங்குதுன்னு நான் புரிஞ்சிக்கிறேன். அந்தத் தவிப்பை, அந்த விஷிவலேஸன் அவங்க காட்றாங்க இல்லையா? இதே மாதிரி காட்சி ஒன்னு இப்போ ஞாபகத்துக்கு அட் ப்ரசன்ட்ல வருது.

ரமேஷ் ப்ரேம் ஒரு நாவல்ல ஒரு பார்ட் ஒன்னு வரும் மரவட்டை, கிராமமா இருந்து நகரமா மாறிட்டே வரும், பெரிய சாலையா, நெடுஞ்சாலையா மாறிடும். ஒரு பகுதியிலிருந்து ஒரு மரவட்டை அடுத்த ரோடைக் க்ராஸ் பண்ணப் பார்க்கும். ஒவ்வொரு முறை க்ராஸ் பண்ணும் போது ஒரு மரவட்டை வாகனத்துல நசுங்கிப் நசுங்கி போகும். அடுத்தடுத்து ஒவ்வொரு மரவட்டையா க்ராஸ் பண்ணக் கொஞ்சத் தூரம், கொஞ்சத் தூரம், கொஞ்சத் தூரம், ஒரு மரவட்டையையும் அந்தச் சாலையைக் கடக்கவே முடியாது. இந்த

என்டுல இருந்து அந்த என்டுக்கு போகவே முடியாது. இதெல்லாம் மனிதனுடைய சூழ்ச்சி, அல்லது மனிதனுடைய தந்திரம் ஒரு சக உயிர் தனக்குப் பாரம்பரியமான, தனக்குச் சொந்தமான ஒரு இடத்தைக் கடப்பதற்கு அவதிப்படுவதைச் சுட்டி காட்டிக் கொண்டே வருவார் ரமேஷ் ப்ரேம். சட்டென்று ஒரு மரவட்டை பாதி தூரம் வந்துடும்..அப்போ எதிர்பாராமல் சிறுவன் ஓடி வருவான் வேகமா ஒரு கார் அடிக்கும். அந்தப் பையன் கீழ விழுவான், விழுந்த அந்தப் பையனுடைய கை இன்னொரு ப்ளாட் பார்ம்ல நீட்டிட்டு இருக்கும். இப்போது அந்த மரவட்டை கைகளின் வழியாக நிதானமாக ஏறி அடுத்த ப்ளாட்பார்முக்கு போய்டும். எந்த மனிதனால் சாலையைக் கடக்க முடியாத துர்பாக்கியம் நிகழ்ந்ததோ, அதே மாதரி ஒரு மனிதனின் மரணத்தின் மீது ஏறி அந்த மரவட்டை அடுத்த ப்ளாட்பார்மை கடந்து போகும். இப்படி ஒரு காட்சி சின்னக் காட்சி ரமேஷ்ப்ரேம் எழுதி இருப்பார். இந்தக் கவிதையைப் படிக்கும் போது சட்டென்று அது நினைவுக்கு வந்தது.

பாலைவன லாந்தரோ தலைப்பு பார்த்தீங்கன்னா தனி மூளை வேண்டும், பாருங்க 'பின்னிரவில் நகரும் கிரகத்தின் சிறகுகள்', விசும்பலின் கொடூர நிழலைத் தேடும் சர்ப்பம், நெருப்பு கீழும் இன்விசபல் டிஎன்ஏ' இப்படியெல்லாம் லாந்தர் உங்களை மிரட்டினாலும் அசலான லாந்தர் எளிமையான வரிகள் மூலமும் கவர்ந்து விடுவார். ஏனோ அவர் பொருட்டாக எடுத்துக்கொள்வதேயில்லை.

அவருடைய தொகுப்பில் ரொம்ப ரொம்ப எளிமையான வரி, காதல் வரி அது ரொம்ப எனக்குப் பிடித்த வரி அந்த வரி பாருங்க, எங்க வேணும்னாலும் சொல்லலாம். காதலனைப் பார்த்துக் காதலி சொல்ற மாதிரியான டோன் இருக்கும் ' என்னைக் கொல்லும் எந்த ஆயுதமும் ஒரு போதும் உன்னைப் பாதுகாக்காது' என்று அவர் எழுதுகிறார். என்று எளிமையான வரிகள் மூலமாக இறுக்கமான வரிகள் எழுதும் பாலைவனலாந்தரை மன்னித்து விடலாம்.

நிறையச் சினிமா தியேட்டர், மால் போனா ஒரு படிக்கட்டு மாதிரி, ஆங்கிலத்துல எக்ஸ்லேட்டரா? ஏறி நின்ன உடனே தளத்துக்குக் கொண்டுட்டு போகும் இல்லையா அதைப் பார்த்தா என்ன எழுதுவோம். அவங்க எப்படிச் செய்நேர்த்திய மாத்தறாங்கறத சொல்றேன். புழுவின் அது போற ஸ்டைல் நகர்ந்து போறதில்லையா, அந்த மரவட்டை மாதிரியே இருக்கு அந்த டோன் படிகட்டு போயிட்டு இருக்கிற வேகம். புழுவின் முதுகு படிக்கட்டு வழி ஏறி அடைந்த தளம். அதைச் சொல்லவே மாட்டாங்க, அது எக்ஸ்லேட்டர்னு சொல்லவே மாட்டாங்க. நீங்க தேங்காய் உரிக்கரதை

பார்த்து இருப்பீங்கள்ள, கடப்பாரை இருக்கும் தேங்காய் நச்சுன்னு குத்திக் கிழிப்பாங்க.. நார் உறிக்கறதுக்கு, அந்தக் காட்சியைப் பார்த்து இருப்பீங்க.. அதே காட்சிதான் இங்க வரியா எப்படி மாறுதுன்னு பாருங்க. இதப் பார்த்தா வேற ஏதோ மனுசன மாதிரி தோணும், ஆனா அதே காட்சிதான். 'வயிற்றில் ஓங்கிக் ஓங்கி குத்தி நார் உரித்தாள்'. அதே தேங்காய்தான் ஆனால் சொல்லும் போது பார்த்தா 'ஓங்கிக் ஓங்கி குத்தி நார் உரித்தாள்' என்பதாக இவர் மொழி மாற்றம் செய்கிறார்.

இந்தத் தொகுப்பு முழுக்கக் கவிச்சு வாசமும், ரத்த நெடியும், வலியின் குரலும், பெண்ணின் ஓலமும், காமத்தின் கசடும், ஆண் மீதான அதித குற்றசாட்டும், கூப்பாடும் அதிகம் அதிகம் தவறொன்னுமில்லை இவருடைய வலி இவர் உணரகூடிய வலி அப்படியாகும்பட்சத்தில் நாம் எப்படிக் குறை சொல்ல முடியும்.

ஒரே ஒரு கவிதை இதை எப்படி வாசிக்கறதுன்னு தெரியல, ஆனா இந்தத் தொகுப்புல வந்துடுச்சு, வாசிச்சுதான் ஆகனும் இந்தக் கவிதையை, நண்பர்களே ஒரு பெண் இறந்து கிடக்கிறாள். எப்படி இறந்தாள் அப்படின்றது எனக்குத் தெரியாது, அவங்க சொன்னது. ஒரு பெண் இறந்து கிடக்கிறாள். ஒரு ஆள் வன்முறையாளன், ஆதிக்கம் நிறைந்த வன்முறையாளன் ஒரு இறந்த கிடக்கக்கூடிய பெண்ணின் அந்தரங்கப் பகுதியில் கை வைக்கிறான், விரல் செலுத்துகிறான். அதிர்ச்சியான காட்சிதான் ஆனால் அதை விட அதிர்ச்சியான இன்னொரு வரி வரும். அவள் வயிற்றுக்குள் இருக்கும் மரிக்காத பெண் சிசு அவன் விரல்களைக் கடித்துக் குதறுகிறது. என்று ஒரு காட்சி வரும் கீழே கறுப்பு குறுதி சரித்திரம் என்று எழுதி முடிப்பார்.

மரித்தவளின் உறுப்பில்
விரலைச் செலுத்தியவனின்
அலறலைக் கேளுங்கள்
மரிக்காத சிசு
கடித்துக் குதறிய
கறுப்புக்குருதி சரித்திரம்'

என்று எழுதுகிறார். மொத்தமே ஐந்து வரிதான் கடித்துக் குதறும் மரிக்காத பெண் சிசு இனி வரப்போகிற எண்ணற்ற லாந்தர்களின் சாயலாகதான் இருக்கும் என்பதற்கு எந்த விதமான மாற்று கருத்தும் இருக்காது. அது போராளியுடனான செயல்.

இறுதியாக, ரூமி ஒரு விசயத்தைச் சொல்வார், தத்துவத்தை ரூமி இப்படி சொல்வோர். அத்தோடு என் பேச்சை முடித்துக் கொள்கிறேன்.

வலி முழுக்க இந்தத் தொகுப்பில் இருக்கிறது. அது தன்னுடைய வழியாக, ஏற்கனவே மனுஷ்யபுத்திரன் குறிப்பிட்டது போல அது அவருடைய வலியாக இருக்க வேண்டிய அவசியமில்லை, பார்த்த, கேட்ட, யுகம் யுகமா ஜீன்கள் வழியாகக் கடந்து வந்த வலியாக இருக்கலாம், கற்பனை வலியாக இருக்கலாம் எந்த விதமான வலியாக இருந்தாலும் ரூமியோட வரிகளோடு இதை நான் முடிக்கிறேன். ரூமி சொல்வார். வலி எங்கே உற்பத்தி ஆகிறதோ அதே இடத்தில்தான் வாழ்விற்கான ஒளியும் உற்பத்தி ஆகிறது.... என்பார்.. உன் வலி உன் ஒளி உன்னை வழி நடத்தும் பெண்ணே வாழ்த்துகள் பெண்ணே

நான் வடசென்னைக்காரன் – பாக்கியம் சங்கர்

நண்பர்களே... இந்த அரங்கத்தில் கூடியிருக்கும் அனைத்து நண்பர்களுக்கும் வளமான வணக்கங்கள். வரும் போது இருந்த பேசக் கூடிய மைன்ட் செட்டே ஒரு கணம் இங்க மாறிப் போச்சு அதுக்கு முக்கியமான காரணம் முட்டை பரோட்டோ ஒரு முத்தம் தரட்டா, கொத்து பரோட்டோ உன்னைக் கொத்த வரட்டா? என்கிற கானா பாடல். ஏற்கனவே இருந்த மனக் கட்டமைப்பையும் கொஞ்சம் மாற்றி விட்டது. மீண்டும் அதிலிருந்து மீட்டெடுப்பது கொஞ்சம் சிரமம்தான் கானா குழுவிற்குப் பிரதேக பாராட்டுகள். நண்பர்களே நிறைய இலக்கியக் கூட்டம் பேசியிருக்கேன், நிறைய என்னுடைய பேச்சு யூ டுப்பிலும் இருக்கு. சமிபத்தில மகிழ்ச்சி என்னன்னா? இந்தக் குரல் மிக மிக ஆரோக்கியமான குரல் என்று ஜெயமோகன் தன்னுடைய பிளாக்கில் என்னுடைய பேச்சுகளைப் பற்றி குறிப்பிட்டது மிகச் சமீபத்திய சந்தோசம்.

இலக்கியக் கூட்டத்தில் பேசுவதற்கும், இந்தக் கூட்டத்தில் பேசுவதற்கும் நிறைய வித்தியாசங்கள் இருக்கின்றன. இது முழுக்க முழுக்க இலக்கியக் கூட்டமல்ல, தமிழ் திரை உலகைத் தலைகீழாக மாற்றப் போகின்ற திரைகலைஞர்கள், இயக்குனர்கள் கூடியிருக்கிற சபை என்பதால் இங்குப் பேசுவது மிகப் மிக பெருமையும் கௌரவும் அடைகிறேன்.

கிட்டதட்ட சினிமாவோடு சம்பந்தபடுத்திபார்த்தால் இது எனக்கு மூன்றாவது கூட்டம். முதல் கூட்டம் அதீதி இசை வெளியீட்டு விழாவில் பேசினேன். அடுத்து இசைஞானியோடு போர்களத்தில ஒரு பூ என்ற இசை வெளியீட்டில் பேசினேன். அதற்குப் பிறகு திரைக்கலைஞர்கள் சூழ்ந்து இருக்கும் இந்த அரங்கில் பேசுவது சினிமா சார்ந்த நண்பர்கள் நிறைந்த அரங்கத்தில் பேசுவது இது மூன்றாவது முறை எழுத்தாளர்களை விடச் சினிமா கலைஞர்கள்

கொஞ்சம் விவரமானவர்கள். ரொம்ப ரொம்ப விவரமானவர்கள். அவர்களிடத்தில் அவர்கள் சூழ்ந்த சபையில் கொஞ்சம் கவனமாகத்தான் பேச வேண்டும்.. எப்படி விவரமானவன் சினிமாகாரன், இந்தச் சினிமாகாரன் என்பது உரிமையோடு, அன்போடும் சொல்கின்ற சொல்லாடல். எழுத்தாளனை விடச் சினிமாகாரன் எவ்வளவு விவரமானவன் எப்படியென்றால் ஒரு சின்ன உதாரணத்துலயிருந்து ஆரம்பிக்கலாம்.

ஆயா வடச்சுட்டு இருக்காங்க ஒரு காக்கா வடையைத் திருடிட்டுப் போகுது கொஞ்சம் தள்ளித் தூரத்துல வடையோடு காகம் அமர்ந்து கொண்டிருக்கும் போது ஒரு நரி வந்து காக்கா நீ ரொம்ப அழகாயிருக்கியே ஒரு பாட்டப் பாடுன்னு சொல்லுது அது கத்தும் போது வடையைத் தூக்கிக் கொண்டு போனது. இது சொல் வழக்கில் உள்ள ஒரு சாதாரணக் கதைதான். நாலு வரியில் இருக்கக் கூடிய இந்தக் கதையை நாப்பது வரி மாத்துவான் எழுத்தாளன். கண் முன்னாக அந்தக் காட்சியைக் கொண்டு வருவான். ஆயினும் அதில் தராத பிம்பத்தை அதில் தராத நுட்பத்தை, சினிமா கலைஞன் மட்டுமே தர முடியும். அவன் நிறையக் கேள்வி கேட்பான். விவரமானவன் ஏன் என்பதற்கு இப்போ சொல்றேன். ஆயான்னா எந்த ஆயா? எந்த வட்டாரத்து ஆயா? திண்டுகல் ஆயாவா, திருப்பூர் ஆயாவா? தூத்துக்குடி ஆயாவா, சென்னை ஆயாவா? அவனுக்கு விளக்கம் சொல்லனும். ஆயாக் கட்டியிருக்கக் கூடிய புடவை எது? பட்டா, கண்டாங்கியா? அரசாங்கம் கொடுத்த இலவசச் சேலையா? ஆயானா டை அடிச்ச ஆயாவா? டை அடிக்காத ஆயாவா? ஆயாப் பேசுகிற பாஷை எது? ஆயாச் சுடுகின்ற வடை என்றால் உளுத்த வடையா, மெது வடையா? கார வடையா? வடைகளுடைய ரகத்தைச் சொல்லனும். அடுப்பு என்றால் அது எந்த மாதிரி அடுப்பு? கேஸ் டவ்வா? விறகு ஸ்டவ்வா? மண்ணெய் ஸ்டவ்வா? டீடெய்ல் அவனுக்குச் சொல்லனும். காக்கா என்றால் எந்த வகையான காக்கா? சாதா காக்காவா? அண்டக் காக்காவா? ஆயாச் சுட்டு கொண்டிருந்த வடை மரத்தின் அருகே என்றால் அது எந்த வகையான மரம்?. காகம் வடையைத் தூக்கிக் கொண்டு போகிறது என்றால் அந்த இடம் நகரமா? கிராமமா? அல்லது கடை ஒட்டிய பகுதியா என்ற விவரம் வேண்டும். நரி அதனிடத்தில் பேசுக்கின்ற பேச்சை நாம் சொல்ல வேண்டும் என்றால் நரியுடைய பாஷையை எந்த மொழியில் மொழிப்பெயர்க்க வேண்டும் என்று கேட்பான். இவ்வளவு விவரங்களைச் சொன்ன பிறகுதான் காக்கா வடையைத் தூக்கிப் போன கதையை அவனால் முழுமையாக வெளிப்படுத்த முடியும். இவ்வளவு விவரங்களைக் கேட்பதனாலயேதான் சினிமாகாரன் ரொம்ப விவரமானவன்.

எனவே இந்த விவரமானவர்கள் சூழ்ந்துயிருக்கக் கூடிய சபையில் பேசுவது என்பது கொஞ்சம் அச்சத்தையும், கொஞ்சம் தயக்கத்தையும் தருகிறது.

நண்பர்களே இந்தக் கூட்டம். ஒற்றை வரியில் சொல்வதுயென்றால் அம்மாபெயரில் உள்ள ஒருவனை ஆயாப் பெயரில் உள்ள ஒருவன் வாழ்த்த வந்திருக்கிறான் என்பதுதான். பாக்கியம் சங்கர் என்ற பெயரில் இருக்கின்ற பாக்கியம் என்ற சொல் அவர் அம்மாவைக் குறிப்பது. அமிர்தம் சூர்யா என்ற பெயரில் இருக்கின்ற அமிர்தம் என்ற பெயர் எனது பாட்டி அமிர்த்தம்மாளை குறிப்பது. அம்மா பெயரில் இருப்பவனை ஆயாப் பெயரில் இருப்பவன் வாழ்த்த வந்திருக்கிறான். இலக்கிய உலகத்துல ஆயாப் பெயரோடு சுத்தற ஒரே ஆம்பள நான்தான்.

ஆயா அப்பத்தா பாட்டி என்கிற வெவ்வேறு விதமான விசயங்களை ஒரே பொருள் ஆனால் வெவ்வேறு விதமாகச் சொன்னாலும் கூட அதற்குள் ஒரு சொல் அரசியல் இருக்கிறது.

நான் வட சென்னைக்காரன் என்ற இந்த நூல், நாவல் வடிவத்தில் வந்திருக்க வேண்டியது. அல்லது இது நாவல்தான் என்று சொல்லும் இலக்கிய அரசியல் சங்கருக்குத் தெரியாமல் இருந்திருக்கிறது. இதை முன்பே அவர் நாவலாக, நாவல் வடிவத்தில் கொஞ்சம் முயற்சி செய்திருந்தால் கொண்டு வந்திருக்கலாம். அல்லது இந்தப் புத்தகத்தையே ஒரு பின் நவீனத்துவ நாவல் என்று சொல்லி ஏமாற்றியிருக்கலாம். இந்த இரண்டு காரியத்தை அவர் செய்யவில்லை. இது ஒரு சேரி புராணம். இந்த நாவல் என்பது சேரி புராணம். சேரி என்பதாலயே அது இப்போது இருக்கக் கூடிய அர்த்தத்தில் நான் சொல்லவில்லை. இப்போது சேரி என்ற அர்த்தம் கீழ்மை படுத்திவிட்டது. நான் சொல்கிற அர்த்தம் அந்த அர்த்தம் இல்லை. சிலபதிகாரத்திலேயே ஐயர்கள் எல்லாம் ஒன்னாச் சேர்ந்திருக்கும் இடத்தை அக்ரஹாரம் என்று குறிப்பிடல பார்ப்பன சேரி என்று குறிப்பிடுகிறது. சிலபதிகாரத்தில் பார்பன சேரி என்று குறிப்பிடுகிறது. மதுரை காஞ்சியில் ஓரிடத்தில் பரத்தியர் இருக்கக் கூடிய பகுதியைப் பரத்தியர் சேரி என்பதை மனம் கமழ் சேரி என்று மதுரை காஞ்சி குறிப்பிடுகிறது. சேரி என்றால் சேர்ந்து வாழும் இடம் அவ்வளவுதான்.. இப்போது அதற்கான அர்த்தம் மாறி விட்டது. ஏன் சேர்ந்து வாழ்கிற இடம் சேரி நீங்கள் நகரத்தில் இருப்பவர் நானும் நகரத்தில இருப்பவன்.

தொடர்ந்து வயசு பத்தியே ஒரு பேச்சு ஓடிட்டே இருந்தது. இந்த அவையிலயே ரொம்ப வயசுனாவன் நான். ஐம்பது வயசு எனக்கு.

ஆறுபத்திஆறுல பொறந்தேன் ஐம்பது முடிஞ்சிடுச்சுப்போ எனக்கு இரண்டு மகன்கள், இன்ஜினியரிங் படிச்சு இருக்காங்க வேலைக்குப் போறாங்க மூணு அறை எங்க வீட்ல, ஒரு அறையில அவன்இங்கிலிஷ் பாட்டு கேட்டுட்டு இருப்பான், ஒரு கன்றாவியும் புரியாது. இன்னொரு அறையில இங்கிலிஸ் படம் பார்த்துட்டு நுனி நாக்குல என் இன்னொரு பையன் இங்கிலிஷ் பேசிட்டு இருப்பான். மனைவி டிவி சீரியல் பார்த்துட்டு அழுத்துட்டு இருப்பா, இந்தச் சத்தத்துக்கு நடுவுல ஓரத்துல இந்த மாதிரி புத்தகங்களைப் படிச்சுட்டு இருப்பேன். நான் இருக்கக் கூடிய பகுதி கொஞ்சம் மேட்டுக் குடியான பகுதிதான்.

நண்பர்களே அந்தப் பகுதியில் நீங்கள் திருநங்கையைப் பார்க்க முடியாது, பிச்சைக்காரர்கள் வர முடியாது, பைத்தியத்திற்கு அங்கு இடமில்லை, பிழைக்கத் தெரியாத கலைஞனுக்கு அனுமதி கிடையாது, புருசனைக் கைவிட்ட அனாதை பெண்ணுக்கு வீடு கொடுக்க மாட்டாங்க, ஆனால் திருநங்கை, பைத்தியம், பிச்சைகாரன், பிழைக்கத் தெரியாத கலைஞன், புருஷனால் கைவிடப்பட்ட அனாதை பெண் அடக்கமாகக் கூடி ஒரே இடம் சென்னை சேரிதான். வேறு எங்கும் இந்த வாய்ப்பு கிடையாது. சின்னச் சின்ன வீடுகள் குடிசைகள் இருந்தாலும் கூட மழைக்குதான் தங்குவார்களே தவிர, அதில் நிரந்தரமாகக் குடியேறாமல் அந்தச் சாலையில்தான் பெரும்பாலான மக்கள் இருப்பார்கள். கிட்டதட்ட அந்தச் சேரியின் சாலை என்பது ஒரு பிக் பாஸ் மாதிரி, பிக்பாஸ் அறை போலதான் சேரியின் சாலை இருக்கும். யாரும் எதையும் பார்க்கலாம் பேசலாம் கிட்டதட்ட அந்தச் சேரியின் தெரு என்பது அறிவிக்கபடாத ஒரு பிக்பாஸ் தெருதான். அதனால்தான் அனைவருக்குமான இடம் என்பதால்தான் சேர்ந்து வாழும் இடம் என்பதால் சேரி என்று வந்தது, அந்தச் சேரி என்கிற வடசென்னை குடிசை பகுதியில் இருக்கக் கூடிய மக்களில் திருநங்கை வருகிறார்கள், பைத்தியகாரர்கள் வருகிறார்கள், பிச்சைகாரர்கள் வருகிறார்கள், விபச்சாரிகள் வருகிறார்கள், அதனால்தான் இந்த நாவலில் ஒரு சேரி புராணம் என்று சொன்னேன்.

ஒரு பதினைந்து வருடங்களுக்கு முன்பாக நான் ஒரு கட்டுரை எழுதியிருந்தேன். அப்போ நான் பத்திரிக்கைகாரன் இல்ல, கல்கி பத்திரிக்கையில சேர்ந்து கரைக்ட்டா பத்து வருஷம் ஆகுது, அதுக்கு முன் சாதாரண ஒரு தொழிலாளியகதான் இருந்தேன், தலித் வாழ்வியலில் ஓஷோயிஸம் என்று ஒரு கட்டுரை எழுதியிருந்தேன். சிவகாமி ஐஏஎஸ்சும், மாஸ்டர் சந்துருவும் நடத்தின பத்திரிக்கை அது கோடாங்கி. அந்தக் கோடாங்கி பத்திரிக்கையில் தலித் வாழ்வியலில் ஓஷோயிஸம் என்று கட்டுரைக்குத் தலைப்பிட்டு

எழுதிக் கொண்டிருந்தேன். ஓஷோ என் வாழ்க்கையை மாற்றிய மிக முக்கியமான மனிதன். இந்து மத்திலிருந்து கிருஷ்ணனை எடுத்துக் கொள்வார், புத்தக மத்திலிருந்து சில விசங்களை எடுத்துக்கொள்வார், கிறிஸ்துவத்திலிருந்து சில விசயங்களை எடுத்துக்கொள்வார், ஜேகே எடுத்துக்கொள்வார், எந்த விசயத்தை எடுத்துப் பேசினாலும் அந்த மனுஷன் சொல்கிற ஒரே விசயம், அந்தப் பொழுதை மிக மிக நுட்பகமாக உள்ளுணர்வோடு வாழ்ந்து விடு என்பதுதான். எந்தக் கொள்ளைகளுக்குள்ளும், எந்த இசத்க்குள்ளும் ஓஷோவை நீங்கள் அடைக்க முடியாது, அடைக்க முடியாத அவருடைய கருத்துகளை யெல்லாம் நான் எடுத்து ஓஷோயிஷம் என்று பெயரிட்டு நான் கட்டுரை எழுதினேன். அது தலித் மக்களுடைய வாழ்க்கையை எப்படி நிலவுகிறது என்று அந்தக் கட்டுரை போகும். எந்த ஜாதிக்கும் தன்கென்று ஒரு பாட்டு இருக்கா? அவனும் கிராமப் பகுதியில் பாட்டு புனைந்தாலும் அது நாட்டுபுற பாடல் என்று பொதுப் புத்திக்குதான் போகுமே தவிர, கானா என்று ஒரு தொட முடியாத வடிவத்தை, வேறு எந்த ஜாதியும் தக்க வைத்துக்கொள் முடியவில்லை, அவனுக்கென்று தனி இசை வடிவம் இருக்கிறது. எல்லா வீட்டுத் துக்கங்களும், இறந்தவர் துக்கங்களும் நீங்கள் பார்த்திர்கேளயென்றால் சோகமாக இருக்கும், தலித் வீட்டுச் சடலம், அந்த இறந்த துக்க நிகழ்ச்சி மட்டும்தான் கொண்டாட்டும் மிகுந்ததாக இருக்கும், அவன் மரணத்தைக் கூடக் கொண்டாடுவான், கல்யாணமா நான் நிறையப் பார்த்திருக்கேன், பேசிட்டு இருப்பாங்க லவ் புடிச்சு இருக்கும், அப்புறம் பார்த்தா ரெண்டு பேரும் ஒன்னா இருப்பாங்க, கல்யாணமே நடக்காது, ரெண்டு பேரும் ஒன்னாச் சேர்ந்துட்டாங்கப்பா, பிரியறதும் மிகச் சாதாரணமாகப் பிரியும். ஒவ்வொரு வாழ்க்கையினுடைய ஒவ்வொரு பகுதியும், ஓஷோவைப் போல அந்தக் கணத்தில் உண்மையாக, நேர்மையாக அணு அணுவாக ரசித்து வாழக்கூடியவர்கள் என்பதை அந்தக் கட்டுரையில் சொல்லியிருப்பேன்.

இந்தப் பிரதி முழுக்க ஓஷோயிஸத்தைதான் பரப்பியிருக்கான். ஓஷோயிஸத்தைதான் சொல்லியிருக்கிறது. முத்தம் கொடுத்தால் கூட முத்தம் வேறாக நீ வேறாக இருக்கக் கூடாது முத்தமாகவே மாறிவிட வேண்டும் என்று சொல்வார் ஓஷோ. இதில் ஒவ்வொரு கதாபாத்திரமும் அப்படிதான் வாழ்ந்துயிருக்கிறார்கள். இந்தப் பிரதி முழுக்க ஓஷோயிஸத்தை பறை சாற்றுகிற பிரதி என்பதால்தான் மிக மிக வெற்றி பெற்றுயிருக்கிறது. இந்த நூலில் இடம்பெற்றிருக்கிற கதாபாத்திரங்கள் பெயர் கூட வித்தியாசமானவை, விசேஷமானவை, பெயர் என்பது வெறும் பெயரல்ல என்பார் தமிழ் மணவாளன். அந்தப் பெயருக்குள் அரசியல் இருக்கிறது. அழகியல் இருக்கிறது. ஜாதி இருக்கிறது. பெயர் என்பது பெயர் மட்டுமல்ல வாழ்வு

இருக்கிறது. இந்தப் வடசென்னைகாரன் இந்த புத்தகத்தில் இருக்கக் கூடிய கதாபாத்திரங்கள் பெயர்களை வரிசையாகச் சொல்கிறேன் பாருங்கள்... இல்லாமல்லி என்ற ஒரு பாலியல் தொழிலாளி. இவர் எதுவுமே, எங்க பத்திரிக்கையில வர்ற மாதிரி ‘இதில் இடம்பெற்றிருப்பவர்கயெல்லாம் கற்பனை காட்சிகளே இதில் சம்பவங்கள் யாரையும் குறிப்பிடுவனயல்ல’ இதில் எல்லாம் பார்த்தது, இதில் அவர் சம்பந்தப்பட்டதுதான் அது. எந்தப் புனைவும் கிடையாது. ஏன்னா எனக்குத் தெரியும். இப்போ பழக்கமானவனன் இல்லப் பாக்கியம் சங்கர், ரொம்பக் காலமாகப் பழக்கம் அவன் வயசை மறைச்சா கூடப் பறவாயில்ல ரொம்பக் காலமா பழக்கம் நாங்க, எனவே இதில் இருக்கக் கூடிய சம்பவங்கள் புனைவு அல்ல.

பாருங்க இல்லாமல்லி கேரக்டர் அவர் புனையல இல்லாமல்லி இருந்தா. அந்தப் பேர் பாருங்க இல்லாமல்லி ...மல்லியாக இல்லாமல் இருக்கிறாள். அவள் மல்லிதான் மல்லியாக மனம் வீசாமல் இருக்கிறாள் இல்லாமல்லி. இயல்பாகவே அந்தப் பெயர் சூட்டப்பட்டு இருக்கிறது.

கைப்பொருள் என்று ஒருத்தன் இருப்பான். ஒல்லியா, கைக்குள் அடங்கக் கூடிய உடல்வாகு கொண்டவன் இதுல ஒருத்தன் கேரக்டர் வரான்.

இன்னொருத்தர் பேரு போதும்பொண்ணு, தொடர்ந்து பொண்ணா பெத்துகிட்டு இருக்கிறவனுக்குப் பொண்ணு போதும்னா கடைசியா பொறந்த பொண்ணுக்கு போதும் பொண்ணுன்னு பெயர் வச்சுகிட்டா அடுத்து ஆண் பிறக்கும் என்று ஐதிகம். அப்படி ஒரு கேரக்டர் வருது போதும் பொண்ணு.

சாவுக் கிடங்கில் வேலைச் செய்பவனுக்குப் பெயர் ஆரோக்கியத் தாஸ். காதலி கட்டி தங்கம் மயில் ஆடும் துறை எப்படி மயிலாடுதுறையாக மாறியதோ அதே போல் ஜெகன் என்பவன் இங்கு ஜிகானாக மாறியிருக்கிறான் ஒரு கேரக்டர். இந்த நாவலில் இப்படியான விசேஷமான இந்த நாவலில் இது நாவல்தான் வட சென்னைக்காரன் நாவல்தான். இந்த நாவலில் எனக்குப் பிடித்த ஆறு விதமான காட்சிகளை இயக்குனர் வசந்தபாலன் சொல்லிவிட்டுப் போனாலும் கூட என்னுடைய பதிவாக இதைப் பதிவு செய்ய வேண்டும். ஏனென்றால் இதைப் யூ டுப்பில் இதை போடுவார் நண்பர் ஸ்ருதி. அதனால இது முக்கியம்.

நண்பர்களே தொன்னூத்தி மூணாவது பக்கத்தில் அந்தக் காட்சிகளை ஆறு விதமான காட்சிகளை நான் சொல்றேன் பாருங்க. நீங்கயெல்லாம் சினிமாகாரங்க என்னா மாதிரியான காட்சி இது.

அந்த ஒரு சப்ஜட்டுக்கு ஒரு பெயர் கயமயா, கயமான்னு எழுதியிருக்கான். மச்சான் கயமாயா, கயமான்னு தலைப்பு கொடுத்திருக்கான். அந்தச் சப்ஜக்ட் முழுக்க மனநலம் பாதிக்கபட்டவங்களை பற்றிய சப்ஜக்ட். ஒரு வயசுக்கு வந்த பொண்ணு மன நலம் பாதிக்கபட்டு இருக்கு அந்தப் பொண்ணை அழைச்சுகிட்டு கீழ்பாக்கத்துக்கு அப்பப்போ ட்ரீட்மெண்ட்டுக்குப் போயிட்டு வர்றார் அப்பா. ட்ரீட்மெண்ட் முடிச்சுட்டு வெளியே வந்து பஸ்ஸ்டேண்டல நிக்கறார் அப்பா. வயதுக்கு வந்த அந்தப் பெண் மனநலம், பாதிக்கபட்ட அந்தப் பெண் எங்கோ பார்த்துகிட்டு சிரிச்சுகிட்டு, தானா சிரிச்சுகிட்டு தலையைச் சொரிஞ்சுகிட்டு இருக்குது. அப்பன் பாக்கறான் நீங்க பாருங்க தமிழ் சினிமாவுல இப்படியொரு காட்சி வந்திருக்குமான்னு பாருங்க... நீங்க படம் பாக்கறதைதானே பாடமா வைச்சிருக்கிங்க எல்லா விதமான ஈரானியப் படங்களும், எல்லா விதமான ஷாட் பிலிம் பாப்பிங்கள்ல, இந்தச் சீன் எங்காவது பார்த்திருப்பிங்களான்னு சொல்லுங்க.

அப்பன் மன நலம் பாதிக்கபட்ட அந்தப் பொண்ணை நின்னுட்டு இருக்கான். அந்தப் பெண்ணுக்கு மாதவிலக்குன்னு கூடத் தெரியல, மாதவிலக்கு வந்திருக்கிறது, ரத்தப் போக்கு வந்திருக்கிறது என்று கூடத் தெரியாமல் அந்தப் பெண் பேந்த பேந்த சிரிச்சுட்டு இருக்குத் தொடை வழியாக ரத்தம் கசிந்து கால் வழியாகக் கீழே வருவதைத் தந்தை பார்க்கிறான். என்ன பண்றதுன்னு தெரியல, ஓன்னு அந்தப் பொண்ணை கட்டிப்பிடிச்சுட்டு என்ன பண்ணுவான் நடு ரோட்டுல பஸ் ஸ்டேண்ட்ல ஒரு பொண்ணு உதிரப் போக்கோடு நிக்கறா? அந்தப் பொண்ணுக்கு தெரியல, மனநலம் பாதிக்கபட்ட பெண், ஒரு ஆண் தகப்பன் என்ன செய்ய முடியும். அந்தக் காட்சியைப் பாருங்க, ஒரு தகப்பனாக அந்த நேரத்தில் கற்பனை செய்து பாருங்கள். அந்தப் பெண்ணை அணைச்சுக் கொண்டு கீழப் பார்க்கிறான். எப்படிப் போறதுன்னு தெரியாம கட்டிப்பிடிச்சு ஓன்னு கதறிக்கிட்டே தன் மகளை அழைத்து வருகிறான். இந்தக் காட்சியை நீங்கள் எந்தச் சினிமாவிலும் பார்க்க முடியாது. இப்படி ஒரு அச்சு அசலான காட்சியைப் பார்த்திருக்க முடியாது. இதைப் படிச்சவுடனே எனக்குப் பெண் குழந்தை இல்ல ஆனா கண் கலங்கிட்டேன். கடவுளே எந்த அப்பனுக்கும் இது மாதிரி நிலைமை வந்துர கூடாது அப்படின்னு.

நண்பர்களே இன்னொரு அதே காட்சியில் மனநலம் பாதித்தவன், பேர் ஜோசப். அவருக்கும் நம்ம பாக்கியம் சங்கருக்கும் ஒரு உறவு இருக்கிறது. மனம் நலப் பாதிக்கபட்ட ஜோசப்பை பாதர் மாதிரி பாவிச்சு இவர் பண்ற தப்பெல்லாம் அவர்கிட்ட சொல்லுவார். அவனே கொஞ்சம் மன நலம் பாதிக்கபட்டவன். அவன் எங்கோ

பார்த்துகிட்டு இதைக் கேட்டுட்டு இருப்பான். கடைசியா கயமயா, கயமயான்னு சொல்லுவான் இதான். இவர் சொல்றதுக்கு ஒரு ஆள் வேணும், சாட்சி வேணும் நான் இந்தத் தப்பு பண்ணிட்டேன் , நான் இப்போ சந்தோஷமாக இருக்கேன் சொல்றதுக்கு ஒரு சாட்சி வேணும். அந்தச் சாட்சி யாருன்னா மனநலம் பாதிக்கபட்ட ஜோசப் வைத்துக் கொள்கிறார். ஜோசப் இவர் நண்பனா பாவிக்கிறார். அவனை மனநலம் பாதிக்கபட்டவனா பார்க்கல நண்பனா பார்த்து விட்டு 'ஜோசப் இன்னைக்கு இது நடந்ததுடா' அவன் அரைகுறையா கேட்டுட்டு கடைசியா முடிக்கிற வார்த்தை சிரித்துக் கொண்டே கயமயா, கயமயான்னு சொல்வான். ஒரு கோர்ட்டர் வாங்கின்னு வந்து அந்த ஜோசப்புக்கு கொடுக்கும் போது கோர்ட்டர் பார்த்ததும் சந்தோஷத்துல கயமயா, கயமயா என்று கத்துவான். பித்துகளின் உளறல்களுக்கு எந்த அர்த்தமும் இருக்க வேண்டிய அவசியமில்லை. ஆனாலும் அந்தக் கயமயா, கயமாயா என்பது ஏதோ ஒரு சங்கீத மொழி போல இருந்தது. என்ன அர்த்தம்னு நமக்குத் தெரியல இருந்தாலும் படைப்பாளி எது வேண்டுமானாலும் சொல்லிவிட்டுப் போய்விடலாம். படைப்பாளியை விட வாசகன் கொஞ்சம் புத்திசாலியல்லவா? கய என்கிற சொல் கயந்தலை, தமிழ்ல கயந்தலை என்று சொல் உண்டு. மென்மையான தலைக் கயந்தலை அப்போ கய. அருட்பாவையில் ஒரு இடத்தில் வரும். மயந்துழக வாழ்க்கை என்று வரும். மய, மயக்கம். கயமய மென்மையாக மயங்குதல் என்று பொருள் எடுத்துக் கொண்டால் மென்மையாக மயங்க வேண்டும் எல்லாவிசயத்தலயும் என்று நம்புபவன் கடுமையான இந்த உலகத்தில் இருக்க வாய்ப்பே இல்லை. எனவே அவன் பைத்தியமாகத் திரிகிறானோ என்று எனக்குத் தோன்றுகிறது. அந்தக் கயமய என்ற சொல்லுக்கு அப்படியாக நான் அர்த்தப்படுத்திக் கொண்டேன். அவன் சொல்லவில்லை அந்த அர்த்தங்க்ளையெல்லாம். இன்னும் இதுக்குக் கோனார் மாதிரி நோட்ஸ் போட்டுட்டேன் போவேன் நான் கண்டுபிடிச்ச அர்த்தங்கள்னு.

ஆம்பளைக்கான அகராதி என்று அச்சாகி விட்டது என்று ஏற்கனவே வசந்தபாலன் சொல்லிவிட்டார்.. பசி எடுக்குதுன்னு நான் கூப்பிடறப்போ படுன்னு சொல்லாம சோறு வாங்கிக் கொடுத்தின்னினா நீ ஒரிஜினல் ஆம்பள என்று ஒரு பாலியல் தொழிலாளி சொல்கிற அந்த இடம் ஆம்பளைக்கான ஒரு அகராதி என்று நாம் சொல்லாம்.

35 வது பக்கத்தில் இல்லாமல்லி என்கிற கேரக்டர் எல்லோரும் பேசினார்கள். இல்லாமல்லி பற்றி ஒரு சில விசயங்கள் சிலர் அதைச் சரியா சொல்லலன்னு நினைக்கறன் நான். இல்லாமல்லி ஒரு பாலியல் தொழிலாளி இப்போ ஒரு டயலாக்.. இல்லாமல்லி என்ட்ரி

ஆகிற சீனை பாருங்க "ஹலோ" ஹலோன்னு கூப்பிடறது இவனைதான்(பாக்கியம் சங்கரைக் கை காட்டுகிறார்) இவன் கடையில வேலைச் செஞ்சுட்டு இருக்கான். பர்மா பஜார்ல வேலைச் செய்ற இப்படியே பேசலாம். அப்பதான் ஒரிஜனலா இருக்கும். பர்மா பஜார்ல வேலைச் செய்ற பாக்கியம் சங்கர் கிட்ட இல்லாமல்லி வராக் கடையில. "ஹலோ முதலாளி இருக்காரா?" எதுக்குன்னு கேட்கறான். அந்த என்ட்ரியை மட்டும் படிக்கிறேன் பாருங்க...

"முதலாளி பேரு சீத்தா ராமன்"

"ஹலோ சீத்தாராமன் எப்ப வருவான்?"

"இன்னைக்கு வர மாட்டாருங்க"

"ஏன் "

"தெரியலைங்க"

"ம்.. வேலையைப் பார்த்துட்டு காசு கொடுக்கல நாதாரி நாயி ... காத்தால வரன்னு சொல்லு" என்று சொல்கிறாள். வேலையைப் பார்த்துட்டு காசு கொடுக்காம வந்துட்டான் நாதாரி நாயி அவருடைய முதலாளி எந்த வேலை? விபச்சாரிக்கிட்ட என்ன வேலை இருக்கும். அந்த வேலையைக் கூடச் செஞ்சுட்டு காசு ஒழுங்கா கொடுக்காம வந்துட்டான் நாளைக்குக் காசு எடுத்து வை இப்படித்தான் இல்லாமல்லியோட என்ட்ரி வருது. நண்பர்களே அந்த இல்லாமல்லிக்கு நம்முளுடைய புனைவாளனுக்கு ஒரு கண்ணு. அவன் இல்லாமல்லியை மிக மிக ஆழமாக நேசிக்கிறான். மிகவும் அன்பாகவும், நட்பாகவும் இருக்கிறார்கள். ஒரு கட்டத்தில் பேசிக் கொண்டிருக்கும் போது ஒரு காவலாளி ஜீப்புல வரான். இல்லாமல்லியை அழைச்சுட்டு போலிஸ் ஸ்டேசன் போறாங்க. ஒரு நாள் பொறுத்துத் திரும்ப வர்றா. எப்பவுமே அவ சிரிச்சிட்டே இருப்பா இல்லாமல்லி. இதுல என்ன விசயம்னா இல்லாமல்லி அழுததாகவோ, இல்லாமல்லி புலம்பியதாகவோ, கடவுளே இப்படி ஒரு வார்த்தை கொடுத்திட்டியேனோ, இந்தச் சமூகத்தைத் திட்டியோ எந்த இடத்தலயும் பதிவாகவில்லை. சிரித்துக்கொண்டே இருக்கிறாள். எதைச் சொன்னாலும் அவள் சிரித்துக்கொண்டே இருக்கிறாள். அதை அப்படியே தன் வசப்படுத்திக்கொள்கிறாள். அப்படியே ஏற்றுக்கொள்கிறாள் அவளாகவே. யார் மீதும் பழி சொல்லாமல் அந்தக் கணத்தில் வாழ்கிறாள். அதனால்தான் இதனை ஓஷோயிஷத்தை பிரதிபலிக்கிற நாவல் என்று சொன்னேன். அப்படியே வாழ்கிறாள், அப்படியே ஏற்றுக்கொள்கிறாள். நதியில் எப்படிச் சருகு போகுமோ? அப்படி இயல்பாக வாழ்க்கையின் போக்கில் போகிறாள். அப்ப அவ காட்ற.... துணியைத் தூக்கி

“இதப் பார்றா சுடு வச்சுட்டான்டா அவன்“ அப்டின்னு.

“ஏன்?”

“வச்சுட்டான்.” சிரிக்கிறா. இவன் ரொம்பப் பதற்றான். ஒரு கட்டத்தில் அவள் ஆஸ்பித்திரியில் அனுமதிக்கப் படுகிறாள். நல்ல வேளை நண்பர் சொன்னார் பாருங்க, எய்ட்ஸ் வந்துயெல்லாம் சாகல, குளிக்கப் போகும் போது மூச்சு திணறிக் கடல்ல செத்தறா?

நண்பர்களே அவளுடைய பிணம் பிணவறையில் இருக்கிறது. இல்லமல்லியின் பிணம் பிணவறையில் இருக்கிறது. கடைசியா இவன் போன் பண்றான் காசுக்காகதான் அவ கிட்ட. காசு கிடைக்க வாய்ப்பு இல்ல இங்க வந்து பார்றானா. ஓடி வந்து பார்த்தா இல்லாமல்லி செத்து போயிருக்கா. பிணம் ட்ராயர்ல இருந்து இழுக்கறான், காட்றான் இல்லாமல்லியை இவனால ஒன்னுமே செய்ய முடியல கையறு நிலை, தேம்பித் தேம்பி அழுவுறான். அதுக்குப் பிறகு அந்த ட்ராயர மூடும் போது இல்லாமல்லியின் கால்களில் டோக்கன் நம்பர் நூத்தியெழு தொங்க விடப் பட்டிருந்தது என்று அந்த அத்தியாயம் முடிகிறது. கனமான , நேர்மையான ஒரு பதிவு. இல்லாமல்லி என்கிற பாலியல் தொழிலாளி மூடும் போது நூத்தியேழு என்கிற டோக்கனை அவன் பார்த்துவிட்டான். அந்தப் பகுதி அத்தோடு முடிகிறது.

நண்பர்களே அந்தக் கடைசி வரியில் டோக்கன் நம்பர் நூத்தியேழு தொங்க விடப்பட்டிருந்தது இந்த வரியை ஏன் எழுதவேண்டும். நூத்தியேழு ஏன், எந்த வகையில் அது வாசகனுக்கு உதவும். அல்லது எல்லோரும் டோக்கனா போக வேண்டியவன்தான் அப்படின்னு சொல்றானா? எல்லாரும் நம்பர் மாதிரி பிணவறைக்குப் போகவேண்டியதுதான் என்று சொல்றானா? காரணம் தெரியல. ஆனால் அந்த நூற்றியேழைச் சுற்றியே எனக்குக் கவனமே இருந்தது. அந்த இல்லாமல்லி போயி, இல்லாமல்லி காலில் தொங்கிக் கொண்டிருந்த நூத்தியேழு மட்டுமே இருந்தது. நூத்தியெட்டா இருந்தா கூட வேற ஏதாவது யோசிச்சு இருக்காலம் இந்து மதரீதியா நூத்தியெட்டு சரணமா, ஆழ்வார்கள் எவனாவது கிடைச்சிருப்பான். நூத்தியெட்டுனா தெரிஞ்சிருக்கும் ஏதாவது. நூத்தியேழு என்கிற டோக்கன் மனதை உறுத்திக்கொண்டே இருந்தது. சட்டென்று ஞாபகம் வந்தது. பைபிளில் சங்கீதம் நூத்தியேழில் ஒரு வரி வரும். அந்த வரிக்கும் இந்த இல்லாமல்லியோட மரணத்திற்கும் ஏதாவது தொடர்பு இருக்கிறதா என்று பாருங்கள்.

சங்கீதம் 107 கர்த்தர் நல்லவர் அவருக்கு நன்றி கூறுங்கள் கர்த்தரால் மீட்கப்பட்ட ஒவ்வொருவரும் இதைச் சொல்ல வேண்டும். கர்த்தர்

பகைவர்களிடமிருந்து அவர்களைக் காப்பாற்றினார். பகைவர்கள் என்றால் இந்தச் சமூகமா? காப்பாற்றுதல் என்பது மரணமா? மரணத்திலிருந்து இந்தச் சமூகத்திலிருந்து கர்த்தர் அவரைக் காப்பாற்றினார் என்பதைதான் சங்கீதம் நூத்தியேழில் சொல்கிறது என்றால் அந்த டோக்கன் நூற்றியேழுடைய புரிதல் எனக்கு இப்படியாக இருந்தது

இறந்து போன காதலிக்குக் கட்டி தங்கத்திற்கு, நம்ம வசந்தபாலன் நண்பர் சொன்னாரு, அந்த இடத்துல இன்னும் கொஞ்சம் சரியா சொல்லலைன்னு நினைக்கிறேன். கட்டித் தங்கம் என்கிற காதலி மூளை கசிவு நோயாலா தீடிர்னு செத்து போயிடறா? தீவிரமாகக் காதலிச்சுட்டு இருந்தவங்க திடிர்னு அந்தப் பொண்ணு இறந்து போயிடறா? அந்தப் பொண்ணுடைய ஞாபகத்தலயே இருக்கான், பைத்தியகாரன் மாதிரி சுத்திட்டே இருக்கான். சகஜ நிலைக்குத் திரும்பவேயில்ல. அவளுக்குக் கொடுக்கறதுக்காக ஒரு சுடிதார் வாங்கி வச்சிருந்தான். அதுக்குள்ள அவ இறந்துட்டா இப்போ நண்பன் கேட்கறான், அந்தக் காதலன் கேட்கறான் பாக்கியம் சங்கர்கிட்ட மச்சான் சுடுகாட்டுக்குப் போலாமா? கல்லறைக்குப் போலாமா? “ஏன்?” “தங்கத்தைப் பாக்கனும் போல இருக்குடா?” ம் சரி தங்கத்தைப் பாக்கனும்னா போயிதானா ஆகனும், “நாளைக்குப் போலாம்டா” அப்பச் சுடுகாட்டுக்கு வரியா என்று கேட்டு ஊர்ஜிதம் செய்துக்கொள்கிறான். இவனும் உத்தரவாதமளிக்கிறான். நான் சுடுகாட்டுக்கு வரன் தங்கத்தைப் பாக்கலாம். அவன் கேக்கறான். இந்தச் சுடிதார எப்படிடா கொடுக்கறது? இவன் ஒரு மாதிரியாகப் பார்த்துவிட்டுப் போகிறான். மறுநாள் காலையில் அவளுக்குக் கொடுக்க வேண்டிய விடுப்பட்ட சுடிதாரை அவன் எப்படிக் கொடுக்க வேண்டும் என்று தீர்மானித்தான் என்றால் அவளுடைய சுடிதார முழுவதுமாக இவன் மாட்டிக்கொண்டு தூக்கிலே தொங்குகிறான். சுடிதார் போய்ச் சேர்ந்து விட்டது சரியான படி. தூக்கிலே தொங்கிக் கொண்டு சுடிதாரோடு தூக்கிலே தொங்கிக் கொண்டிருந்த நண்பனைப் பார்க்கும் போது நண்பனின் முகம் மறைந்து காதலி தங்கத்தின் முகமாகத் தெரிகிறது என்று முடிக்கிறான் ஒரு காட்சியை.

இன்னொரு காட்சியில் பிணவறையில் பிணங்களையெல்லாம் அறுத்துப் பொட்டலம் கட்டி கொண்டிருந்தவர் ஆரோக்யதாஸ் இதுல ஒரு கேரக்டர் வரும் ஆரோக்யதாஸ். அவருக்கும் இவருக்குமான வாக்குவாதம் நடக்கும். அந்த வாக்குவாதத்தின் போது டக்குன்னு அவரு சரி தம்பி கொஞ்சம் வேலை இருக்குதுன்னு போவாரு, இவர் அந்த எபிஸோட எப்படி முடிக்கிறார்னா. ஊழியம் செய்து

கொண்டிருந்தார் ஆரோக்யதாஸ். ஊழியம் செய்துக்கொண்டிருந்தார் கிறிஸ்துவத்துல சேவை செய்துக்கொண்டிருந்தார் மகத்தான சேவை செய்துக்கொண்டிருந்தார் ஆரோக்யதாஸ் என்று முடிக்கிறார். சின்னச் சின்ன நுட்பமான விசயங்கள், பிணவறை இவர் ஆரோக்யதாஸ் செய்வது அறுக்கற வேலை இது ஊழியம். இல்லாமல்லி, இல்லாமல்லிக்கிட்ட போன முதலாளி பேர் என்ன சொன்னிங்க சீதாராமன். ஹாஹா... தாஸிக்கிட்ட போனவன் பேரு சீதாராமன்.

இப்படியாக மிக மிக நுட்பமான அரசியலையும் இது கொண்டிருக்கிறது. ஏற்கனவே ஆரோக்யம் பற்றி நண்பர் வசந்தப் பாலன் மிகத் தெளிவாக ஒரு காட்சியாக இயக்குனரின் தன்மையோடு அந்தச் சுடுகாட்டு காட்சியை விவரித்து விட்டார். நண்பர்களே தொடர்ந்து இம்மாதிரியான அபூர்வமான காட்சிகளையும் வர்ணனைகளையும், இரத்தமும் சதையுமான வாழ்க்கையும் எந்தப் புனைவும் இல்லாமல் இதையெல்லாம் அவர் சந்திச்ச சம்பவங்கள்ங்க இதெல்லாம் புனைவே கிடையாது. முழுக்க முழுக்க அவன் சந்திச்ச அவன் பார்த்த அவன் நேரடியாக எதிர்க்கொண்ட சம்பவங்கள்தானே தவிர நூறு சதவீதம் இது புனைவேயில்ல. இப்படியான இந்த விசயத்தில் பாக்கியம் சங்கர் அங்கங்க அங்கங்க தன்னுடைய ரைட்டர் டச்சை எங்கெல்லாம் வைக்கிறான் பாருங்க

முப்பத்தியாறில் கடவுளுடைய கருணையைப் பற்றி ஒரு வார்த்தை வருகிறது. கடவுளுடைய கருணை மழையில் நனைந்துக் கொண்டிருந்தவள் முந்தானையைப் பிழிக்கிறாள். கடவுள் எவ்வளவு மகா கருணைசாலி என்று எழுதுகிறான். இன்னொறு இடத்தில் காலம் பற்றி வருகிற போது வாடகை வீடு, வாடகை வீடு மாறிட்டே போறான். காலம் எந்தப் பூக்களிலும் எந்தச் செடியிலும் வைத்துக்கொள்வதேயில்லை என்று எழுதுகிறான். ஜெயிப்புனைடைய ரகசியத்தைப் பற்றி நாற்பத்திரெண்டாம் பக்கத்தில் சொல்கிற போது நீங்க யாரைத் தெரிந்து வைத்திருக்கிறிர்கள் என்பதைப் பொறுத்துதான் உங்கள் வாழ்வும் வளமும் இருக்கிறது, உனக்கு எவனைத் தெரியும்னறதலதான் நீ ஜெயிக்க முடியும். ஜெயிப்பின் ரகசியம் கூறுகிறான். நண்பர்களே நிறைய இருக்கு.

எவன் குடியைக் கெடுக்காத பிச்சைக்காரர்களிடம்தான் நீங்கள் நேர்மையைப் பிச்சை வாங்க வேண்டும் என்று எழுதுகிறான். விளிம்பு நிலை மக்களைப் பற்றி எழுதுகிற போது நமக்கு விவரம் தெரியாதோ? இல்லை நமக்கு எல்லாம் தெரியாதுன்னு நினைச்சுடுவானோ? அல்லது எனக்கு எல்லாம் தெரியும்ங்கற கர்வமோ? தெரியாது. எல்லாப் பக்கங்களிலும் நம்முடைய

எழுத்தாளர் வந்துக்கொண்டே இருக்கிறார்கள். நகுலன் வருகிறார். வண்ணநிலவன் வருகிறார், பிரமிள் வருகிறார், அகஸ்தா கிருஸ்டி வருகிறார், கோபிகிருஷ்ணன் வருகிறார், கலாப்ரியா வருகிறார், மேரி வருகிறார் எனக்கு எல்லாம் தெரியும் அப்படின்னு, நடுவுல நடுவுல இதை எழுதறதால எனக்கு ஒன்னும் தெரியாதுன்னு நினைச்சுடாத நான் எல்லா, எல்லாத்தையும் படிச்சவன்தான் எனக்கு எல்லாம் தெரியும் என்று சொல்லிக் கொண்டே போவதாக அதை அவர் அமைத்திருக்கிறார்.

இறுதியாக நண்பர்களே... கலை கலைக்காக, கலை மக்களுக்காக எப்பொழுதும் இந்த இரண்டு பிரிவுகள் இருந்து கொண்டே இருக்கும். கலை கலைக்கா என்ற பிரிவுலே அதிகமாக மக்கள் பிரச்சனையைப் பேச மாட்டார்கள், கலை மக்களுக்காக என்ற பிரிவுல கொஞ்சம் கலைத்துறை குறைவு என்ற வாதம் வரும். இந்தப் புத்தகம் கலை கலைக்காகவா? கலை மக்களுக்காகவா? எந்தப் பிரிவில் இதைச் சேர்ப்பது. இதை எந்தப் பிரிவில் சேர்ப்பது என்று நீங்கள் சொல்லுங்கள். ஒரே ஒரு உதாரணம் மட்டும் சொல்லி விட்டுச் செல்கிறேன்.

பேரறிஞர் அண்ணாவிடம் கேட்கப்பட்டது. கலை கலைக்காக, கலை மக்களுக்காக நீங்கள் எந்தப் பகுதியை ஆதரிக்கிறிர்கள்? யாருக்காக உங்கள் ஓட்டு? அண்ணா சொல்கிறார் அழகான ஒரு பெண் தன் மார்பகத்தைத் திறந்து குழந்தைக்குப் பால் ஊட்டுகிற அந்தச் சிலையைப் பார்க்கிற போது தான் தாய் என்று அந்தச் சிலை பிரச்சாரம் செய்து கொண்டே இருக்கும் என்கிறார். கலை, பிரசாரம் எங்குக் கலக்கிறது என்பதை அறிஞர் அண்ணா சொன்னதைப் போலக் கலையும் பிரசாரமும் சேர்ந்த ஒரு பிரதியாக இதை அறிவிக்கிறேன் நன்றி வணக்கம்.

▪